நடுகல்

தீபச்செல்வன்

டிஸ்கவரி பப்ளிகேஷன்ஸ்
எண்: 9, பிளாட் எண்: 1080A, ரோஹிணி பிளாட்ஸ்
முனுசாமி சாலை, கே.கே.நகர் மேற்கு,
சென்னை - 600 078. பேச: 99404 46650

நடுகல் (நாவல்)
ஆசிரியர்: **தீபச்செல்வன்©**

Nadugal (Novel)
Author: **Deepachelvan©**

Edition: 1st Decem - 2018,
2nd: 2019, 3rd - 2020, 4th : 2024, 5th Jan 2026
ISBN : 978-81-997818-9-4
Cover Design : Santhosh Narayan
Pages: 200

Rs. 240

Publisher

Discovery Publications
No. 9, Plot,1080A, Rohini Flats,
Munusamy Salai,
K.K.Nagar West, Chennai - 78.
Tamilnadu, India.
Mobile: +91 99404 46650

Sales Rights

Discovery Book Palace (P) Ltd
No. 1055-B, Munusamy Salai,
K.K.Nagar West,
Chennai-600 078.
Mobile: +91 87545 07070

discoverybookpalace@gmail.com / www.discoverybookpalace.com

இந்த நூலில் பிரசுரமாகியுள்ள எந்த ஒரு பகுதியையும் பதிப்பாளரின் எழுத்துபூர்வமான முன்அனுமதி பெறாமல் எடுத்தாள்வதோ, மறுபிரசுரம் செய்வதோ, மொழியாக்கம் செய்வதோ, அச்சு மற்றும் மின்னணு ஊடகங்களில் மறுபதிப்பு செய்வதோ, காப்புரிமை சட்டப்படி தடை செய்யப்பட்டுள்ளது. இந்த நூலிலிருந்து குறிப்பிட்ட பகுதிகளை மேற்கோள்காட்டி புத்தக விமர்சனம் செய்ய, ஊடகங்களுக்கு மட்டும் அனுமதி உண்டு.

தீபச்செல்வன் (1983)

(பாலேந்திரன் பிரதீபன்)

வடக்கு வன்னி, கிளிநொச்சி மாவட்டம், இரத்தினபுரத்தைச் சேர்ந்தவர்.

கிளிநொச்சி மத்திய கல்லூரியில் பாடசாலைக் கல்வியும், யாழ்ப்பாணப் பல்கலைக் கழகத்தில் தமிழ் சிறப்புப் பட்டமும் பெற்றவர். அங்கு மாணவர் ஒன்றியப் பொதுச் செயலாளராகவும் செயற்பட்டார். பின்பு, சென்னைப் பல்கலைக்கழகத்தில் இதழியல் மற்றும் தொடர்பியல் துறையில் முதுகலைப் பட்டம் பெற்றதுடன், திருநெல்வேலி மனோன்மணியம் சுந்தரனார் பல்கலைக்கழகத்தில் ஆய்வியல் நிறைஞர் பட்டப் படிப்பை (M.Pil) நிறைவுசெய்தார்.

ஈழத்தின் முக்கிய கவிஞராக அறியப்படும் இவர், நான்காம் கட்ட ஈழப் போரையும், அந்நிலத்தின் வாழ்வையும் தொடர்ந்து தன் கவிதைகளில் பதிவுசெய்து வருபவர். ஈழப்போராட்டப் பதிவுகள் மட்டுமல்லாது சமகாலத்திலும் வலிமை மிகுந்த குரலாகவும் இவருடைய எழுத்துக்கள் கருதப்படுகின்றன.

2009 இனப்படுகொலைப் போருக்குப்பின் கிளிநொச்சியிலிருந்து வெளிவரும் முதல் நாவல் 'நடுகல்'

மின்முகவரி: deebachelvan@gmail.com
தொலைபேசி: 0094 772 487 257
வலைப்பூ: deebam.blogspot.com

நாவலாசிரியர் உரை

2010 - 2012 கிளிநொச்சியின் நிகழ்காலத்திலும், அதற்கு முந்தைய இருபத்தைந்து ஆண்டுகள் முன்னோக்கிய நினைவுகளின் பின்னணியில் இரண்டு சிறுவர்கள் பற்றிய கதையும் அவர்களை சூழவிருந்த மாந்தர்களின் கதையும்தான் நடுகல். குழந்தைகளின் கதை மாத்திரமல்ல, குழந்தைகள் மொழிந்ததுமே இந்நாவல். 2013இல் எழுதத் தொடங்கிய நாவலை வெளியிட ஐந்து ஆண்டுகள் ஆகிவிட்டன.

நாவலை எழுதி முடிக்கவும் வெளியிடவும் சில நண்பர்கள் மிகத் தூண்டுதலாயிருந்தனர். "நடுகல்லை விரைவில் கொண்டுவா தீபு..." என அடிக்கடி ஊக்குவித்த அம்பையை இங்கு அன்போடு நினைவு கூறுகிறேன். நடுகல்லை எழுதி முடிப்பதில் ஊக்குவித்த வளவை வளவன், அ.ரவி, தமிழ்நதி, பரணி கிருஷ்ணரஜனி, அருண்மொழிவர்மன், சயந்தன் முதலியோரையும் நன்றியுடன் நினைவுகொள்கிறேன். நாவல் பற்றிய முன் வாசிப்பையும் அதுபற்றிய உரையாடல்களையும் நிகழ்த்திய 'சினம்கொள்' திரைப்பட இயக்குனர் ரஞ்சித்திற்கும் அன்புமிகு நன்றிகள்.

நாவலுக்கான பின்னுரையை எழுதிய கவிஞர் பிரேமிற்கு என் அன்பும் நன்றியும். நாவலை எழுதி முடிக்கும் நாட்களில் உடனிருந்த நண்பன் அஸ்வத், தம்பிகள் செந்தூரன், செல்வாவையும் நினைவு கொள்கிறேன். அட்டையை அர்த்தச் செறிவோடு வடிவமைத்த சந்தோஷ் நாராயணனிற்கும் நாவலை நேர்த்தியோடு வெளியிடும் டிஸ்கவரி பதிப்பாளர் வேடியப்பனுக்கும் என் அன்பும் நன்றிகளும்.

ஈழத்தில் வாழ்ந்தபடி இதுபோன்ற புனைவை எழுதுவது தற்கொலைக்குச் சமனானது. ஏற்கனவே, கண்ணில் எண்ணை விட்டு என் எழுத்துக்களையும் என்னையும் தேடியும் தடுத்தும் அச்சுறுத்தி வருகிறது இலங்கை இராணுவம். ஆனாலும் என் மண்ணின் மாந்தர்களின் கதைகளை எழுதியாக வேண்டிய பெரும் கடமை எனக்குண்டு. எந்த நகரத்தில் இக் கதை நிழ்வதாக எழுதப்பட்டதோ அந் நகரத்தில் இக் கதை வெளியிடவும் வாசிக்கப்படவும் வேண்டும். நம் குழந்தைகளின் கனவு மெய்ப்படட்டும்.

தீபச்செல்வன்,

01.09.2018 **கிளிநொச்சி, ஈழம்.**

எஸ்.பொ.வுக்கு

> பரலுடை மருங்கின் பதுக்கை சேர்த்தி
> மரல் வகுந்து தொடுத்த செம்பூங் கண்ணியொடு
> அணிமயிற் பீலிசூட்டி பெயர் பொறித்து
> இனி நட்டனரே கல்லும்...

புறம் — 264: 14

01

"**கா**த்துக்கு விளக்கு நூரப் போகுது! சுளகை வடிவாய்ப் பிடி"

இருட்டுக்குள் தீயைப்போல மிதக்கும் செம்பருத்தம் பூக்களை குளறியபடி ஆய்ந்து மடியில் போட்டாள் அம்மா. மஞ்சளும் சிவப்புமான அந்தப் பூக்கள் மினுமினுத்தன. அந்தக் கல்லுக்கு முன்பாக ஏற்றப்பட்ட விளக்கை சுழன்றடிக்கும் காற்றிடமிருந்து சுளகை வைத்து அணையாமல் பார்த்துக் கொண்டிருந்தாள் தங்கச்சி ஆரணி. காற்றை எதிர்த்து மிலாசியது விளக்கு. வானம் மஞ்சளும் சிவப்புமாய்க் கவிந்திருந்தது.

"கொட்டப் பாக்கே வாடா பாப்பம்..."

ஆட்காட்டிப் பறவை ஒன்று, சிறுவர்களைச் சண்டைக்கு இழுப்பதைப் போல, எங்கோ பாடிக் கொண்டிருந்தது. மேற்கில் சூரியன் மெல்ல மெல்லச் சரியத் தொடங்கியது. ஒரு பக்கத்தில் சீன எழுத்துகளால் அகதியென எழுதப்பட்ட நீல நிறமான கூடாரம். அதன் மீது பூவரசம் மரத்தின் பழுத்த இலைகள். கூடாரமே ஒரு மஞ்சள் பூவரசைப் போலிருக்க, மருத மரங்கள் ஈரக்காற்றால் வெம்மையைத் தணித்தபடியிருந்தன. புயலில் சிக்கிய தோணியைப் போல தத்தளித்தது அக் கூடாரம். மலை உச்சியிலிருந்து எழுந்து பறக்கும் பறவைகளைப் போல, கூடாரத்தின் மீதிருந்து பூவரசம் சருகுகள் பறந்து வந்து விழுந்தன.

கூடாரத்திற்குள் ஒரு கல் இருந்தது. அக்கல்லின் முன்பாக ஒரு விளக்கு சுடர்ந்தது. இரவுக்கும் பகலுக்கும் இடையில் பொழுதைக் கிழித்தபடி எரியும் அந்த விளக்கின் சுடர் எல்லாத் திசைகளிலும் அலைக்கழிந்தது.

தம்மீது விளக்குகளைச் சுமந்து பறப்பதைப்போல, மின்மினிப் பூச்சிகள் பற்றைகளுக்குள்ளிருந்து பறந்தன. மின்மினிப் பூச்சிகளின் அடர்ந்த வெளிச்சத்தில் பற்றைகள் ஒளிர்ந்தன.

“இண்டையோடை என்டை பிள்ளை வீரச்சாவடைஞ்சு பத்து வருசம்...”

பெருமூச்செறிந்தாள் அம்மா.

அண்ணா எங்களோடு இல்லை என்பதை இப்போதும் நம்ப முடியவில்லை. இல்லாமல்போகிற வயதா அவனுக்கு? காணியில் அவன் புல்லைச் செருக்கிக் கொண்டிருப்பதைப் போல “சறுக்... சறுக்...” சத்தம் கேட்கும். வாய்க்கால் கரையிலிருந்து அவன் மீன் பிடித்துக்கொண்டிருக்கும் தோற்றம் நிழலாடும். திடீரென, வாய்க்காலில் தொப்பென குதிப்பதைப் போன்ற ஓசையெழும். நாவல் மரங்களில் ஏறி நாவற்பழம் பிடுங்கிக் கொண்டிருப்பதைப் போல கிளைகள் ஆடும். நாவற் பழங்கள் கொட்டும்போது அவன் மேலே மரத்திலிருந்து உலுப்புவது போல சலசலக்கும். சைக்கிள் சக்கரங்கள் ‘கிறிச்... கிறிச்...’ உருள்வதையெல்லாம் எத்தனை நாட்கள் கேட்டிருப்பேன். அவன் மூச்சுக் கலந்த காற்றில் நினைவுகளும் மிதந்தன.

“தம்பி...”

அழைப்பதைப் போலிருக்கவும் திடுக்கிட்டு விழித்தாச்சு.

அண்ணாவுக்கு இயக்கம் வைத்த பெயர் வெள்ளையன். தனக்குப் பொருத்தமான பெயரை இயக்கந்தான் வைத்தது என்பான். வெள்ளையன் என்ற பெயருக்கு ஏற்ப வெள்ளை வெளீர் என்ற நிறம். பளிச்சிடும் முகம். நல்ல நெடுவல். சுருண்ட முடி. சீப்பால் இழுத்தாலும் நிற்காது. கையால் தலைமுடியை மேவி இழுத்துவிட்டால் அப்படியே நிற்கும். அடிக்கடி வியர்க்கும் மூக்கின் நுனியை முகத்தைத் தாழ்த்தி வலதுபக்கத் தோளில் துடைப்பது தனி அழகு. யாரும் கதை கொடுக்கும்போது தலையைச் சரித்தபடி கூர்ந்து கேட்பது இன்னொரு வசீகரம்.

அண்ணாவின் பிறந்தநாளிலும் நினைவுநாளிலும் ஆனந்தபுரம் மீனாட்சி அம்மன் கோயிலில் அம்மா அர்ச்சனை செய்வாள். அண்ணாவின் பிறந்த நாள்களிலெல்லாம் அம்மா மீனாட்சி அம்மன் கோயிலுக்கு அழைத்துச் செல்வாள். வண்ண வண்ண அலரிப் பூக்கள் கொட்டியிருக்கும் கோயில் தெருக்களில் விளையாடிக் கொண்டிருக்க, அம்மா கோயிலுக்குள் நின்று அண்ணாவுக்காக நினைந்துருகுவாள்.

அண்ணாவின் வீரச்சாவின் பின்னர், ஆண்டு முழுதும் சுமந்திருக்கும் அவனது நினைவுத் துயரை அக் கோயிலில் கொட்டித் தீர்ப்பாள்

அவள். அந்தக் கோயிலில் அவனுக்காக வைக்காத நேர்த்திகள் இல்லை. இயக்கத்திற்குப் போக முன்னர் இயக்கத்திற்கு போகாதிருக்க நேர்த்தி வைத்தாள். இயக்கத்திற்குப் போனபின்னர் பாதுகாப்பாய் இருக்க நேர்த்தி வைத்தாள். இப்போது அவனுடைய ஆன்மா சாந்தியடைய வேண்டுமென மோட்ச அர்ச்சனை செய்தாள். அந்தக் கோயில் படிகளெல்லாம் அவளின் பிரார்த்தனைகள்தான் கொட்டிக் கிடந்தன. கோயிலின் இறுகிப் போன சிலைகளின் செவிகளுள் அம்மாவின் பிரார்த்தனைகள் இறங்காமலில்லை.

அர்ச்சனைச் சீட்டை நீட்ட முன்பாகவே, அர்ச்சகர் "வெள்ளையன் நாமதேசிய.." மந்திரம் ஓதத் தொடங்குவார். பிரசன்னாவாக இருந்த காலத்தில் அவனது பெயரை உச்சரித்ததைவிடவும் பின்னர் வெள்ளையனாக இருந்த காலத்தில் அவன் பெயரை சத்தமாக உச்சரிப்பார். இன்றைக்கு அர்ச்சகர் மிகவும் மெதுவாகவே உச்சரித்தார். அந்த இறுகிப்போன அம்மனின் சிலையும் விழிகளை மூடிக்கொண்டது. அம்மாவின் குரலைக் கேட்காததைப் போலவே முகத்தை திருப்பிக் கொண்டாள் அம்மன்.

பூசணிப் பூக்களைப்போல அகலமான அவள் விழிகள் மூடியிருக்க கண்ணீர் கரைந்து கொட்டும். எவரும் பார்த்து வணங்கும் அம்மனின் முகத்தை ஒப்ப அம்மா, கைகளை நீட்டி இரந்தாள் மீனாட்சி அம்மனிடம். குங்குமத்தை அள்ளி நெற்றியில் அப்பிக் கொண்டாள். முகத்தை மூடிய தலைமுடியை விலக்கி, சேலைத் தலைப்பை எடுத்து கண்ணீரைத் துடைத்தாள்.

இன்றைக்கு மாவீரர்தினம். எல்லா வீடுகளிலும் விளக்குகள் எரிகின்றன. சிலவீடுகளில் தென்னை மரங்களில் விளக்குகள் எரிகின்றன. சில வீடுகளில் தேசிமரங்களின் கீழாயிருந்தன விளக்குகள். சில வீடுகளது அறை மூலைகளில் ஒளித்துவைத்த விளக்குகள் பயத்தில் நடுங்கின. விடுதலைக்காய் களம் புகுந்த வீரர்களின் பெயர்களை உச்சரித்தன.

"இது எங்கடை பிள்ளையளின்டை நாள்..."

அண்ணாவைச் சுமந்த கருவறையைப் போன்ற அந்தக் கல்லறையினைத் தொட்டு அந்தரித்தாள் அம்மா.

மாவீரர் தினத்தின்போது, வீடுகளில் வைப்பதற்காக மரக் கன்றுகளை இயக்கம் கொடுப்பதுண்டு. ஒவ்வொரு கல்லறையின் அருகிலும் மாங்கன்று, தென்னங்கன்று, தேசிக்கன்று வைக்கப்பட்டிருக்கும். விடுதலைக்காக மாண்டு போன உயிர்களுக்கு ஈடாக மரங்களை இந்தப் பூமியில் நாட்டுவதுண்டு. அந்த மரங்களில் மாவீரர்களின் ஆத்மா வாழ்கிறது என்பாள் அம்மா.

தீபச்செல்வன் 9

அண்ணாவின் நினைவாக மாவீரர் துயிலும் இல்லத்தில் வழங்கப்பட்டு நடப்பட்ட தென்னையின் கீழாகவே அவ் விளக்கு ஒளிர்கிறது. இப்போது வீடுகளிலெல்லாம் மரங்கள்தான் பிள்ளைகளென புன்னகைத்தன.

"மரங்களைக் கும்பிட்டாலும் புலி உயிர்க்குமே"

வீதியில் நகர்ந்து செல்லும் இராணுவத்தினரைப் பார்த்தபடி தன் பாட்டில் சொன்னாள் அம்மா.

முள்வேலி முகாமிலிருந்து திரும்பி வந்தபோது, அந்தத் தென்னங்கன்று குற்றுயிராய் இழுத்துக்கொண்டு கிடந்தது. பெரும்போரின் பின்னர் எரிந்து கருகிய நிலத்தில் ஈக்கில் தடியாய் நின்றது. ஆட்களற்ற ஊரில் கவனிப்பாரின்றி, தண்ணீரின்றிக் காய்ந்து தாகமுற்றுக் கிடந்தது. ஆனாலும் உயிரைப் பிடித்துக் கொண்டிருந்தது. தூக்கி வந்த பொருட்களை எல்லாம் வாசலில் போட்டுவிட்டு இரு கன்றினுக்கு இரங்கும் ஓர் ஆவென ஓடிவந்து அந்த தென்னங் கன்றைத்தான் முதலில் பார்த்தாள் அம்மா.

"எனக்காக என்ரை பிள்ளை காத்துக் கிடந்திருக்கிறான்.."

ஒரு குழந்தையைப் போல அதனை உச்சிமுகர்ந்து முத்தமிட்டாள். மளமளவென அதனை மூடியிருந்த பற்றைகளை வெட்டி, அதனைச் சுற்றி மண்ணை பண்படுத்தி ஆற்றிலிருந்து அள்ளிய நீரைவிட ஆற்றங்கரையில் கொத்துக் கொத்தாய் பூத்திருந்த வெள்ளெருக்கம் பூக்களைப் பறித்து அதனடியில் போட்டாள் அம்மா. மளமளவென இலைகளைத் தள்ளிக்கொண்டு மேலெழுந்துவிட்டது அந்தத் தென்னம்பிள்ளை. அது ஒரு புனிதமரம். அம்மாவுக்குப் பிள்ளை.

◆◆◆

அன்றைக்கு ஊரே விழித்திருந்தது. கிளிநொச்சி இராணுவத் தளபதி சிங்க பண்டார தலைமையில் இராணுவம் தீவிர கண்காணிப்பு நடவடிக்கைகளில் ஈடுபட்டுக் கொண்டிருந்தது. நாய்களது குரைப்பொலியில் அதிரும் தெருக்களில் நடந்தும் சைக்கிளிலும் வந்திறங்கியிருந்த இராணுவம் ஊரை போர்க் களமாக்கியிருந்தது. எப்போது வேண்டுமானாலும் சன்னங்களை நோக்கி வெளித்தள்ள அவர்களது துப்பாக்கிகள் தயாராயிருந்தன.

இராணுவத்தின் டாங்கிகள் ஆங்காங்கே நிறுத்தப்பட்டிருந்தன. மாவீரர் தினத்தைக் கொண்டாடுபவர்களைக் கைது செய்து ஏற்றிச்செல்ல இராணுவச் சிறை வண்டிகளும் ஆவலுடன் வாயைப்

பிளந்திருந்தன. கிளிநொச்சி முழுக்க திரிந்து வயல், வாய்க்கால்கரை ஓரங்களில் முளைவிட்டு கொடி படர்த்தி பூத்திருந்த கார்த்திகைப் பூ மரங்களை எல்லாம் வேரோடு பிடிங்கி, இராணுவ ட்ரக்கில் ஏற்றிக் கொண்டு மரங்களிலும் விளக்கு எரிந்துவிடுமோ? மேலும் கீழுமாய் சுற்றிச் சுற்றி பதினெட்டுக் கண்களால் பார்த்துக்கொண்டு சென்றான் சிங்க பண்டார.

“எடி நாகபூசணி, செத்துப் போனவங்களுக்கும் உவங்கள் பயமே? எங்கடை பிள்ளையளுக்கு நிம்மதியாய் ஒருவிளக்கு வைக்கக்கூட விட மாட்டாங்களாமே” சினத்துடன் வீதி வழி சென்றாள் ருக்குமணி.

யாழ்ப்பாணத்தில் ஆலயத்தில் மணி அடிக்க இராணுவத்தினர் தடை விதித்துள்ளதுடன், மாவீரர் துயிலும் இல்லங்களுக்கு பலத்த பாதுகாப்பு போடப்பட்டிருப்பதாகவும் வானொலியில் செய்தி ஒலிபரப்பாகிக் கொண்டிருந்தது. மூலை முடுக்கு எல்லாம் இராணுவத்தினரை நிறுத்தி தீப்பெட்டிகள், விளக்குகள், மெழுகு திரிகள் வைத்திருந்தால் அவற்றை பறித்துக்கொண்டு ஆறரை மணி வரை அவர்களை தடுத்துவையுங்கள் என்று சிங்க பண்டார உத்தரவிட்டான்.

“நாங்கள் மறந்தாலும், இப்பிடியெல்லாம் செய்து, உவங்கள் மறக்காமல் மாவீரர் தினத்தைக் கொண்டாடுறாங்கள்.” வார்த்தைகளால் கோணினாள் அம்மா.

வானம் உருகி, கண்ணீரை மழைத்துளிகளாகப் பொழிந்து, நிலத்தையும் செடிகளையும் நனைத்தது. இலைகளை விரிக்கும் தென்னை மரத்தின் கீற்றுக்களிலிருந்து மழை நீர் ஒழுகியது. அம்மாவை அழைக்க, என்ன? என்ற தோரணையில் திரும்பினாள்.

“ஏனம்மா அண்ணான்டை படத்தை விட்டிட்டு வந்தனீங்கள்? அதை எப்பிடியாவது நீங்கள் கொண்டுவந்திருக்கலாமே?”

கேட்கவும் இயலாமல் தொண்டை அடைத்தது. பதில் சொல்லாதுறைந்த அம்மாவின் முகத்தில் மாபெருமொரு யுத்தத்தில் பிள்ளையைத் தவறவிட்ட தாயின் ஏக்கம் நிறைந்திற்று. அவள் சில கணங்கள் பார்த்தாள். கண்களில் தீராத் துயர். எதுவும் சொல்லாமல் முகத்தைத் திருப்பி அந்தக் கல்லின் முன்னால் எரியும் விளக்கை வெறித்துப் பார்த்தாள்.

“சீ... இப்பிடிக் கேட்டிருக்கக்கப்படாது...”

இப்படித் திரும்பத் திரும்ப நினைத்திருந்தாலும் மீண்டும் மீண்டும் அந்த வார்த்தைகள் வந்துவிடுகின்றன.

“அப்பிடி என்னண்டுதான் கேக்கிறது? அந்தச் சண்டைக்குள்ளை எதை எப்பிடி எடுத்துக்கொண்டு வாறது? நீங்கள் உயிர் தப்பினதே பெரிய விசயமல்லோ” இப்படி வழமையாக அம்மாவைத் தேற்றுவதுதான்.

இன்றைக்கு அதற்கும் முடியாதிருந்தது. முள்ளிவாய்க்கால் போரில் எல்லாப் புகைப்படங்களும் அழிந்து விட்டன. அண்ணாவின் படங்களை இழந்ததுதான் பேரிழப்பு. அவன் ஒரு புகைப்படமாகவேனும் அருகில் இருந்தால்போதும் என்றிருந்தது மனது. அவனது முகத்தைப் பார்க்க வேண்டும்போலிருந்தது.

ஒவ்வொரு ஆண்டும் அவனது பிறந்தநாளும், வீரச்சாவடைந்த நாளும், மாவீரர் நாளும் இந்தவாறாகவே கடந்து செல்கின்றன. அந்நாட்களில் மனம் முழுவதும் அண்ணாவின் நினைவுகள் அலையும்.

அம்மா அக் கல்லை குளிப்பாட்டுவாள். அந்தக் கல்லுக்கு விளக்கு வைப்பாள். உணவூட்டுவாள். அந்தக் கல்லைப் பார்த்துக்கொண்டு இருக்கும்போது அதில் அண்ணாவின் முகம் தெரிகிறதென்பாள்.

அந்தக் கல்லை அம்மா எங்கிருந்து எடுத்து வந்தாள்?. அண்ணாவின் நினைவாக ஒன்றுமே இல்லை என்று சொல்லிக் கொண்டிருந்த போது ஒரு நாள், இந்தக் கல்லை வீட்டுக்குள் கொண்டு வந்து வைத்தாள்.

“இதுதான் என்ரை பிள்ளை..”

அம்மாவின் முகத்தில் சற்று ஆறுதல் படர்ந்திருந்தது.

மீண்டும் மழை தூறத் தொடங்கியது.

“நாய் குலைக்குது. என்னண்டு டோச்அடிச்சுப் பார்!”

படலைப் பக்கம் ஒரு எட்டு நடக்க, வீதி முழுக்க இராணுவம். இருட்டுக்குள் திபுதிபுவென வெறியோடு படைகள் ஊரை மேய்ந்து கொண்டிருந்தன. இலேசான மழையிலும் இராணுவத்தின் அகலக் கால்கள் மண்ணில் புதைந்து குழியிட்டன.

மருத மரக் குற்றியில் வந்தமர,

“செத்துப்போன எங்கடை பிள்ளையளோடை இன்னும் யுத்தம் செய்யினம். என்னத்துக்காக எங்கடை பிள்ளையள் வீட்டைவிட்டுப் போய் துவக்கு ஏந்தினதுகள் எண்டுறதை ஏற்காதவரைக்கும் எங்களுக்கு நிம்மதியிருக்காது. எங்கடை பிள்ளையளுக்கு விளக்கு வைக்கிறதுக்கு விடுற நாள்தான் எங்களை நிம்மதியாய் வாழ விடுற நாளும்...”

விளக்கிற்கு தங்கச்சி எண்ணெய் ஊற்றிக் கொண்டிருக்க பொருமினாள் அம்மா. மிகவும் பிரகாசமாக எரியும் அந்த விளக்கை உற்றுப் பார்த்தபோது அதன் ஒளியில் அண்ணாவின் முகம் பிரகாசிக்கக் கண்டேன்.

02

"வினோதன் ஒரு போட்டோ பைத்தியம்" நெடுகலும் அண்ணா நக்கலடிப்பான். பொதுவாக, எல்லோருக்குமே புகைப்படங்கள் என்றால் அளவற்ற ஈர்ப்புதானே. மிகச் சிறுவயதிலேயே புகைப்படங்கள் மீது கொள்ளைப் பிரியம். அதற்குக் காரணம், புகைப்படங்கள் தான் நிறையக் கதைகளைச் சொல்லியிருக்கின்றன. புகைப்படங்கள் தான் வாழ்வில் காணாதவர்களைக் காட்டியிருக்கின்றன, சந்திக்க முடியாத மனிதர்களுடன் புகைப்படத்தில் மாத்திரமே சந்திப்பு நிகழ்ந்திருக்கிறது.

முதல் புகைப்படம் எடுக்கும் காலத்தில் எங்கள் குடும்பம் மிகவும் வறியது. வறியது என்றால் மிக வறியது. அப்பா இல்லாத, ஆம்பிளை இல்லாத குடும்பம். அம்மா கூலி வேலை. அதுவும் எப்போதாவதுதான். மழைக்காலத்தில் புல்லுப் பிடுங்கப் போவாள். கோடைகாலத்தில் கத்தரிக்கு மண்சாறும் தோட்ட வேலைக்குச் செல்வாள். பயிற்றங்காய் பிடுங்க, மிளகாய்க் கன்றுகளுக்கு நீர்பாய்ச்ச... எப்போதாவது ஏதாவது வேலைகள். எந்தச் சொத்தும் பொருளாதார பலமும் இல்லாத சின்னக் குடும்பம். குடும்பம் என்றால் நானும் அண்ணாவும் அம்மாவும்தான்.

வீட்டிலும் நிறையப் புகைப்படங்கள் இருந்தன. அந்தப் புகைப்படங்களில் ஒன்றில்கூட நானில்லை. சிதறிப்போன வாழ்வில் எப்படி ஒன்றாய் வாழ்ந்த புகைப்படங்கள் இருக்கும்? அவ்வப்போது பிடிக்கப்பட்ட சில புகைப்படங்களில் அண்ணாவின் குழந்தைப் படங்களும் அப்பாவின் இளமைக்காலப் படங்களும் அம்மாவும் அப்பாவும் இணைந்தெடுத்த சோடிப் படங்களும் மாத்திரமே இருந்தன.

“சின்னனிலை எப்பிடி இருந்தனான்? நீங்கள் ஏன் என்னைப் படம் எடுக்கேல்லை?...”

இதுதான் பெரும் பிரச்சினையாக இருந்தது. எத்தனையோ தடவை அம்மாவிடம் கேட்டு அழுதாகிவிட்டது. ஒருநாள் போய் படம் பிடிக்கலாம். சமாளிப்பாள் அவள். தொந்தரவு தாங்காமல் படம் பிடிப்பதற்காகப் புல்லுப் பிடுங்கச்சென்ற சம்பளத்தில் கொஞ்சம் சேகரித்திருந்தாள் அம்மா.

கிணற்றுக்கு மேலே நாவல் மரம் சிலுசிலுத்திருந்தது. அதன் அருகில் உள்ள ஆற்றில் சலசலவென தண்ணீர் பாய்ந்து கொண்டிருந்தது. ஆற்றங்கரையும் கிணற்று முற்றமும் ஒன்று. அந்த முற்றம் அடர்ந்த புல்த் தரையாலானது. அந்தப் புல் தரையில் நாவற் பழங்கள் கொட்டிப் பரவியிருந்தன. அந்த நாவற்பழங்களைப் பொறுக்கி ஆற்றுக்குள் எறிய, ஒவ்வொரு நாவற்பழமும் “ச்சக்” என்று விழும்போது மீன்கள் குவிந்து அவற்றைக் கொத்தின. அந்தக் குட்டி மீன்கள் மிகவும் நெருக்கமாயிருந்தன.

“தம்பிவா! குளிச்சுட்டு படம் எடுக்கப் போவம்.”

அம்மாவின் அழைப்பைக் கேட்டுத் திரும்ப, சந்தோசம் தாங்க முடியவில்லை. குளிப்பாட்டுவதற்காகத்தான் இப்படிச் சொல்கிறாளோ? எனச் சந்தேகமும் வராமலில்லை.

“அம்மா உண்மையாவா சொல்லுறியள்?”

அம்மாவின் சிரிப்பைப் பார்த்துவிட்டு துள்ளிக் குதித்து ஓடி வந்து,

“அம்மா எத்தினை படம் எடுக்கப் போறம்? என்னென்ன மாதிரி எல்லாம் நிக்கோணும்? என்னென்ன உடுப்பு போட்டு எடுக்கிறது”

மளமளவெனக் கேட்க, அம்மா பதில் ஏதும் சொல்லாமல் ஏதோ யோசனையில் மூழ்கியிருந்தாள். “ஓம் ஓம் முகத்தைக் காட்டு...” முகத்துக்கு சவர்க்காரம் போட்டுக் கொண்டிருந்தாள் அம்மா.

“அய்யோ கண் எரியுது”

“அழக்கூடாது படமெல்லா எடுக்கவேணும்!”

சிணுங்கியதைத் தடுத்தாள் அவள். கண்களில் தண்ணீரை ஒற்றித் துடைத்தாள். தண்ணீரை கைகளால் அள்ளி கண்களைக் கழுவினாள். அழுகையை நிறுத்திக்கொண்டதைக் காண்பிக்க அம்மாவைப் பார்த்துச் சிரிக்க, துணியினால் முகத்தை ஒற்றித் துடைத்தாள்.

நீக்கிலஸ் ஒழுங்கைவழியாகச் சென்று ஏ—9 வீதியிலிருந்து 500

மீற்றர்தூரம் செல்ல, சாந்தி ஸ்டூடியோ இருக்கிறது. வீதியைக் கடந்து ஏ—9 வீதிக்குச் செல்ல மறுபடியும் அழத் தொடங்க, "அம்மா சின்னப் பொடியன் திரும்பச் சிணுங்கத் தொடங்கிட்டான்! பேசாமல் படம் எடுக்காமல் வீட்டை போவம்" சிரித்தான் அண்ணா. "நீ மட்டும் எல்லாப் படத்திலையும் இருக்கிறா... உன்ரை தவளுற படமும் கிடக்குது... என்ரை படங்கள்தான் இல்லை... நீ பேசாம இரடா..." தொடர்ந்து சிணுங்க, "அம்மா தம்பிப் பிள்ளை அடிவாங்கப் போறார்" சற்றுத் தூரம் துரத்திக் கொண்டோடி வந்தான் அவன்.

அண்ணா சின்னப்பொடியன் என்றே அழைப்பான். "ஆளப்பாரு.. ஒன்டரை அடிதான் வரும். அதுக்குள்ள முட்டக் கண்ணும்.. மூடித் தலையும்... சொண்டைப் பார்... எப்ப பாத்தாலும் அடம்பிடிச்சபடி.. மூக்கு திமிராய் நீட்டி இருக்குது... கன்னத்தைப் புடிச்சு நுள்ளிப்போடுவன்..." கொஞ்சும் அண்ணாவை களைத்துக் கொண்டுபோவதைப் பார்த்திருப்பாள் அம்மா.

"அம்மா பத்துப் படம் எடுப்பம் நான் தனிய நாலு படம்.. பத்துப் படம் எடுப்பம்... "

"மூண்டு படம் எடுக்கத்தான் காசு இருக்குது. மிச்சத்தைப் பிறகு ஒருநாள் எடுப்பம்"

அதற்கு ஒப்புக்கொள்ளும் நிலையிலில்லை அவள். மறுபடியும் சிணுங்கிக்கொண்டே வரவும், அழுதழுது கண்கள் சிவந்து வீங்கிவிட்டன. ஸ்டூடியோவுக்கு வந்ததும் பவுடர்பூசி முகத்தைச் சரிசெய்து கொண்டிருந்தாள் அம்மா. இன்னமும் அடம்பிடிக்கும் தோரணையில் முகம் 'உம்' மென்றிருந்தது. "அடேய் சின்னப் பொடியன், மூஞ்சையை ஏன் நரி மாதிரி நீட்டுறாய்" கொடுப்புக்குள் சிரிப்பை மறைத்தான் அண்ணா. இன்னும் கொஞ்சம் முகத்தை நீட்ட முயல்கையில்,

"தம்பி இங்கை பாருங்கோ! கொஞ்சம் சிரியுங்கோ... நாடியத் தூக்குங்கோ"

முதல் புகைப்படம் எடுக்க தயார்ப்படுத்திக் கொண்டிருந்தார் சாந்தி ஸ்டூடியோகாரர் இராசநாயகம்.

♦♦♦

கிளிநொச்சியில் கமலா ஸ்டூடியோவும் சாந்தி ஸ்டூடியோவும் மிகப் பிரபலம். எல்லோருடைய வீட்டிலும் இந்த இரண்டு

ஸ்டூடியோவிலும் எடுத்த படங்கள்தான் இருக்கும். 'இது இந்த ஸ்டூடியோவில எடுத்த படமாகத்தான் இருக்கும்' என்று நினைத்துக் கொண்டு படத்தின் பின்பக்கம் திருப்பிப் பார்த்தால், பெரும்பாலும் கணிப்புச் சரியாகத்தான் இருக்கும். விதவிதமான பின்னணி வரைபடங்களுடன் அருகில் ஒரு பூச்சாடியுடன் அம்மாவும் சின்னம்மாவும் இளமையில் எடுத்த படங்கள் எல்லாம் கமலா ஸ்டூடியோவில்தான் எடுக்கப்பட்டவை.

அம்மாவின் இரண்டாவது அக்கா சின்னம்மா. அவருடைய வீட்டில் நிறையப் பழைய நிழற்படங்கள் இருந்தன. வீட்டுச் சுவரெல்லாம் கறுப்பும் வெள்ளையுமான பழைய படங்கள் நிறைந்திருக்கும். பெரியப்பா நீர்ப்பாசனத் திணைக்களத்தில் வேலை. அந்தக் காலத்தில் அவர் பெரிய உத்தியோகத்தராம். அதனால் அவர் கிளிநொச்சியில் உள்ள சேர்க்கில் பங்களாவில் தங்கியிருந்தார். கிளிநொச்சியில் உள்ள அரச உத்தியோகத்தர் விடுதிகளிலேயே அந்த பங்களாதான் பெரியது. இந்திய இராணுவச் சண்டையில் அழிந்துபோன அந்த பங்களாவையும் படத்தில்தான் தெரியும்.

அந்த பங்களாவின் முன் நின்றெடுத்த விதவிதமான புகைப்படங்களில் அதன் அழகு வசீகரிக்கும். அந்தப் புகைப்படங்கள் பலவற்றில் அம்மா இருப்பாள். அடிக்கடி அவர்களின் வீட்டுக்குப் போகும்போது "உங்கடை அல்பத்தைத் தாங்கோ! ஒருக்கா பாக்கப் போறன்" அல்பத்தைத் தேடிக் கொண்டிருக்க, "போனமாதம் வரக்குள்ளை பாத்தனீதானே? திரும்பவும் பாக்க அதிலை என்ன புதிசாய் கிடக்குது" பால் தேனீரை நீட்டுவாள் சின்னம்மா. "அது பரவாயில்லை. எடுத்துத் தாங்கோ! திரும்பப் பாக்கப்போறன்.." ஒற்றைக்காலில் நிற்க, அல்பங்களை நீட்டுவாள் அவள்.

அம்மா அவளது குடும்பத்தில் செல்லப் பிள்ளை. அவளுக்குப் பல இடங்களிலிருந்து திருமணங்கள் கேட்டு வந்தன. அவளைத் தவிர மூன்று பெண் பிள்ளைகள். எல்லோருக்குமே அரச உத்தியோக மாப்பிள்ளைகளைக் கட்டிவைத்தார் அம்மாவின் மூத்த அண்ணன் பெரிய மாமா. பெரிய மாமாவை எல்லோரும் சுருளியன் என்றுதான் அழைப்பார்கள். அவ்வளவு சண்டியன். பெரியமாமாவைத் தவிர இன்னொரு அண்ணா, சின்ன மாமா. அரச உத்தியோகம் செய்யிற மாப்பிள்ளையளைக் கட்டி வைச்சால்தான் பிறகாலத்திலை கண்கலங்காமல் வைச்சிருப்பாங்கள் என்பதால் மாப்பிள்ளை அரச உத்தியோகமா? என்பதுதான் பெரியமாமாவின் முதல் கேள்வி. .

சின்னம்மா வீட்டிலும் அப்பாவின் இருந்த சில புகைப்படங்கள் இருந்தன. அம்மா — அப்பாவின் காதலுக்கு முதலில் மறுத்த பெரிய மாமா, பின்னர் "என்ரை தங்கச்சியின்டை விருப்பம்தான் எனக்கு முக்கியம். ஆனால், கண்கலங்காம வைச்சு என்ரை தங்கச்சியைப் பாக்க வேணும் மச்சான்" அப்பாவுக்கு எச்சரிக்கை செய்து கட்டி வைத்தார். பெரியமாமா

பின்னாளில், பெரியமாமா ஊகித்ததைப் போலவே எல்லாம் நடந்தது. கலியாணம் நடந்த நாளிலிருந்து அப்பாவுக்காக அம்மா காத்திருந்த நாட்களே அதிகம். அப்பாவுக்கு நாடு சுற்றுவதுதான் முக்கியம். அவர் வீடே தங்குவதில்லை. அவர் கடைசியாக வீட்டைவிட்டுக்குப் போகும்போது அம்மாவின் வயிற்றில் நான் எட்டுமாதக் குழந்தையாம்.

"அப்பவே சொன்னனான். அவன் சொல் கேளான். அவனுக்கு நாள் முழுக்க சொன்ன அறிவுரையெல்லாம் புறக்குடத்திலை வாத்த தண்ணி போலதான்... நீ கேட்டியே... இப்ப பிள்ளையை வயித்திலை வைச்சுக் கொண்டு வந்து நிக்கிறாய்..."

பெரியமாமா தலையில் அடித்துக் கொண்டார். பிறந்து ஆறு மாதங்களின் பின்னர் கிளிநொச்சி வைத்தியசாலைக்கு வந்து "இது என்ரை பிள்ளை" என்று பிறப்புச் சான்றிதழுக்கு கையொப்பம் போட்டாராம்.

"நடராசன் குடும்பம் நடத்தச் சரிவர மாட்டான்" அம்மாவின் இரண்டாவது அண்ணனாகிய சின்ன மாமா முடிவுக்கே வந்துவிட்டார். அப்பாவின் நடவடிக்கைகள் எதுவும் சின்னமாமாவுக்கு அறவே பிடிக்கவில்லை. அப்பாவை அம்மா விவாகரத்து பண்ணவேண்டும், உடும்புப் பிடியாய் நின்றார் சின்ன மாமா. நடந்தது எல்லாவற்றையும் நினைத்து அம்மாவும் தலையாட்டினாள்.

அப்பா திருந்துவார் என்ற நம்பிக்கை அம்மாவுக்கு கடுகளவும் இல்லாமல் போய்விட்டது. "நான் சேர்ந்து வாழ விரும்புறன்" என்று நீதிமன்றத்தில் வாக்குமூலம் அளித்தார் அப்பா. "நீர் சேர்ந்ததும் வாழ்ந்ததும் எங்களுக்கு நல்லாத் தெரியும். உம்மடை சாலம் விடுகிற நாடகம் இனிச் சரி வராது" அம்மாவையும் சம்மதிக்கப் பண்ணினார் சின்ன மாமா.

விவாகரத்து வேண்டாம் என்று அப்பா சொன்னபடியால் வழக்கு நிலுவையில் இருந்தது. குழந்தைகளை வளர்க்க மாதா மாதம் நீதிமன்றம் ஊடாக வாழ்க்கைப் படி கொடுக்க வேண்டும் என்று நீதிபதி உத்தரவிட்டார். சில மாதங்கள் அப்பா பணம் கட்டினார். பிறகு, வழக்கம் போலவே எங்கோ காணாமல் போனார். அப்பா எங்கிருக்கிறார்? என்ன செய்கிறார்? என்றெல்லாம் யாருக்கும் தெரியவில்லை. இரண்டாவது திருமணத்திற்கு அம்மா சம்மதிக்க வில்லை. "உங்களுக்கு சுமை எண்டால் சொல்லுங்கோ நான் தனியப் போயிருந்து கூலி வேலை செய்து என்ரை பிள்ளையளை வளர்க்கிறன்" பிடிவாதமாயிருந்தாள் அம்மா.

அண்ணாவுக்கு ஆறுவயது வரையிலும் மாமா வீடுகளில் இருக்க வைத்துவிட்டு, எங்கள் இருவரையும் இழுத்துக் கொண்டு தனியாக

தீபச்செல்வன் ❖ 17

வந்துவிட்டாள் அம்மா. புதுவீட்டுக்கு வந்த நாளில் கிளிநொச்சி மத்திய கல்லூரியில் முதலாம் வகுப்பில் சேர்த்துவிட்டாள் அவள்.

❖❖❖

ஒருநாள் நாவல் மரத்திற்கு கீழாக பக்கத்து வீட்டுச் சிறுவர்களுடன் கெந்திக்கோடு விளையாடிக் கொண்டிருக்கையில், அவர்கள் தங்கள் அப்பாக்களைக் குறித்துப் பேசிக் கொண்டிருந்தனர். வேலைவிட்டு வரும்போது அப்பா என்னவெல்லாம் வாங்கிவருவார் என்பதை பட்டியல் இட்டுக் கொண்டிருந்தான் நேசராஜ். "என்ரை வீட்டிலை அப்பாதான் என்னை குளிப்பாட்டுவார்.." குதூகலித்தான் பிரியன். "என்னை என்ரை அப்பாதான் பள்ளிக்கூடம் கூட்டிக்கொண்டு போவார்" என்றான் பூங்குன்றன். ஓடிவந்து அம்மாவிடம்,

"அம்மா எல்லாருக்கும் அப்பா இருக்குது. எனக்கு மட்டும் ஏனம்மா அப்பா இல்லை?"

அம்மா திடுக்கிட்டாள். இமைகள் படபடத்தன. கொஞ்ச நேரம் பதில் சொல்லாமல் அமைதியாக திண்ணையில் அமர்ந்து கொண்டாள். எனது கைகால்களில் படிந்திருந்த புழுதியைத் துடைத்தாள். குழம்பியிருந்த தலைமுடியைச் சரிசெய்தாள். பதில் கேட்டு அம்மாவின் கைகளைப் பிடித்து உலுப்ப, அணைத்துக் கொண்டாள் அவள்.

"எனக்கு அப்பா இல்லையா? சொல்லுங்கோ அம்மா?"

"...."

படபடக்கும் குரலைச் சரிசெய்தபடி,

"உனக்கும் அப்பா இருக்கிறார்... பிள்ளைக்கு அப்பா இருக்கிறார்.."

"அவர் எங்க இருக்கிறார்?..."

"கொழும்பிலை இருக்கிறார்."

எனது கன்னங்களைத் துடைத்தாள்.

"அவர் ஏன் என்னைப் பாக்க வரேல்லை?"

"..."

"அவர் ஏன், என்னைப் பள்ளிக்கூடம் கூட்டிக்கொண்டு போய் விடுறேல்லை?.."

"..."

அவருக்கு அங்கை என்ன வேலை?

"..."

அப்பா பற்றி எதுவும் அறியாமல் இருந்துவிட்டு, அப்பா ஒருவர் இருக்கிறார் என்று அம்மா சொன்னபோது ஆவல் அதிகமாயிற்று. மகிழ்ச்சி மேலிட்டது. அம்மா என்ன சொல்லப் போகிறாள்?

"ஒரு நாள் வருவார் உன்ரை அப்பா..."

"எப்ப அம்மா வருவார்?"

"..."

அலுமாரிக்கு மேலிருந்த ஒரு பெட்டிக்குள் இருந்த பழைய அல்பத்தை எடுத்தாள் அம்மா. அதில் அப்பாவின் படங்களை எடுத்து" இவர்தான் உன்ரை அப்பா..." கலங்கிய கண்களைத் துடைத்தபடி காட்டினாள். முதன்முதலாக ஒரு புகைப்படமாகவே அப்பா புன்னகைத்தார். பிறந்தபோது, தொட்டுப் பார்க்கக்கூட வராத அப்பாவின் புகைப்படத்தைத் கன்னத்தில் வைத்து முத்தமிட்ட அணைத்தாள் அம்மா. கன்ன உச்சி வாரப்பட்ட முடி. கறுத்துத் தடித்த மீசை. கம்பீரமான புன்னகை. நல்ல சிவலை.. நெடுத்த ஆள். "என்ரை அப்பா நல்ல வடிவு என்ன அம்மா..." தலையை தடவிய, அம்மாவின் கண்கள் பொங்கின.

"ஏன் அம்மா அழுகிறியள்.. அப்பா வருவார் தானே?..."

"ஓ.. கெதியாய் வருவார்..."

அழுகை கலக்க குரலிட்டாள் அவள். அப்பாவுக்கும் புகைப்படங்கள் என்றால் நன்றாகப் பிடிக்கும். போற வாற இடங்களில் எல்லாம் எடுக்கப்பட்ட புகைப்படங்கள் அல்பத்தில் நிறைந்திருந்தன. அப்பாவின் பாடசாலை நாட்களில் எடுக்கப்பட்ட அடையாள அட்டைப் படம் ஒன்றும் இருந்தது. அது அழகான ஒரு கறுப்பு வெள்ளைப் படம். வேலைக்குப்போன இடங்களில், நாடகம் நடிக்கையில் எடுத்த படங்கள் எல்லாவற்றையும் புரட்டப் புரட்ட, அப்பா மனவெளியில் நடமாடினார்.

மறுப்படியும் ஒருநாள் நாவல் மரத்தின்கீழ் ஒளித்துப் பிடித்து விளையாடும் விளையாட்டை ஆரம்பிக்க முதல்,

"எல்லாரும் ஒருக்கா வாங்கோ.."

"என்னடா விநோதன்..." தோளில் கையைப் போட்டான் அன்பழகன்.

“எனக்கும் அப்பா இருக்கிறார். இவர்தான் என்ரை அப்பா...”

புகைப்படத்தை வாங்கினாள் கார்த்திகா. ரகு, நேசராஜ், பிரா, நேசராஜ், பூங்குன்றன், பிரியன், இசைப்பிரியன், நேசகுமார்,.. ஒவ்வொருவரும் படத்தை மாறி மாறி வாங்கிப் பார்த்தனர்.

“நல்ல வடிவெல்லோ என்ரை அப்பா!”

♦♦♦

சாந்தி ஸ்டூடியோகாரர் இராசநாயகம் ஒரு தேத்தண்ணி குடித்துவிட்டு வருவதற்கு இடையில் எனக்கு ஜீன்ஸ் மாற்றினாள் அம்மா. “கூயா.. கூயா..” அண்ணா நக்கலடிக்க வெட்கத்துடன் கதவொன்றின் பின்னால் ஒளிய, மேல்சட்டையையும் போட்டாள் அம்மா. முதலில் மூன்று பேரும் நின்று ஒரு படம். பின்னர் அண்ணாவுடன் நின்று ஒரு படம். இப்போழுது ஜீன்ஸ் அணிந்தபடி அம்மாவுக்கும் அண்ணாவுக்கும் நடுவில் கதிரையில் இருந்தொரு படம்.

“ஏன், தவழேக்குள்ளை படம் பிடிக்கல்லை? அண்ணாவை மட்டும் எடுத்திருக்கிறியள். என்னை ஏன் எடுக்காம விட்டனீங்கள்?”

“சரி.. விடு.. இப்ப வேணுமெண்டால் இதிலை ஒரு பாய விரிச்சுவிடுறன். நீ தவழு! ஒரு படத்தை எடுப்பம்” அண்ணா சொல்ல இராசநாயகம் சிரித்தார்.

“அம்மா.. இவனைப் பாருங்கோ...” அண்ணாவைத் துரத்த அவன் கதவைத் திறந்து ஓடினான்.

சின்ன மாமாவின் மூத்தமகள் சாதனாவும் அண்ணாவும் ஒரே மாதத்தில் பிறந்தவர்கள். அவள் தவழும் பருவத்தில் அவளைப் புகைப்படம் பிடிக்கையில் அண்ணாவையும் ஒரு படம்பிடித்து வைத்தார் சின்ன மாமா. அண்ணாவை குழந்தையாய்த் தூக்கிவைத்துக் கொண்டு அம்மா இருக்கும் புகைப்படங்கள் அவரது வீட்டில் உள்ளன. அண்ணா சின்னமாமா வீட்டில் இருந்ததால், அவன் அவர்களது வீட்டில் நடக்கும் நிகழ்வுகளில் எடுக்கப்பட்ட புகைப்படங்களில் எல்லாம் இருப்பான். பிறந்து ஒரு மாதத்தில் அம்மா என்னை தூக்கிக்கொண்டு பெரியமாமாவின் வீட்டிற்கு வந்து விட்டாள். பெரியமாமாவுக்கு படம் எடுக்கப் பிடிக்காது. அவர்களின் வீட்டு

நிகழ்வுகளுக்கு கமரா எட்டிப் பார்ப்பதும் கிடையாது. "படம் எடுத்தால் வடிவு கெட்டுப்போயிரும் தங்கச்சி..." இப்படிச் சொல்லியே சிறுவயதில் படம் எடுக்க விடாமல் தடுத்துவிட்டார்.

பிரியனும் அன்பழகனும் தங்கள் அப்பாவுடன் பொழுதுகளைக் கழிக்கும் போதெல்லாம் அப்பாவின் படங்களைப் பார்த்து அதனுடன் பொழுது கழிந்தன. அப்பாவைப் பார்க்க வேண்டும். அப்பா பள்ளிக்கூடத்துக்கு சைக்கிளில் ஏற்றிச் செல்லவேண்டும். கடைக்கு கூட்டிச் சென்று இனிப்பு வாங்கித்தர வேண்டும் என்றெல்லாம் ஆசைகள் வளர்ந்தன.

"அம்மா! அப்பா எப்ப வருவார்?"

அடிக்கடி கேட்கத் தொடங்கியபோது, அம்மா ஏதோ ஒரு தினத்தைச் சொல்லி நாட்களைக் கடத்திக் கொண்டிருந்தாள். பொங்கலுக்கு வருவார், சித்திரை வருடத்துக்கு வருவார், தீபாவளிக்கு வருவார்.... என்று, அம்மா காலத்தை கடத்தினாள். பண்டிகைகள் கடந்துபோயின. அப்பா வரவேயில்லை.

"எங்கடை அப்பா பொங்கலுக்கு வருவாரே"

நேசராஜிற்கும் அன்பழகனுக்கும் சொல்ல,

"போன பொங்கலுக்கும் உதைத்தானே சொன்னனீ! பிள்ளையாரின்ரை கலியாணம் மாதிரித்தான் உன்ரை அப்பா வாற கதை..."

ஏமாற்றத்துடன் சொன்னான் நேசராஜ். வாடத் தொடங்கிய முகத்தைப் பார்த்து "வினோதன்ரை அப்பா கெதியாய் வருவார்..." சொல்லி ஆறுதல்படுத்தினான் அன்பழகன்.

♦♦♦

அம்மா கடைக்குப் போய்விட்டாள். அண்ணா மைதானத்திற்கு விளையாடச் சென்று விட்டான். துப்பாக்கி வெற்று ரவையில் போலை அடித்து விளையாடிக் கொண்டிருக்க, கார்த்திகா நாவல் பழங்கள் பறித்துத் தரக் கேட்டாள். நாவல் மரத்திற்கு தடி எறிந்து பழங்களைப் விழுத்திக் கொண்டிருக்க, ஜீன்ஸ் போட்ட யாரோ ஒருவர் எங்கள் வீதியில் வந்து கொண்டிருந்தார். அவரது கையில் ஏதோ ஒரு பையிருந்தது. அது பிஸ்கெட்பை போலிருந்தது. அவர் பார்க்க அச்சு அசலாக புகைப்படத்தில் பார்த்த அப்பாவின் சாயலிலும் இருந்தார்.

"ஒருநாள் அப்பா வருவார் என்று அம்மா சொல்லிக் கொண்டிருந்தவாதானே. இப்ப அப்பா வந்திட்டார்.."

மகிழ்ச்சியில் துள்ளிக் குதிக்க,

"உங்கடை அப்பா மாதிரித்தான் கிடக்குது?" கார்த்திகாவும் மகிழ்ந்தாள்.

"அப்பா வீட்டை வாறார். அம்மா இல்லையே"

அப்பாவை வரவேற்க ஆரவாரப்பட, கார்த்திகாவும் கன்னங்களில் கையை வைத்தபடி அப்பாவை வரவேற் பார்த்துக் கொண்டிருந்தாள்.

ஆனால் அந்த மனிதரோ எங்களின் வீட்டைக் கடந்து தனமக்கா வீட்டிற்குச் சென்று கொண்டிருந்தார்.

"ஓ.. எங்கடை அப்பாவுக்கு எங்கடை வீடு தெரியேல்லை. அவர் வீடு மாறிப் போறார். வாரும் போய்க் கூட்டி வருவம்..."

கார்த்திகாவையும் இழுத்தபடி அந்த மனிதரின் பின்னால் ஓடி, தனமக்காவின் வீட்டின் வடலி வேலியால் கீழே குனிந்தபடி பார்த்தால், அந்த மனிதர் விறாந்தையில் பாயில் குந்தியிருந்தார்.

"தனமக்கா! தனமக்கா!"

"என்னடா?"

"என்ரை அப்பா எங்கடைவீடு எண்டு நினைச்சு உங்கடை வீட்டை மாறி வந்திட்டார். அவரை அனுப்புங்கோ! கூட்டிக்கொண்டு போறன்"

கத்திக் கூப்பிட்டபடி, அப்பாவை அழைத்துச் செல்லும் எதிர்பார்ப்போடு வடலிக்குள்ளால் அவர்களின் வீட்டு விறாந்தையில் இருக்கும் அந்த மனிதரைப் பார்க்க, "ஆர் உந்தப் பெடியன்?" திகைப்போடு பார்த்தார் அவர்.

"அட பாவம்! பிறக்க முதலே தகப்பன் விட்டிட்டுப் போட்டுது, உங்களை தன்ரை அப்பா எண்டு நினைச்சிட்டான்."

தனமக்கா, அந்த மனிதருக்குச் சொல்லுவது என் காதில் வந்து விழுந்தது. கார்த்திகா என் கைகளை பிடித்துக் கொண்டாள்.

03

"மழை இடைவிடாது பெய்து கொண்டிருந்தது. வெள்ளம் வாய்க்கால் முட்டிப் பாய்ந்து கொண்டிருந்தது. அந்த மழைக்காலத்தில்தான் பெரியமாமா இறந்து போயிருந்தார்.

"அண்ணை செத்துப்போனதுதான் நல்லது" விசும்பினாள் அம்மா.

"அவர் வலியோடு துடிச்சதுபோதும்!"

"..."

"செத்துப் போகட்டும்! பேசாமல் எல்லாரும் முள்ளிவாய்க்காலிலேயே செத்திருக்கலாம்!"

திரும்பத் திரும்ப அண்ணனை இழந்த துயரத்தில் புலம்பினாள் அம்மா. முள்ளிவாய்க்காலில் வைத்து முதுகில் பெரும்காயப்பட்டார். ஆறாத ரணமாகி தொடர்ந்து அவதிப்பட்டுக் கொண்டிருந்தார் அவர்.

மரணவீட்டுக்குச் செல்லும் வழியில் வெள்ளம் பாலத்தை மூடியிருந்தது. கிளிநொச்சி டிப்போ சந்தியால்தான் போகவேண்டும். அது சுற்றுப்பாதை. வேறுவழியில்லை. சைக்கிளைத் தூக்கித் தோளில் வைத்தபடி நடக்க, வெள்ளம் கிராமத்தை இரண்டாகத் துண்டித்திருந்தது.

இரத்தினபுரம் கிராமத்தின் அழகே வாய்க்கால்கள்தான். இவைதான் இந்தக் கிராமத்தின் செழிப்புக்குக் காரணம். சிறிதும் பெரிதுமாய் கிராமத்தின் திக்குத் திசையெல்லாம் வாய்க்கால்கள். வருடத்தின் பாதி வரையில் வாய்க்கால்களில் தண்ணீர் ஓடிக் கொண்டிருக்கும்.

ஊர்க் கிணறுகளின் ஆழம் பெரும்பாலும் எட்டுப் பத்து அடிகள் தான். எந்தநேரம் தண்ணீர் அள்ளினாலும் சில்லெனக் குளிரும்.

எல்லாக் கிணறுகளும் முட்டி வழிந்துகொண்டிருக்கின்றன. மீள்குடியேற்றத்தின்போது அமைக்கப்பட்ட தற்காலிக கூடாரங்களின் தகரங்களை காற்றுத் தூக்கி எறிய அதை வெள்ளம் கையேந்திக் கொண்டு போயிருந்தது.

கானாங்கோழிகள் இருப்பிடமற்று பற்றைகளுக்குள் பதறிக் கொண்டு நின்றன. சிலர் தவிச்ச முயல் பிடிக்கத் தண்ணீரில் மூழ்கும் புற்றுக்களை சுற்றி வளைத்திருந்தனர். அவர்களுக்குப் பின்னால் வேட்டை நாய்கள் செவிகளைச் சிலிர்த்தபடி துள்ளிக் கொண்டு திரிந்தன. பெரிய மாமா இறந்துபோனதால்தான் இப்படி வெள்ளம் என்று ஆனந்திக்கு அம்மா சொல்கிறாள். ஆனால் இரத்தினபுரத்திற்கு வெள்ளம் புதிதல்லவே.

பதினாறு வீட்டுப் பகுதியில் வீடுகளுக்குள் வெள்ளம் நுழைந்து விட்டதெனச் சொல்லிக் கொண்டு, உரப்பை ஒன்றை தலையில் கொழுவியபடி சென்றாள் ஆனந்தி. இராணுவம் சில சின்னப் படகுகளுடன் வந்து பாடசாலைக் கட்டடத்திற்குள் சனங்களைக் கொண்டு போய்ச் சேர்க்க மரப்பாலத்தடியில் காத்திருந்தனர். "நாங்கள் வரமாட்டம். எங்களை அங்கை கொண்டு போய்விட்டிட்டு இஞ்சை காணியைப் பிடிச்சிடுவாங்கள். எங்கடை வீடுகளுக்குள்ளை பூந்து என்ன கிடக்குது எண்டு பாப்பாங்கள்.."ஆனந்தி சினந்தாள்.

வெள்ளத்தை வேடிக்கை பார்த்தபடி திரிந்தனர் சிலர்.

வாய்க்கால்களில் இராணுவம் முகாம் அமைத்திருப்பதாலும் போர்க்காலங்களில் எழுப்பிய மண்மேடுகள் இன்னும் அகற்றப்படாததினாலுமே இவ்வாறு வெள்ளம் வருகிறது. ஆனந்தியும் ருக்குமணியும் மாறி மாறிப் பேசிக் கொண்டு சென்றனர்.

"முந்தியெல்லாம் இப்பிடி வெள்ளம் இல்லையே... வெள்ளம் வந்தால் பொடி, பொட்டையள் எப்பிடி ஓடியாடி விளையாடும்.." என்றாள் ருக்குமணி பதிலுக்கு.

வாய்க்காலில் தண்ணீர் முட்டி வழிந்து ஓடுவதைப் பார்க்க பல நினைவுகள் புரண்டன.

04

1993இல் பெரிய வெள்ளம் ஒன்று வந்தது. அந்த வெள்ளத்தை ஒருபோதும் மறக்க முடியாது. கிராமமே கடலென மாறியது.

வாய்க்காலில் தண்ணீர் ஓடும் காலத்தில் ஏற்படும் மகிழ்ச்சிக்கு அளவே இல்லை. மழை வெள்ளத்திற்காகக் காத்திருப்போம். ஊரே பரபரப்பாகும். ஏதோ விழாவைப்போல வெள்ளத்தை ஊர்ச் சிறுவர்கள் கொண்டாடுவார்கள். கரை புரண்டு பாயும் வெள்ளத்தில் நுரைக் கட்டிகள் பூக்கொத்தைப்போலிருக்கும். அண்ணா, பிரா, நேசராஜ், அன்பழன் எல்லோருமே வாய்க்காலில்தான். பொழுது முழுக்க நீந்தித் திரிவார்கள். எங்கிருந்தோ சிறுவர்கள் விடும் கடதாசிக் கப்பல்கள் எல்லாம் மிதந்துவர, தொடர்ந்து கடதாசிக் கப்பல்களை அனுப்புவோம்.

கனகாம்பிகைக்குளத்திலிருந்து வரும் அந்த வாய்க்காலுக்கு ஒரு பாலைமரம்தான் பாலம். வாய்க்காலில் குளிக்க வேண்டுமென ஆசை, "வேண்டாம்... வேண்டாம்.. ஏற்கனவே நல்லா சளிபிடிச்சிட்டு.." அம்மா மறுத்து விட்டாள். அண்ணாவோ, அம்மாவின் வார்த்தையை பொருட்படுத்தாமல் வாய்க்காலில் இறங்கி நீந்தி விளையாடிக் கொண்டிருந்தான். "அவன் சொல்வழி கேக்க மாட்டான்தானே?" அம்மா போட்ட சத்தத்தை அண்ணா கவனிக்கவேயில்லை.

வாய்க்காலின் மற்ற பக்கம் கார்த்திகா நின்று புதினம் பார்த்தாள். குறைந்தபட்சம் அவர்கள் குளித்து விளையாடுவதையாவது பார்க்கலாம், வாய்க்கால் கரையாக நிற்க, அவர்கள் நடுவாய்க்காலில் நின்று யார் நீண்ட நேரம் தண்ணிக்குள் மூழ்கியிருப்பது என்று போட்டி வைத்துக்கொண்டிருந்தார்கள். பாலைமரப் பாலத்தின்மீது

தீபச்செல்வன் 25

நின்று, அவர்கள் குளித்து விளையாடுவதை ரசித்துக் கொண்டே நின்றபொழுது திடீரென, பின்பக்கமாக தலைகீழாக பொத்தென்று வாய்க்காலுக்குள் விழ, தெறிந்த வெள்ள நீரில் மரப்பாலம் தோய்ந்தது.

விழுந்ததும் முதல்தரம் மேலே வரும்போதுதான் வாய்க்காலுக்குள் விழுந்திருப்பது தெரிந்தது. "காப்பாற்றுங்கோ, தம்பி வாக்காலுக்குள்ள விழுந்திட்டான்..." கத்திக் குரலெடுத்தபடி அண்ணா நீந்தி வந்தான். மற்றவர்கள் கத்திக்கூச்சல் போட்டு, ஊரை அழைப்பதும் தெரிந்தது. கார்த்திகா அழுதபடி நின்றாள். நீருக்குள் தாழ்ந்து இரண்டாம்முறை மேலே வருகையில் எந்தப்பக்கம் எதைப் பிடிக்கலாம் என கண்கள் துடித்தன. அடுத்தமுறை மேலே வருகையில் கைகளுக்கு அருகாக ஒரு மருத மரத்தின் கிளை ஒன்றை பற்றிப் பிடிக்க, கைகளை கொடுத்து அண்ணா இழுத்தான்.

"தண்ணித் தத்து... பொடியன் உயிர் தப்பினது அருந்தப்பு..."

ருக்குமணி கூற அம்மா நடுநடுங்கிப்போனாள்.

♦♦♦

குரும்பட்டியால் தேர்செய்து கார்த்திகாவோடு விளையாடிக் கொண்டிருக்க, ஆனந்தி வந்தாள். "ஒருக்கா எங்கடை வீட்டை போட்டு வருவம் வா.." கையைப் பிடித்து இழுத்தாள். கார்த்திகா கையில் குரும்பெட்டித் தேரோடு பார்த்தாள். ஆனந்தியின் கையை உதறி, காத்திருக்கச் சொல்லிவிட்டு, "நீ வீட்டைபோ. பின்னேரம் விளையாட வாறன்.." கார்த்திகாவை வழியனுப்ப, ஆனந்தி அழைத்துச் சென்றாள். "ஏனக்கா கூட்டிக் கொண்டு போறியள்?...".

குரும்பட்டித் தேரைக் குறித்தே பேசிக் கொண்டு வர, குரும்பட்டியில் என்னென்னவிதமான தேர்களைச் செய்யலாம் என்று அவளும் சொல்லிக் கொண்டிருந்தாள். பூவரசம் பூக்களை முடியாக வைத்து செய்யும் தேர் ஒன்றைச் செய்துதருவதாகக் கூறிக் கொண்டு வந்தாள்.

பொன்னையாப்பு வீடு வழமைக்கு மாறாக பரபரப்பாக இருந்தது. பொன்னய்யாப்புவின் சிரிப்பொலி சற்று அதிகமாகயிருந்தது. வீட்டிற்குள் செல்லும்போது விறாந்தையில் யாரோ ஒரு புதிய ஆள் வந்திருந்தார். அவரைக் கவனியாது உள்ளே செல்ல கைகளைப் பிடித்து தடுத்த அந்தப் புதிய ஆள் தூக்கிக் கொண்டார்.

"என்னை ஆர் எண்டு தெரியுதே?"

அன்பு கலந்த குரலில் கேட்டார். நன்றாகப் பார்த்து,

"இல்லை.."

தலையாட்டிவிட்டு மேலும் கீழுமாகப் பார்த்து. 'ம்கூம்' தெரியவில்லை. மீண்டும் தலையாட்ட,

"நான்தான் உங்கடை அப்பா"

வாஞ்சையோடு புன்னகைத்தார் அவர். அப்பா ஒருவர் இப்படியும் அறிமுகமாவாரா? இது நாள்வரை அப்பாவுக்காக காத்திருந்த அதிர்ச்சியில் வார்த்தைகள் எதுவும் வரவில்லை. புகைப்படத்தில் பார்த்த அப்பா முடி வளர்த்திருந்தார். பத்து வருடங்களுக்கு முந்தைய அவரது தோற்றம் வெகுவாக மாறியிருந்தது. பழைய புகைப்படங்கள் அறிமுகப்படுத்திய அப்பாதான் நினைவுகளில் இருந்தார். அவர்தான் கனவுகளில் வந்து பழகிய அப்பா, கையைப் பிடித்தபடி உரையாடியதும் அவருடன்தான். அந்த அப்பாதான் முத்தங்களைத் தந்திருக்கிறார். அப்படி ஒரு தோற்றத்தில் அப்பா வருவாரென நினைத்திருப்பதுண்டு.

அவரைத் தொட்டுப் பார்த்து.

"இவர் உண்மையிலை என்ரை அப்பாதானா?"

ஆனந்தியைப் பார்த்து பேந்தப் பேந்த முழிக்க.

"இவர்தான் உன்ரை அப்பாவடா..."

எல்லோரும் பெரிதாகச் சிரித்தார்கள்.

அப்பா வன்னிக்குள் வந்தபோது அவருக்கு திரும்பிச் செல்லுவதற்கு பாஸ் கொடுப்பதில்லை. தமிழீழக் காவல்துறை முடிவெடுத்தது. கேஸ் முடியத்தான் பாஸ் என்று அழுத்தமாகச் சொல்லிவிட்டார்களாம். "இவ்வளவு காலமும் தவறு விட்டிட்டன். என்ரை மனுசி, பிள்ளையள் எனக்கு வேணும். சேந்து வாழத்தான் எப்பவும் விரும்புறன்" அப்பா வருத்தந் தொனிக்க கிளிநொச்சி தமிழீழ நீதிமன்றில் கூறினார். "இவர் திருந்த மாட்டார்.." அம்மா மறுத்தாள்.

சிறீலங்கா நீதிமன்றத்தில் பிரிந்துபோன அம்மாவும் அப்பாவும் மீண்டும் தமிழீழ நீதிமன்றத்தில் முன்னிலையாகினர். "எமது தேசம்மீது தொடுக்கப்பட்டுள்ள போரினால் எத்தனையோ பெண்கள் கைம்பெண்கள் ஆக்கப்பட்டுள்ளனர். பிள்ளைகள் அனாதையர்கள் ஆக்கப்பட்டுள்ளனர். குடும்பங்களின் பிரிவுகளை, மனைவியர், பிள்ளைகளை கைவிடுவதை இந்த நீதிமன்றம் ஒருபோதும் அனுமதிக்காது. பிள்ளைகளின் எதிர்கால நன்மைக்காக நீங்கள் திருந்தி, சேர்ந்து வாழ தமிழீழ நீதிமன்றம் உங்களுக்கு இறுதி ஒரு சந்தர்ப்பம் ஒன்றைத் தருகிறது.. கடந்த காலத்தில் குடும்பத்திற்கு வழங்கிய வாக்குறுதிகளை நிறைவேற்ற பிரதிவாதியான நடராசன்

தவறியுள்ளார். இந்தச் சந்தர்ப்பத்தை நீங்கள் மீறினாலோ அல்லது தவறாகப் பயன்படுத்த முயன்றாலோ, தமிழீழ சட்டத்தின் பிரகாரம் உங்கள்மீது கடும் நடவடிக்கை எடுக்கப்படும் என்பதையும் இந்த நீதிமன்றம் நினைவுபடுத்துகிறது." நீதிபதி தீர்ப்பை வாசித்து முடிக்க, அம்மாவின் கைகளைப் பிடித்து கும்பிட்டு அழுதார் அப்பா.

"எங்கடை கட்டுப்பாட்டிலை இவர் அசைய ஏலாது நீங்கள் நம்பிக்கையாய் இருங்கோ" தமிழீழக் காவல்துறையின் கிளிநொச்சிப் பொறுப்பாளர் நம்பிக்கையூட்டினார். ஆனால் அந்த நம்பிக்கை அவ்வளவு விரைவில் பொய்யாகுமென அம்மா நினைத்திருப்பாளா?

தங்கச்சி ஆரணி பிறந்தபோதும் அப்பா வீட்டில் இருக்கவில்லை. யாழ்ப்பாணம் என்று சொல்லிவிட்டு எங்கேயோ போயிருந்தார். அப்பாவை, வவுனியா நகரில் பார்த்ததாக வியாபாரத்துக்குப் போன செல்லத்துரை அண்ணை சொன்னபோதும் "இனியும் அவர் இப்பிடிச் செய்யமாட்டார். பொய் சொல்லாதீங்கோ அண்ணை.." நம்ப மறுத்தாள் அம்மா.

◆◆◆

அதுவும் ஒரு மழைக்காலம். மழை குறைந்துவிடுமென நம்பிய போதும் அது மெல்லமெல்ல கூடிக்கொண்டே போனது. மாலை நேரமே வாய்க்கால் நிரம்பிவிட்டது. இரவிரவாகப் பேய்மழை பெய்துகொண்டிருந்தது. மெல்லமெல்ல வாய்க்காலில் பாய்ந்த வெள்ளம் வீட்டை நோக்கி வரத் தொடங்கியது. இரவிரவாக தூங்காமல் வெள்ளத்தைப் பார்த்துக் கொண்டிருந்தாள் அம்மா.

அண்ணாவும் கண்ணுறக்கம் இல்லாது விழித்திருந்தான். வெள்ளம் குறைந்தபாடில்லை. பன்னிரண்டு மணியளவில் வெள்ளம் முற்றத்தைக் கடந்து வீட்டை நெருங்கியபோது வீட்டின் பின் சுவர் 'தடார்' என்றபடி வீழ்ந்தது. திடுக்கிட்டு எழ, பேயிரவும் பேய்மழையும் அச்சத்தை தந்தது. மெல்ல மெல்ல ஏனைய சுவர்களும் வீழத் தொடங்கின. ஊரே வெள்ளக்காடு. கிளிநொச்சிக்கே பேரழிவு. விடிந்தபோது வெள்ளம் வீட்டிற்குள் புகத் தொடங்கியது.

குளிரில் நடுங்கிக்கொண்டிருக்க, போராளி ஒருவர் வந்து தூக்கினார். தங்கச்சியை பத்திரமாகப் பொத்தி வைத்திருந்த அம்மாவை பெண் போராளிகள் தமது படகில் அழைத்துச் சென்றனர். அந்த வெள்ளத்தில் தத்தளிக்கும் கிராம மக்களை போராளிகள் படகுகளில் மீட்டுப் பாடசாலை ஒன்றில் தங்கவைக்கும் நடவடிக்கையில்

ஈடுபட்டனர். அண்ணா போராளிகளுடன் சேர்ந்து வெள்ளத்தில் பாதிக்கப்பட்டவர்களை மீட்க ஒத்தாசை புரிந்தான்.

மழை வெள்ளத்தில் நனைந்திருந்த போதும் எனது கையில் இருந்த புகைப்படங்கள் நனையாமல் இருந்தன. அந்தப் புகைப்படங்கள் பாதுகாப்பாக இருக்கின்றனவா? என்று அடிக்கடி பார்த்துக் கொண்டிருக்க, ஆச்சரியமாகப் பார்த்துக் கொண்டிருந்தார் ஒரு போராளி. வெள்ளக் காட்டிடையில் போராளிகள் படகைச் செலுத்தினர்.

♦♦♦

வெள்ளம் வற்றிய நாளொன்றில் அப்பா மீண்டும் வந்தார்.

"மன்னிச்சுக் கொள்ளும்... போன இடத்திலை வர ஏலாமப் போட்டு..."

கலியாணம் முடித்த காலத்திலிருந்து இதைத்தானே சொல்லிக் கொண்டிருக்கிறார் என்று அம்மா மனதிற்குள் நினைத்திருக்கக்கூடும். ஆனால் அம்மா எதுவும் பேசவில்லை. பிறந்து மூன்று மாதங்களான பின்னர் தங்கச்சியின் பிறப்புச் சான்றிதழுக்காக "இது என்ரை பிள்ளை" கிளிநொச்சி வைத்தியசாலை சென்று கையொப்பமிட்டார் அப்பா.

நானும் அண்ணாவும் இன்னமும் அவரை அப்பா என்று அழைக்கவில்லை. "விட்டிட்டுப் போனதாலை என்ரை இரண்டு பிள்ளையளும் இன்னும் என்னும் அப்பாவாய் ஏற்றுக் கொள்ளேல்லை. இந்தநிலை எந்தத் தேப்பனுக்கும் வரக்கூடாது" குற்றத்தை உணர்ந்ததைப் போலச் சொல்லிக் கொண்டிருந்தார் அப்பா.

"பெடியள் ரண்டும் தன்னை அப்பா எண்டு இன்னும் கூப்பிடேல்லை எண்டு நடராசனுக்கு சரியான கவலையாம்..."

ஊர் முழுக்க இக்கதை அடிபட்டது. அப்பா என்ற அந்த வார்த்தை தொடர்ந்தும் அந்நியமாகவே இருந்தது. "இவ்வளவு காலமும் எங்கையோ இருந்திட்டு திடீரென்று வந்தால் அவங்கள் என்னை அப்பா எண்டு கூப்பிட கொஞ்சம் நாளாகுந்தானே" தனக்குத் தானே ஆறுதல் சொல்லிக்கொண்டார் அவர். அப்பா என்று அழைக்கும் நாளுக்காக அவர் காத்திருந்தார். ஏதோ ஒரு காரியத்தின்போது ஒருநாள் எதிர்பாராமல் "அப்பா!" என்று அழைத்ததும் பெரும் புளுகில் துள்ளிக் குதித்தார் அப்பா.

"இஞ்சாருங்கோ.."

அம்மாவை கத்திக் கூப்பிட்டார்.

"இவன் என்ன அப்பா எண்டெல்லே கூப்பிட்டிட்டான்."

தன் குழந்தை முதல் வார்த்தை பேசியதைப் போல மகிழ்ச்சியில் மிதந்தார்.

"அடேய், திரும்ப ஒருக்கா என்னை அப்பா எண்டு கூப்பிடு! கேக்க ஆசையாய் கிடக்குது.."

வெட்கத்தில் நெளிய, இந்த வேடிக்கைகளை அண்ணா சற்று தூரத்தில் நின்று பார்த்துக் கொண்டிருந்தான்.

"வினோதன், நடராசனை அப்பா எண்டு கூப்பிட்டிட்டானாம்"

இக் கதையும் ஊர் முழுக்க அடிபட்டது.

அண்ணா இன்னமும் அப்பா என்று அழைக்கவில்லை. அப்பா என்றழைத்து ஒரு மாதம்கூட ஆகியிருக்கவில்லை. அப்பா மறுபடியும் கொழும்புக்குப் புறப்பட்டார். இம்முறை "கொழும்புக்குப் போறன் பதினைஞ்சு நாளிலை திரும்பி வந்திடுவன்" உண்மையை ஒப்புக்கொண்டு செல்வது அம்மாவுக்கு சிறு நம்பிக்கையைக் கொடுத்திருக்கலாம்.

பள்ளிக்கூடம் விட்டு திரும்பும் வழியில், ஆனந்தபுரத்தையும் இரத்தினபுரத்தையும் இணைக்கும் மரப்பாலத்தில் நின்று வாய்க்காலில் மீன்கள் கூட்டம் கூட்டமாக நீந்துவதைப் பார்த்துக் கொண்டிருந்த ஒரு நாளில் பாலத்தின் எதிர்முனையில் அப்பா.

"என்டை பிள்ளை! இஞ்ச என்ன செய்யுது?.."

"இந்த மீன் குஞ்சுகளைப் பாருங்கோ அப்பா! வடிவான மீன் குஞ்சுகள்.."

அப்பாவும் அணைத்தபடி குழந்தையைப்போல அதைப் பார்த்தார்.

"வெண்டிக் கண்டுக்கு தண்ணி ஊத்துங்கோ! வேலிக்கு கள்ளி மரம் நடுங்கோ! அப்பா பதினைஞ்சு நாளிலை வந்திடுவன்!!"

முகம் சட்டென வாட, திரும்பவும் அப்பா பயணப் பையுடன் செல்வதால் அச்சம் பரவியது. அப்பா தூக்கி கன்னங்களில் முத்தமிட்டார்.

"அப்பா கெதியாய் வாங்கோ..."

"ஓ.. அப்பா கெதியாய் வந்திருவன்.."

"..."

"பிள்ளைக்கு வரேக்கை நிறைய சொக்கா வாங்கியாறன்..."

கடந்து சென்றவரை பார்த்துக்கொண்டே நிற்க,

"அப்பா..!"

மீண்டும் அழைத்தபோது வாஞ்சையோடு பார்த்தார். மீண்டும் வந்து தூக்கி அணைத்து இரு கன்னங்களிலும் முத்தமிட்டார். கையசைத்து வழி அனுப்பியாச்சு. அதுதான் இறுதி முத்தம். அதுதான் இறுதிக் கையசைப்பு. அந்த வார்த்தைகள் இறுதி வார்த்தைகள் என்பதை அப்போது அறிந்திருக்கவில்லை. அப்பா விரைவில் வருவார் என்ற காத்திருப்பு. மீண்டும் மீண்டும் அப்பா என்று அழைக்கவும் ஆசை மேலிட்டது.

"அப்பா.. அப்பா..."

நன்றாக அழைத்துப் பழகி, அடி வளவுக்குச் சென்று பூவரச மரத்திற்குக் கீழ் நின்று "அப்பா! அப்பா!." என்று நன்றாக கத்தி பயிற்சி செய்தாகிவிட்டது. மறுபடியும் அப்பாவுக்காக காத்திருக்க, கூடவே தங்கச்சியும் இணைந்துகொண்டாள் காத்திருப்பில்.

05

நொச்சி மரங்களில் பச்சைப் பூக்களைப் போல மொய்த்திருந்தன கிளிகள். கீ... கீ... ஒன்றுக்கொன்று வாதாட்டம் செய்வதைப்போல பேசின. கீ...கீ... வீட்டுக்கு மேலால் இன்னொரு கிளிக் கூட்டம் பறந்தது. நந்தியாவட்டை பூக்கள் புன்னகையை சிந்தியபடி நின்றன. புலினிகள் கிளுவம் வேலிகளிலிருந்தபடி, முற்றத்தில் சிந்தியிருக்கும் உணவைத் தின்பதற்குத் தோது பார்த்துக்கொண்டிருந்தன.

"வினோ நிக்கிறானே"

படலையில் யாரோ அழைக்கும் சத்தம் கேட்டது. "உன்னைத் தேடி அன்பழகன் வந்திருக்கிறான்.." வெள்ளெருக்கம் பூக்களை அம்மா கொய்து கொண்டிருந்தாள்.

அன்பழகனுக்காக ஒரு புகைப்படம் வீட்டில் இருந்தது. அது முள்ளிவாய்க்காலில் எடுக்கப்பட்ட புகைப்படம். காயப்பட்ட குழந்தை ஒன்றை தனக்கு அருகில் வைத்து கடதாசி மட்டையால் விசிறிக்கொண்டு இருக்கிறான் அன்பழகன். அருகில் அவனது அம்மா மாயாம்மா காயப்பட்டு இரத்தம் பிறண்ட உடையோடு படுத்திருக்கிறாள். பக்கத்தில் காயப்பட்ட வேறு யாரோ சிலர் கிடத்தப்பட்டிருந்தனர். அன்பழகனின் ஆடையெல்லாம் இரத்தம்.

அண்ணாவின் புகைப்படங்களை இணையத்தில் தேடிக் கொண்டிருந்த போது இந்தப் புகைப்படம் வந்தது. உடனே அவனை தொலைபேசியில் அழைத்து, "மச்சான் நீ முள்ளிவாய்க்காலிலை இருக்கிற படம் ஒண்டு நெற்றிலை கிடக்குது.. பக்கத்திலை உன்ரை அம்மா இருக்கிறாவடா... எடுத்து தரவா.." சில நொடிகள் அமைதியாய் இருந்தான்

"அதுகள் மறக்க நினைக்கிற சம்பவங்கள்... திரும்ப என்னத்துக்கு?" வெறுப்போடு சொல்லி அழைப்பை துண்டித்துக் கொண்டான் அன்பழகன்.

மாயாம்மா கடுமையாக காயப்பட்ட நிலையில் மயக்கத்தில் இருந்தபோதுதான் அந்தப் புகைப்படம் பிடிக்கப்பட்டது. அதற்குச் சில நாட்களின்பின் மாயாம்மா இறந்துபோனார். தன் தாய் ஒரு வாய் தேநீர் கேட்டுத் துடித்தபோது நந்திக்கடல் தண்ணீரைத்தான் பருகக் கொடுத்தான் அவன். மாயாம்மாவின் இழப்பினால் துடிதுடித்துப்போன முத்துவேல் முள்ளிவாய்க்காலிலேயே உயிரைவிட்டார். சத்ஜெய போரில் பள்ளிக்கூட வாழ்வை இழந்த அன்பழகன், முள்ளிவாய்க்காலில் தன் அம்மாவையும் அப்பாவையும் இழந்து தனி ஆளாய் கிளிநொச்சி திரும்பினான்.

"இந்தா படம்.." அன்பழகனிடம் நீட்ட, பையைப் பிரித்து அந்தப் புகைப்படத்தை பார்த்தபோது அவன் கண்கள் துடித்துச் சிவந்தன. கறுகறுவென கறுத்த அவனது முகமும் சிவந்தது. விழிகளால் பொருமியவன் அப் புகைப்படத்தைப் பார்க்க முடியாதவனாய் பொக்கற்றுக்குள் சொருகிக் கொண்டான். தலைமுடியை தானே கோதிக் கொண்டு அழுத்தத்தை பெருமூச்சாய் விட்டுக்கொண்டான்.

"தர்மபுரம் போறன். தர்மபுரத்திலை இருக்கேக்குள்ளை கொஞ்ச சாமான்களை விட்டிட்டு போனனாங்கள். கிடக்குதா எண்டு பாக்கப் போறன்.. வாவன் போட்டு வரும்..."

மோட்டார் சைக்கிளை முறுக்கினான் அன்பழகன்.

"சின்னனிலை பள்ளிக்கூடத்திலை எடுத்த சில படங்களையும் அந்த வீட்டிலை விட்டிட்டு போனனாங்கள். போய் ஒருக்கால் பாப்பம்" மெல்ல மெல்ல வண்டியை நகர்த்தினான். "ஓ.. நானும் வாறன். எனக்கும் வேணும் அந்தப் படங்கள்..." பின்னால் என்னை ஏற்றிக்கொள்ள அன்பழகனின் மோட்டார் சைக்கிள் வட்டக்கச்சி தர்மபுரம் வீதி நோக்கி உறுமியது.

06

1996 ஆம் ஆண்டு, ஆனி மாதம், 27 ஆம் திகதி.

பரந்தன் பக்கமிருந்து பறவைகள் அலறிக் கத்தியபடி இரணைமடுப் பக்கம் பறந்தன. வானம் கலகக் கோலத்திலிருந்தது. திருவையாற்றிலுள்ள சின்னம்மாவின் வீட்டுக்குச் சென்றிருந்த அண்ணாவைக் காணவில்லையென அம்மா பதைபதைத்தாள். நிரைநிரையாகப் பெயர்ந்துசெல்லும் பறவைகளின் காட்சி அச்சத்தைப் பெருக்கியது.

ஆனையிறவிலிருந்து படையினரால் எய்யப்படும் செல்கள் பரந்தன் வரையில் வந்து விழுந்துகொண்டிருந்தன. கிளிநொச்சி நகரம் அதிர்ந்துகொண்டிருந்தது. கிளிநொச்சியிலிருந்து மக்கள் வெளியேறத் தயாராகிக் கொண்டிருக்கிறார்கள். ஆடுகளும் மாடுகளும் வழமைக்கு மாறாக அங்குமிங்கும் மிரண்டு பார்த்தபடி அவலக் குரலெடுத்துக் கத்தின.

“இடம்பெயரத்தான் வேணுமா?

இயக்கம் கிளிநொச்சியை விட்டுப் பின்வாங்குமா”

ஊர் முழுதும் இதுதான் பேச்சு. நாவல் மரங்களிலிருந்த கிளிகள், ‘ஆளை விடு’ என்றவாறாக சிறகுகளை அடித்துப் பறந்தோடின.

“பெடியள் விட மாட்டாங்கள்”

அம்மா நம்பினாள். அவளுக்கு இடம்பெயர விருப்பம் இல்லை. அதனால் அப்படிச் சொல்லிக் கொண்டிருந்தாள். இடம்பெயர யாருக்குத்தான் விருப்பம்? முற்றத்தில் தேமாமரத்தில் மலர்ந்திருக்கும் பூக்கள், ‘ஆட்களற்ற கிராமத்தில் எப்படி நானிருப்பேன்?’

என்பதைப்போல முகம் சுருங்கி நின்றன. ஊரை ஒரு சுற்று சுற்றிவந்த பொன்னையாப்பு "நாமெல்லாம் இடம்பெயரணும்போல இருக்குது. அவசியமானதுகளை எடுத்து வைம்மா. குடும்ப அட்டைகள் எல்லாம் ரெம்ப பத்திரம்." சொல்லிக் கொண்டு தடியை ஊன்றியபடி தனது வீட்டுப்பக்கமாக நடந்தார் அவர்.

"பொன்னையாப்பு சொன்னால் விசயம் இருக்குது..."

இப்படிச் சொல்லியபடி இடம்பெயரத் தயாரானாள் ருக்குமணி.

"நீ அகதியாகப் போறாய்"

என்பது போல, பூவரச மரத்தில் கட்டப்பட்ட ஊஞ்சல் துயரத்துடன் அசைந்தது. கிளிநொச்சியில் பல அகதிமுகாங்களை பார்த்ததுண்டு. மத்திய கல்லூரி யாழ்ப்பாணத்திலிருந்து இடம்பெயர்ந்து வந்தவர்கள் தங்கியிருக்கும் அகதிமுகாமாக மாறியது. மாணவர்கள் துள்ளித் திரிந்த ஒரு பள்ளி, துயர் படர்ந்த விழிகளுடன் குழந்தைகள் திரியும் ஒரு அகதிமுகாமாகிப் போனது. ஊரை, வீட்டைப் பிரிந்திருக்கும் ஒரு நாளை நினைக்க தேகம் நடுங்கியது. குட்டி என்ற எங்கள் வீட்டு நாய், பரந்தன் பக்கம் பார்த்து ஊளையிட்டான். செல் சத்தங்களைக் கேட்டு மிரண்டு ஓடி, தேமா மரத்திற்கு அடியில் பதுங்கினான். வடக்குப் பக்கத்து வானம் கந்தகப் புகையால் கறுக்கத் தொடங்கிற்று.

அம்மா முக்கியமான உடைகளையும் பதிவு அட்டைகளையும் எடுத்து வைத்துக் கொண்டிருந்தாள்.

"அம்மா! எங்கையம்மா நாங்கள் போறது?"

திடுக்கிட்டாள் அம்மா. எங்கு செல்வது? என்ன செய்வது? எப்படி வாழ்வது? என்பதையெல்லாம் அவளால் சொல்ல முடியவில்லை. அவளுக்கே தெரியாத ஒன்றுக்கு எப்படி அவளால் பதிலிறுக்க முடியும்? பெருந்துயருடன் பார்த்தவள் ஆசுவாசப்படுத்தும் விதமாக இலேசாக புன்னகைத்தபடி "எங்கடை நாகேஸ்வரியக்கா இருக்கிறாதானே. அவாவின்ரை அம்மாவீடு முறிப்பிலை இருக்குது அங்கைதான் அவா போட்டா. நாங்களும் போவம்" என்றாள்.

கார்த்திகாவின் அம்மா, நாகேஸ்வரியக்கா அம்மாவின் நண்பி. நாகேஸ்வரியக்காவும் அப்பாவும் ஒன்றாகப் படித்தவர்கள். ஒருநாள் என்னைத் தூக்கியபடி ஆனந்தபுரம் வழியாக அம்மா கடைக்குச் சென்றாள்.

"நீங்கள் நடராசன்ரை மனுசியே?

"ஓம். எப்பிடித் தெரியுது"

“இவன்ரை முகத்திலை நடராசின்டை முகச்சாயல் அப்பிடியே தெரியுது”

வீட்டிற்கு அருகில் இருக்கும் நாகேஸ்வரியக்கா நிறைய உதவி ஒத்தாசைகளைப் புரிபவள். அம்மாவின் தேநீர் என்றால் நாகேஸ்வரியக்காவுக்கு கொள்ளைப் பிரியம். அம்மா போட்டுக் கொடுக்கும் தேநீரை இரசித்து ருசித்துக் குடிப்பாள்.

நாகேஸ்வரி என்ற பெயர் வைத்தால் என்னவோ அவளுக்குப் பாம்புகளுடன் பெரும் பகை. வீட்டுக்கு அடிக்கடி பாம்புகள் வரத் தொடங்கியதை முதலில் நாகதோசம் என்றாள். தென்னை, மா, வாழை என்று சோலைக்காடாக இருந்த அவர்களின் காணியில் பாம்புகள் உல்லாசமாக வாழ்ந்துவந்தன. பாம்புகள் வீட்டுக்குள் நுழைவது வழக்கமாகிவிட்டது. கார்த்திகாவின் அப்பா செல்லத்துறை பாம்புகளை கண்டு பயந்தோடுவார். ஆனால் இவளோ விடுவதாயில்லை.

“இது தோசத்திலை வரேல்லை. பாசத்திலை வருகுது...” அவள் பாம்புகளை அடிக்கத் தொடங்கினாள். வாரத்திற்குப் பத்துப் பாம்பாவது அடிப்பாள். ஊருக்குள் எங்காவது பாம்புத் தொல்லை என்றால் எல்லோரும் நாகேஸ்வரியக்காவைத்தான் கூப்பிடுவார்கள். இந்தப் பாவங்களைப் போக்க, ஒவ்வொரு வருடமும் புளியம்பொக்கனை நாகதம்பிரான் ஆலயத்திற்கு சேவல் ஒன்றை நேர்ந்து கொண்டுபோய் கொடுப்பாள். வவுனியாவுக்கு வியாபாரத்திற்குச் சென்று காணாமல்போன செல்லத்துறை அண்ணைக்காக அக் கோயிலில் உருகிக் கிடப்பாள் நாகேஸ்வரியக்கா.

காணியில் அட்டகாசம் செய்துகொண்டிருந்த ஒரு பறநாகத்தை அடிப்பதற்கு தோதான நாள் பார்த்துக் கொண்டிருந்தாள் நாகேஸ்வரியக்கா. ஒருநாள், அது பறந்த பறப்பில் கிணற்றுக்குள் விழுந்துவிட்டது. கிணற்றுக்குள் வைத்தே கதையை முடித்துவிட்டு வந்து ஒரு சுருட்டைப் பற்றவைத்தாள் நாகேஸ்வரியக்கா. வாயில் ஒரு சுருட்டைப் புகைத்தபடி நாகேஸ்வரியக்கா தெருவில் நடந்து செல்லும்போது எதிரில் வருபவர்கள் வழிவிட்டுச் செல்வார்கள். நாகேஸ்வரியக்கா போட்டிருக்கும் தோடு ஒரு தேரின் சில்லைப்போல இருக்கும். அதன் கீழ்ப்பக்கத்தில் முத்துக்கள் தொங்கும். அதுவும் அவளின் முகத்திற்கு களையைக் கொடுக்கும். நாக்கை கடித்துக் கொண்டு பெரிய கொட்டனை ஓங்கி பாம்பைத் துரத்திக் கொண்டுபோய் அடிக்கும்போது கம்பீரமாய்த் தோன்றுவாள்.

கிளிநொச்சியையும் ஆமி பிடிக்கப்போகிறான் என்று அறிந்த உடனேயே நாகேஸ்வரியக்கா, முறிப்பில் உள்ள அவள் அம்மாவின் வீட்டுக்குச் சென்றுவிட்டாள். “பாம்பைக் கண்டால் படையும் நடுங்கும். பாம்புக்கே பயப்பிடாத நாகேஸ், படைக்குப் பயந்து

ஓடிருச்சு...” பொன்னையாப்புவின் கிண்டல் இதுதான். ஒரு பையை வைத்துக் கொண்டு முறிப்பை நோக்கி அவள் நடந்துசென்ற வழியில் சுருட்டுப் புகை மணத்தது. கிளிநொச்சி மாவீரர் துயிலும் இல்லத்திற்கு அருகில்தான் நாகேஸ்வரியக்காவின் அம்மாவின் வீடு இருக்கிறது. கனகபுரத்தின் முடிவில் உள்ள அவர்களின் காணியில் இருந்தே முறிப்புத் தொடங்குகிறது.

♦♦♦

சூரியன் மெல்ல மெல்ல பதுங்கிக் கொண்டிருந்தான். வானம் கறுக்கத் தொடங்கியது. கலவாய்க்குருவி ஒன்று தாழ இறங்கிக் கத்திச்செல்ல அம்மா, “தூ... தூ... தூ...” என்று மூன்று தடவை துப்பினாள்.

“கனகாம்பிகை அம்மாளே என்ன கலகம்வரப் போகுதோ?...”

இரணைமடுப் பக்கமாகப் பார்த்து சத்தமாகச் சொன்னாள். சுவரில் இருந்த பல்லி டிட் டிட் டிட் என்றது.

“பல்லியும் சொல்லுது. வெளிக்கிட வேண்டி வரும்போல கிடக்குது..”

நம்பிக்கை குலைய பதற்றமடையத் தொடங்கினாள் அம்மா.

நீக்கிலஸ் வீதி வழியாகச் சனங்கள் இடம்பெயரத் தொடங்கினர். சிலர் மாட்டு வண்டிகளிலும் உழவியந்திரங்களிலும் பொருட்களை ஏற்றிக்கொண்டு இருந்தார்கள். சிலர் வீடுகளையே பிடுங்கி ஏற்றினார்கள். திரும்புவோம் என்ற நம்பிக்கையில் சிலர் வீட்டுக்குள் பொருட்களை வைத்துப் பூட்டிவிட்டுவர, சிலரோ திரும்ப முடியாமலும் ஆகலாம் என்றெண்ணி, வளவு மண்ணைத் தவிர மற்றெல்லாவற்றையும் அள்ளி ஏற்றினர். அன்ரனியும், ருக்குமணியம் இசைப்பிரியன், பிரியதர்சன், ஈழப்பிரியன், பிரதாபனும் உழவு இயந்திரத்தில் பொருட்களை ஏற்றி அதன்மேல் அமர்ந்தபடி புறப்பட்டார்கள்.

ஆங்காங்கே சில எறிகணைகள் வந்து விழும் சத்தம் கேட்கத் தொடங்கியது. நானும் கார்த்திகாவும் இடம்பெயர்ந்து செல்லும் மக்கள் கூட்டத்திற்கு இடையால் புகுந்து ஏ—9 வீதியை நோக்கி ஓடினோம். கடைகள் எல்லாம் கழற்றப்படுகின்றன. வீதி நிறைய மக்கள். சிலர் முறிகண்டிப் பக்கமாகவும் சிலர் புதுக்குடியிருப்புப் பக்கமாகவும் சிலர் அக்கராயன் பக்கமாகவும் சிலர் மாங்குளப்பக்கமாகவும் செல்ல கிளிநொச்சி சிதறிக் கொண்டிருந்தது. வீதியே இடம்பெயரும்

மக்களாலானது. அம்பாள் கடை கூரையற்றிருந்தது. நானும் கார்த்திகாவும் வீட்டைநோக்கி ஓடிக் கொண்டிருக்க, திடீரென களைத்தபடி முழங்கால்களில் கைகளை ஊன்றியபடி நின்றாள் கார்த்திகா.

"உன்ரைபுத்தகங்களைஎன்னசெய்யப்போறாய்?"

"தெரியேல்லை..."

"திரும்ப எப்பை எங்கடை பள்ளிக்கூடத்துக்குப் போறது?"

"..."

எதிர்காலத்தைப் பற்றி எதுவும் தெரியவில்லை. புதுப்புத்தகங்கள். ஏழாம் வகுப்பு முடிந்ததும் வழங்கப்பட்டவை. பள்ளிக்கூடமே அகதிமுகாமாக மாறியதால் அந்தப் புத்தகங்கள் விரிக்கப்படாமலிருந்தன. அந்தப் புத்தகங்களையும் போகுமிடத்திற்குச் சுமந்து செல்லும் ஆசை உள்ளுக்குள் இருப்பதை அவளிடம் சொல்லவில்லை.

"எல்லாச் சனமும் இடம்பெயருதுகள். பயமா இருக்குது அம்மா"

கார்த்திகாவின் கையைப் பிடித்தபடி மூச்சிரைக்க ஓடிவந்து வீடு சேர்ந்துவிடவும், "போய் மாடுகளைப் பிடிச்சுக் கட்டச்சொல்லி அண்ணாட்டைச் சொல்லுறன்..." பின் வளவால் அண்ணன் பிராவை தேடி ஓடினாள் அவள். அம்மாவின் கையில் ஐம்பதுரூபா மாத்திரம் இருந்தது. அதை வைத்துக் கொண்டு என்ன செய்வது? அவள் யோசனையில் மூழ்கியிருந்தாள். "இவனையும் காணேல்லை. செல்லுகளும் கண்டபடி விழுகுது. உதுகளுக்குள்ளை வெளிக்கிட்டு வாறானோ?" மீண்டும் மீண்டும் தெருவை எட்டிப் பார்த்தாள்.

இன்னமும் வெளியேறாமல் ஊருக்குள் பலர் இருக்கத்தான் செய்தார்கள். சிலருக்கு இடம்பெயர்வதில் விருப்பமில்லை. சிலருக்கு எங்குபோவதெனத் தெரியாது. சிலருக்கு இடம்பெயர்ந்து எப்படிச் சமாளிப்பது? என்ற யோசனை. "இதெல்லாம் ஆமிக்குத் தெரியுமா? அல்லது சந்திரிக்காவுக்குத் தெரியுமா? அல்லது இடம்பெயராமல்தான் இருக்க முடியுமா?." பொன்னையாப்பு வாய்க்கால் கரையோர வீதியாக நடந்து ஒவ்வொரு வீடாகச் சென்று நிலைமைகளை அவதானித்துச் சொல்லியபடி வந்தார்.

"புள்ளைங்களா? வாங்க! எங்க வீட்டு பங்கரிலை இருப்பம். வாங்க!!"

ஒவ்வொரு வீடாக அழைப்பு விடுத்துக்கொண்டு போனார் பொன்னையாப்பு. "இவருக்குத் தனிய இருக்கப் பயம். அதான் எங்களைக் கூப்பிடுறார்" கார்த்திகா, காதுக்குள் வந்து முணுமுணுத்தாள். மாலை ஏழு மணியளவில், இடம்பெயராது எஞ்சியிருந்தவர்கள்

பொன்னையாப்பு வீட்டில் அடைக்கலம் புகுந்தனர். நேரம் செல்லச் செல்ல வந்து விழும் செல்களின் எண்ணிக்கை அதிகரிக்கத் தொடங்கியது. "ஆமி கிட்ட வந்திட்டானோ.." தேனீரை நீட்டினாள் பொன்னையாப்புவின் மகள் ஆனந்தி. எல்லோரும் பொன்னையா அப்புவின் வீட்டுப் பதுங்கு குழியில் பதுங்கியிருக்க, அந்த இரவில் வானமே ஒளிப்பிழம்பாயிருந்தது.

வானம் இப்படி பேரழிவின் முகத்தோடு இருந்ததை பார்த்ததே இல்லை. "இப்பிடி செல் அடிக்கிறானே, வானம் உடையாதா?.." பயத்தோடு ஏங்கினாள் கார்த்திகா. வானத்தை அண்ணாந்து பார்த்திருந்தன இருவரது முகங்களும். வானம் எரிவதைப்போல் இருந்தது. நட்சத்திரங்கள் வீழ்வதைப் போலிருந்தன. நிலவு எங்கோ ஒரு மூலையில் கிழிந்துபோயிருக்க இராணுவத்தின் பரா விளக்குகள் வானத்தை எரித்தன.

"அவனுக்கு என்ன? நாம துன்பப்படணும். எங்க ஊரை புடிக்கணும். அதுதானே!"

ஆத்திரத்துடன் பேசிக்கொண்டே இருந்த பொன்னையாப்பு ஏதோ நினைவு வந்தவராய் திடீரென எழுந்தார். அம்மியைத் தூக்கமாட்டாமல் தூக்கினார். மளமளவென நடந்தார். தொம்மென்ற ஓசையெழ அதைக் கிணற்றில் போட்டார். "ஆட்டுக் கல்லையும் போட்டிருங்கப்பா..." என்றாள் ஆனந்தி. பிரா அம்மிக் குழவிகளை எடுத்துக் கொண்டு போய்க் கொடுத்தான். "கும்.." மிக அருகில் செல் விழும் ஓசை. கார்த்திகா காதைப் பொத்திக் கொண்டாள். பதுங்கு குழி அதிர்ந்தது. "கனகாம்பிகைப் பக்கம் விழுந்திருச்சி. பாரதிபுரப் பக்கம் விழுந்திருச்சி" இருட்டை உறுத்து நோக்கியபடி, ஒவ்வொரு செல்லும் எங்கே விழுகிறது என்று சொல்லிக் கொண்டிருந்தார் பொன்னையாப்பு.

"எங்களை நுவரெலியால இருந்து எப்டித் தொரத்தித்தொரத்தி அடிச்சானுகளோ அப்பிடித்தாம்மா இதுவும்." அமைதியாகி, துவாயால் வெற்றிலை வாயைத் துடைத்தார் பொன்னையாப்பு. மீண்டும் தலையை அசைத்தபடி பேசத் துவங்கினார். "இது தமிழனோட நாடு. இங்கன இருந்தும் எங்களைத் தொரத்தினா நாங்க எங்கை சாமி போறது?" என்றார் சினத்துடன். சிறிது நேரத்தின்பின் "புள்ளைங்களா, விடிய வெள்ளண எல்லாரும் கந்தபுரப் பக்கம் போயிருவம்" என்றவாறு, ஆட்டுக்கல்லையும் தூக்கிக் கொண்டுபோய் தொம்மென கிணற்றில் போட்டார். கிணறு அலையெழுப்பி அடங்கியது.

பொன்னையாப்புவின் மனைவி செல்லம்மா, 83 கலவரத்தில் இறந்துபோயிருந்தாள். மகள் ஆனந்தியை தூக்கிக்கொண்டு வெறும் கையுடன் கிளிநொச்சிக்கு வந்தார் அவர். ஆனந்தி இயக்கத்தில்

இருக்கும் ராணி மைந்தனை காதலிக்கிறாள். அவன் கடும் சண்டைக் களத்தில் நின்றான். ராணி மைந்தன் என்னபாடோ என்ற யோசனையில் ஏதும் பேசாமல் இருக்கும் ஆனந்தியை அடிக்கடி, கூப்பிட்டு பக்கத்தில் வைத்துக் கொண்டார் பொன்னையாப்பு.

பொன்னையாப்புக்கு இரண்டு கண்ணும் தெரியாது. பொக்கை வாய்க் கிழவர். கதைக்கும்போது எங்கேயோ பார்த்துக் கொண்டே கதைப்பார். தலையில் முடி என்ற பெயருக்கு சிலதுண்டு. காற்றடிக்கும்போது அந்த வெள்ளை முடி பறப்பது தனி அழகாகத்தானிருக்கும். லேசான தாடி. அதைத் தடவியபடி கதைப்பார். வெள்ளை வெளேரென்ற ஆடைகளையே அணிவார். குழந்தைகள் என்றால் அவருக்கு அவ்வளவு பிடிக்கும். சாப்பிடுவதற்கு ஏதாவது கொடுப்பார். அன்பாக உரையாடுவார். குழந்தைகளைக் கண்டால் விழிகளைச் சொருகி எங்கோ பார்த்தபடி தன்னை மறந்து கதைத்துக் கொண்டேயிருப்பார். ஊருக்குள் பொன்னையாப்பு என்றால் பிடிக்காத குழந்தைகளே இல்லை எனலாம்.

கண்தெரியாதென பொன்னையாப்பு பொய் சொல்லுகிறார் என்றும் சிலர் சொல்வதுண்டு. அவர் வீதியுலா வரும்போது அவரது கண் பார்வையைப் பரீட்சிக்கவென தம் கையை அவருடைய முகத்திற்குக் கிட்டக் கொண்டுபோய்ப் பிடிப்பார்கள். “யார்டாது? கையை உடைச்சுப்புடுவன்” என்று, நீட்டிய கையைப் பிடித்து வளைத்த கதைகளுமுண்டு.

“அப்ப பொன்னையாப்புக்கு கண் தெரியுது...” சிரிக்க, அவரும் பொக்கை வாயைத் திறந்து தலையை நிமிர்த்திச் சிரிப்பார். பொன்னையாப்புவுக்கு கண் தெரியாவிட்டாலும் யாருடைய வீடு எங்கிருக்கிறது என்று தெரியும். வாய்க்கால்கள் நிரம்பிய இரத்தினபுரத்தில் ஒவ்வொரு வழியிலும் சென்று எல்லோருடைய வீடுகளிலும் போயிருந்து மணிக்கணக்கில் பேசிக்கொண்டே இருப்பார். பள்ளமும் குழிகளும் கொண்ட வீதியில்கூட அவர் சறுக்கியதில்லை. தடுமாறியதில்லை. தன் பொல்லுக் கொட்டானால் தட்டித் தட்டி நிதானமாக நடப்பார். கும்மிருட்டிலும் அம்மி, குழவி என்று ஒவ்வொன்றாக எடுத்துக் கொண்டுபோய் கிணற்றில் போடுவதைப் பார்க்கும்போது, அவருடைய கண்பார்வை பற்றி சந்தேகம் வலுத்தது. “பாத்தியா, கண் தெரியாது எண்டு பொன்னையாப்பு பொய் சொல்லுறார்தானே!” குசுகுசுத்தான் பிரா.

அன்றிரவு யாரும் தூங்கவில்லை. அத்தகைய இரவில் யாருக்குத்தான் தூக்கம் வரும்? விடிய விடிய பொன்னையாப்பு பல கதைகளைப் பேசிக் கொண்டிருந்தார். தெற்கில் நடந்த இன அழிப்புகளை பற்றிபேசிக் கொண்டிருந்தார். வடகிழக்கில் நடக்கும் சண்டைகளைப் பற்றியும் அவர் சொல்லிக் கொண்டிருந்தார். சந்திரிக்காவைப்

பற்றி பேசத்துவங்கியவர், ஜே.ஆர். வரை பின்நோக்கிச் சென்று கதை அளந்து கொண்டிருந்தார். அம்மாவோ, உம்.. உம்... எனக் கேட்டுக் கொண்டிருந்தாள்.

'கிளிநொச்சியைக் கைப்பற்றி ஏ—9 வீதியை திறப்பேன்' என்று, சிறிலங்கா ஜனாதிபதி சந்திரிக்கா அறிவித்துள்ளதாக, புலிகளின்குரல் செய்தியில் சொல்வதை பொன்னையாப்பு கூர்ந்து கேட்டார். "நம்மாளுகள இப்டி தொரத்தி அடிச்சு.. இந்த வெறும் நெலத்தைப் புடிச்சு அவளோட மடியிலையா போட்டுக்கப் போறா?.." பொன்னையாப்பு கடும் கோபமானார். "எங்கள, எங்க மண்ணை விட்டுத் தொரத்தியடிக்கிறதுதான் சந்திரிக்காவோட சமாதானத்துக்கான சண்டை.." எரிச்சலுடன் ஏசினார். இடையிடையே 'தமிழீழ மண் மீது போர் தொடுத்தபடி கிளிநொச்சியை நோக்கி இராணுவம் முன்னேறத் தொடங்கியுள்ளதாகவும் மக்களைப் பாதுகாப்பாக இடம்பெயருமாறும் தமிழீழ விடுதலைப் புலிகள் கேட்டுக்கொள்வதாக' புலிகளின்குரல் அறிவித்துக் கொண்டிருந்தது.

கிளிநொச்சி உக்கிரப் போரை சந்தித்தது.

அதிகாலை நாலு மணியிருக்கும். செல்லடி சற்று ஓய்ந்திருந்தது. "இருட்டோட இருட்டா கிளம்பிரலாம்" ஒரு சொம்பில் வாயை குப்புளித்தார் பொன்னையாப்பு. எல்லோரும் எடுத்துவைத்த பொதிகளை சுமந்துகொண்டு புறப்படத் தயரானார்கள். அம்மா தங்கச்சியை இடுப்பில் தூக்கியபடி சில பொதிகளைத் தலையில் எடுத்துவைத்தாள். சுமக்கக்கூடிய ஒரு பொதியை தலையில் தூக்கி வைத்துக் கொள்ளவும், "சரி எல்லாரும் கிளம்புங்க" அந்தரப்பட்டார் பொன்னையாப்பு. எல்லோரும் வியப்போடு பொன்னையாப்புவைப் பார்த்தார்கள். ஆனந்தி திகைப்புடன் தன் தந்தையை நோக்கினாள்.

"என்ன அப்பா, இனியும் இஞ்ச இருந்து என்ன செய்யிறது? வெளிக்கிடுற பிளான் இல்லாம நிக்கிறீங்க?"

"நீ நடம்மா.. கொஞ்சம் பாத்து வார்றேன். மாப்பிளையும் இங்கினைக்கதானே நிக்கும்... முதல்லை இந்தச் சின்னஞ் சிறுசுகளை அங்கிட்டுக் கொண்டுபோயிருங்க! அப்புறமா வாறன்"

"..."

"நீ புறப்படும்மா"

தள்ளி அனுப்பிவிட்டு தனது வேலையை கவனிக்கத் தொடங்கினார் அவர். "கண்ணும் தெரியாது. இஞ்சையும் ஒருத்தரும் இல்லை. இஞ்சயிருந்து பொன்னையாப்பு என்ன செய்யப் போறார்?" பிரா கிணுகிணுத்தபடி வந்தான்.

இரத்தினபுரத்திலிருந்து ஆனந்தபுரம் நீக்கிலஸ் வழியாகச் சென்று உதயநகர், அம்பாள்குளம் ஊடாக முறிப்பை நோக்கிப்போகலாம். பாதுகாப்பாக போவதற்கானவழி சொல்லிகொண்டிருந்தான் பிரா.

வழியெல்லாம் செல்கள் விழுந்து வெடித்து கிடங்கு கிடங்குகளாக இருந்தன. போராளிகளின் வாகனங்கள் வேகமாக அங்குமிங்கும் போய் வருகின்றன. துப்பாக்கிகளை ஏந்தியபடி போராளிகள் விரைந்து நடந்தார்கள். சூரியன் மெல்ல கிழக்கில் எழுந்துவரும்போது சண்டை சற்று ஓய்ந்திருந்தது. தொப்பி அணிந்து, இலைகுளைகளால் தம்மை உருமறைப்புச் செய்திருந்த போராளிகள், பற்றைகளுக்குள்ளும் வீதி ஓரங்களிலும் எதிரியைப் எதிர்பார்த்தபடி பதுங்கியிருந்தனர். 'கெதியாய் போங்கோ!' என்று சைகை காட்டினார்கள் அவர்கள். "தண்ணி விடாய்க்குது.." கார்த்திகாவின் குரலைக் கேட்ட போராளி ஒருவர், தன் தண்ணீர்ப் போத்தலை அவளிடம் நீட்டினார். அவள் தாகம் அடங்க மளமளவெனக் குடித்துவிட்டு தண்ணீர்ப் போத்தலை திருப்பி நீட்ட ஒரு புன்னகையை பதிலுக்கு வழங்கினார் அவர்.

"அடுத்த சண்டை மூளப்போகுதுபோல.. கெதியாய் நடவுங்கோ..."

பதறினாள் ஆனந்தி. கார்த்திகா பொதியைச் சுமக்கமுடியாது சிணுங்கினாள். அவளின் பொதியையும் வாங்கிக்கொண்டு நடக்க, அவள் ஒரு குடத்தைத் தூக்கிக்கொண்டு வந்தாள். பிரா பின்னால் மாடுகளைச் சாய்த்துக்கொண்டு வந்தான். காயப்பட்ட போராளிகளை ஏற்றிய வண்டிகள் பரந்தன் பக்கமிருந்து முறிகண்டி நோக்கி உறுமிக்கொண்டு விரைந்தன.

எல்லோரும் வெளியேறிய கிளிநொச்சியிலிருந்து சனங்களுடன் அந்த மாடுகளும் இடம்பெயர மனதின்றி வெளியேறிக்கொண்டிருந்தன. "பின்னேரம் வீட்டைவிட்டு போகேக்கையே அழுது குளறின குட்டி நாய், பசியோடை இருப்பான். தனிய என்ன செய்வானோ?.." அவனை நினைக்க அழுகையும் வந்தது.

எல்லோரும் கனபுரம் துயிலுமில்ல சந்தியை வந்தடையவும் ஒரு பாதுகாப்பான பகுதிக்கு வந்ததைப்போல் ஒரு ஆசுவாசம். சந்தியில் உள்ள கோயிலடியில் அமர்ந்து சிறிதுநேரம் காலாற, அடுத்த கட்டம் கந்தபுரத்தை நோக்கி நகர்வது என்று எல்லோரும் பேசிக் கொண்டிருந்தார்கள்.

"நாகேஸ்வரி உங்கைதான் இருக்குது. அவளையும் கூட்டிக் கொண்டு வாறன். நீங்கள் முன்னுக்கு நடவுங்கோ!".

"இங்கை இருக்கிறது பயம் நாகபூசனி அக்கா. எங்களோடை வந்திருங்கோவன்..... சரி கெதியாய் வந்து சேருங்கோ..."

ஆனந்தியும் ஏனையவர்களும் கந்தபுரம் கரும்புத் தோட்டத்தை நோக்கி துயிலுமில்ல வீதியில் நடையைக் கட்டினர். நாகேஸ்வரியக்காவின்

வீட்டை நோக்கி நடப்பதை, விட்டுச்செல்ல மனதின்றி திரும்பித் திரும்பி பார்த்தபடி சென்றாள் ஆனந்தி.

அம்மாவுக்கு இடம்பெயர விருப்பமில்லை. சிலவேளை இத்துடன் சண்டை ஓய்ந்துவிடும். இயக்கம் பரந்தனைப் பிடித்துவிடும். ஆமி ஆனையிறவுக்குத் திரும்பிப் போய்விடுவான். மீண்டும் கிளிநொச்சிக்குப் போய்விடலாம் என்று நினைத்திருப்பாள். “இஞ்ச ஒரு பிரச்சினையும் வராது...” வரவேற்றாள் நாகேஸ்வரியக்கா. அவளது அம்மாவின் காணியிலிருந்த பட்டியில் மாடுகளைச் சாய்த்துவிட்டு பிரா வந்தான். களைத்துப் போய்வந்த எங்களுக்கு பால் கலந்த தேநீரை நீட்டினாள் நாகேஸ்வரியக்கா. அதை வாங்கிக் குடித்துக்கொண்டே அவர்களுடைய வீட்டுச்சுவர்களில் கொழுவப்பட்டிருந்த படங்களைப் பார்க்க நலம் விசாரிப்பதுபோலப் பார்த்தன அவை.

ஒரு பெரிய படம். நாகேஸ்வரியக்காவின் திருமணப்படம். செல்லத்துரை அண்ணையுடன். மாலையும் கையுமாக... அந்தப் படத்தைப் பார்த்தபோது வீட்டுப் படங்கள் நினைவுக்கு வந்தன. “அய்யோ! அதுகளை எடுத்துக் கொண்டு வந்திருக்கலாம்? மறந்திட்டனே...” வாய் முணுமுணுத்தது. எல்லா அல்பங்களும் மேசை லாச்சிக்குள் இருந்தன. “அது என்ன பெரிய பாரம்?” நொந்தபடி சரிந்துறங்க தூரத்தில் எறிகணை வீழ்ந்தது.

உருத்திரபுரம் எட்டாம்வாய்க்கால் இந்துக் கல்லூரியைத் தாண்டிப்போன யாரையோ இராணுவம் சுட்டுப் போட்டுள்ளதாக புலிகளின் குரல் செய்திகள் ஒலிபரப்பாக, அண்ணா வந்து அம்மாவின் முன்னால் நின்றான். சின்னம்மா குடும்பம் வட்டக்கச்சிக்கு இடம்பெயர்ந்துவிட்டார்கள். இவன் வடக்கச்சிக்கும் முறிப்புக்கும் இடையில் உள்ள போர் வலயமான கிளிநொச்சியைத் தாண்டி வந்திருந்தான்.

“அண்ணா என்னை விட்டிட்டு ஒரு இடமும் போகாதை.”

“...”

“எனக்குப் பயமாக இருக்குது”

அண்ணா வந்தது பெரும் புளுகு. அண்ணாவுடன் கொய்யா மரத்தில் இருக்க, அவன் பாடத் தொடங்கினான்.

“தென்னங்கீற்றில் தென்றல் வந்து மோதும், எம்தேசம் எங்கும் குண்டு வந்து வீழும்....”

“...”

“வா மாவீரர் துயிலும் இல்லத்துக்குப் போவம்”

கையைப் பிடித்து இழுத்துக்கொண்டு போனான். மாவீரர் துயிலும் இல்லத்திற்குப் போகவேண்டுமென்பது வெகுநாள் ஆசை. ஒவ்வொரு மாவீரர் நாளுக்கும் ராசண்ணாவுக்கு விளக்கேற்ற பெரியம்மாவுடன் அண்ணா துயிலும் இல்லத்திற்குப் போவான்.

"உஷ்- சத்தம் போடாதீர்கள்! உங்கள் பாதச்சுவடுகளை மெதுவாகப் பதியுங்கள். இங்கே தாயக விடுதலைக்காய் மடிந்த வீரர்கள் உறங்கிக் கொண்டிருக்கின்றனர்"

என்றெழுதப்பட்ட அறிவிப்புப் பலகையைக் காட்டி, செருப்பை கழற்றிவிட்டு, செருப்பைக் கழற்றுமாறு சைகைசெய்து தானும் கழற்றிக் கொண்டான் அண்ணா.

சில போராளிகள் துயிலும் இல்லத்தில் பராமரிப்பு வேலைகளில் ஈடுபட்டுக் கொண்டிருந்தனர். மெல்ல கல்லறைப் பக்கமாய் நகர, "தம்பியாக்கள் இஞ்சை வாங்கோ எங்கை போறியள்?" இடைமறித்தனர் அப் போராளிகள். அவர்கள் பேசமுன்னர் அண்ணா தொடங்கினான்.

"இந்திய இராணுவத்தோட நடந்த சண்டையிலை எங்கடை அண்ணா, பெரியம்மாவின்டை மகன். வீரச்சாவு அடைஞ்சவர். அவரின்டை கல்லறையைப் பாக்க வந்தனாங்கள். அவரின்டை பெயர் இரண்டாம் லெப்டினன் நீக்கிலஸ். கிளிநொச்சி இரத்தினபுரம்."

"அந்தப்பக்கம் 18வது லைனில பாருங்கோ..."

"ஓ தெரியும்.. பெரியம்மாவோடை வாறனான்..."

"அப்பச் சரி..."

"ஆனையிறவுச் சண்டையிலை வீரச் சாவடைந்த குமரன் அண்ணேன்ரை கல்லறை எது?"

"இந்த வரிசையிலை 478ஆவது இடத்தைப் பாருங்கோ"

"குமுதினியன் அண்ணை. நல்லூர்?"

"அது இஞ்ச இல்லை கோப்பாயிலை"

"பரந்தன் சண்டையில வீரச்சாவடைஞ்ச குணா அண்ணேன்ரை கல்லறை"

"விபரம் பார்த்துத்தான் சொல்ல வேணும்."

இவர்களின் பெயரெல்லாம் இவனுக்கு எப்பிடித் தெரியும்? என்ற கேள்வியுடன் நிற்க, தோள்களைத் தட்டி "நட" என்றான் அவன்.

ஒவ்வொரு கல்லறைகளும் பிரிவுகளுடன் இருப்பதாகத் தோன்றியது. கண்ணுக்கு எட்டிய தூரம் வரையில் கல்லறைகள்தான். "எத்தினை

பேர்..." மாவீரர்களின் இயக்கப் பெயர், சொந்தப் பெயர், பிறந்த இடம், பிறந்த, வீரச்சாவடைந்த திகதி, வீரச்சாவடைந்த சம்பவம் எல்லாம் எழுதப்பட்டிருந்தன. விதைக்கப்பட்டவர்கள் ஆழ்ந்துறங்க பெரும் அமைதியில் உறைந்திருந்தது துயிலும் இல்லம். அது கோயில். ஒவ்வொரு கல்லறைகளின் அருகில் அமர்ந்து துளிர்க்கும் புற்களை அதனருகிலிருந்து மெல்லமெல்ல பிடுங்கி சுத்தம் செய்தனர் சில போராளிகள்.

எல்லா கல்லறைகளுக்கும் மலர் மரியாதை செய்யும் பொது இடத்தில் மலர்வைத்து வணங்கிக்கொண்டிருந்தான் அண்ணா.

"ஏன் அண்ணா இவ்வளவு பேரும் செத்தவையள்?"

"ம்.. மாவீரர்களைக் கும்பிடு! அவையள் எங்களுக்காக போராடித்தான் வீரச்சாவடைஞ்சவையள்"

நிமிர்ந்து அண்ணாவைப் பார்த்துவிட்டு, கைகளைக் கூப்பி வணங்கியபடி,

"அவையின்டை அம்மா, அப்பா, தம்பி எல்லாம் அழ மாட்டினமா?

"அழுவினம்தான்."

"அவையள் பாவம் எல்லோ?"

"ஆனால் அந்த அம்மா, அப்பா, தம்பியளோடை, எங்கடை மண் எல்லாத்தையும் ஆமியிட்டை இருந்து காப்பாற்றத்தான் இவையள் வீரச்சாவு அடைஞ்சவை..."

ஒவ்வொரு கல்லறைகளையும் தொட்டுத்தடவும்போது யார் யாரோ அண்ணாக்களும் அக்காக்களுமாய் தெரிந்தன. ராசாண்ணாவுக்காக பெரியம்மா அழுகிறமாதிரி ஒவ்வொரு கல்லறையினருகிலும் தாய்மாரும் சகோதரர்களும் அழுவதைப் போலிருந்தது. கல்லறைகளினருகில் குந்தியிருந்து பெயர்களை வாசிப்பதை அப் போராளிகள் பார்த்தனர்.

"இவர்கள் விதைக்கப்பட்டவர்கள். மீண்டும் முளைப்பார்கள்."

ஒரு பலகையில் எழுதப்பட்டிருந்தது.

இதை எல்லாம் பார்த்துக் கொண்டிருந்த போராளி ஒருவர் நெருங்கி வந்தார். "நீங்கள் இண்டைக்கு ஏன் பள்ளிக்கூடம் போகேல்லை?" இருவரது முகத்தையும் பதில் கேட்டு உற்று நோக்கினார். "அண்ணா! நாங்கள் கிளிநொச்சியில் இருந்து இடம்பெயர்ந்து வந்திருக்கிறம். இன்னும் பள்ளிக்கூடம் சேரேல்லை" சமாளித்தான் அண்ணா. அவர் சற்றுக் குனிந்து தலைகளைத் தடவியபடி "தம்பியாக்கள் நீங்கள் ஒழுங்கா படிக்கவேணும். அதுதான் நீங்கள் மாவீரர்களுக்குச்

செய்யிற மரியாதை. நீங்கள் எல்லாம் படிக்கவேணும் எண்டுறதும் அவையின்டை கனவு. உங்களுக்காகத்தானே போராடி அவையள் வீரச்சாவடைஞ்சவையள். இடம்பெயர இடம்பெயர படிக்கவேணும். இதுதானே எங்கடை வாழ்க்கை." என்று முடித்தார்.

"நாங்கள் முறிப்பு விக்கினேஸ்வரா பள்ளிக்கூடத்திலை சேருரம் அண்ணை" தலையாட்டியபடி சொன்னான் அண்ணா. "நீங்கள் இந்த வழியாலதானே பள்ளிக்கூடம் போகவேணும். நீங்கள் பள்ளிக்கூடம் போறியளா? எண்டு பாத்துக் கொண்டிருப்பன்... சரியோ" மென்மையாகப் புன்னகைத்தார் அவர்.

இந்துக் கல்லூரிப் பக்கமாக ஆமி நகர்ந்து உருத்திரபுரம் வந்தால் முறிப்பில் இருக்கமுடியாது என்று நாகேஸ்வரியக்காவின் அம்மா சொல்லிக் கொண்டிருந்தாள். இராணுவம் கரடிப் போக்கை தாண்ட முடியாதநிலையில் உள்ளதாகச் செய்திகள் வந்துகொண்டிருந்தன.

♦♦♦

"**த**ம்பி ஒருக்கா என்னோடை வா"

அழைத்துக்கொண்டு போனான் அண்ணா. எங்கு அழைத்துச் செல்லுகிறான் என்று தெரியாமல் கதைத்தபடி நடக்க, அவன் கனகபுரத்தைத் தாண்டி சேவியர் கடையை நோக்கி கூட்டிச் சென்றுகொண்டிருந்தபோதுதான் குழப்பம் மிகுந்தது. அண்ணா கைகளை இறுகப் பிடித்தான்.

"அம்மா பேசுவா. நீ எங்கை கூட்டிக்கொண்டு போறாய்?"

"எங்கடை வீட்டைபோட்டுவருவம்."

"ஏன் இப்ப அங்கை?"

"சும்மாதானே நிக்கிறம்... வீட்டிலை இருந்து கொஞ்சச் சாமனை எடுத்துக் கொண்டுவருவம்."

கிளிநொச்சிக்குள் ஊடுருவும் இராணுவத்தினர் மக்களை சுட்டுக் கொன்றுவிட்டுச் செல்வதால், யாரும் கிளிநொச்சிக்குள் நுழைய வேண்டாம் என்று, புலிகளின் குரலில் இயக்கம் விடுத்த செய்தி இரண்டு மூன்று நாட்களாகவே காதில் அடிபட்டது.

"அங்க ஆமி நிப்பான்.வேண்டாம்."

"இன்னும் ஆமி அங்கை வரேல்லை."

“எனக்குப் பயம். நான் வரேல்லை...”

“நீ வந்தால் வீட்டை கிடக்கிற எங்கடை போட்டோக்களை எல்லாம் எடுக்கலாம் எல்லா?! என்ன செய்வம் எண்டு சொல்லு..”

கிளிநொச்சியை விட்டு எந்த வழியால் இடம்பெயர்ந்தோமோ அந்த வழியால் சென்று ஏ—9 வீதிக்கு அழைத்துச் சென்றிருந்தான் அண்ணா. நீக்கிலஸ் வீதியின் முகப்பில் விமானத் தாக்குதல்கள் நடத்தப்பட்டு வீதியே அடையாளம் தெரியாமல் உருக்குலைந்திருந்தது. லொறிகள், உழவியந்திரங்கள் திருத்தும் பெரும் இயந்திர திருத்தகம் அங்கு இருந்தன. எல்லாமும் குண்டுவீச்சால் சிதைந்திருக்க அவைமீது கந்தகப் புழுதி.

“கறாச்சை இயக்கத்தின்ரை பேஸ் எண்டு நினைச்சு அடிச்சிருப்பான்”

அனுமானித்தபடி நீக்கிலஸ் வீதிக்குள் கையைப் பிடித்தபடி இறங்கினான் அண்ணா. வழி எல்லாம் காடு மண்டியிருந்தது. கிளிநொச்சியை விட்டு வெளியேறி இரண்டு மாதங்கள்தான் ஆகியிருக்கின்றன. அதற்குள்ளாகவே வீதியே பாழடைந்திருந்தது. அச்சமூட்டின ஆளற்ற ஊர். எங்கு பார்த்தாலும் ஆமி தெரிவதைப் போலொரு பிரமை.

படலையை திறந்து காணிக்குள் நுழைய, இருவரது முகங்களும் அதிர்ச்சியில் உறைந்தன. அண்ணாவின் கைகளை இறுகப் பற்றிக் கொள்ள அவன் அணைத்துக் கொண்டான். விமானங்கள் வீட்டின்மீது குண்டுகளைப் பொழிந்து, வீடோ இருந்த சுவடும் இன்றி துவம்சமாயிருந்தது. கிளிக்கோடு விளையாடிய இடங்கள் எவையும் இல்லை. எல்லாம் உருக்குலைந்தன.

புகைப்படங்களைத்தான் கண்கள் முதலில் தேடின. மேசைலாச்சிக்குள் வைத்த படங்களும் படம் கொளுவப்பட்டிருந்த சுவரும் மண்ணோடு மண்ணாயிருக்கு, அங்குமிங்கும் ஓடி புகைப்படங்களைத் தேட, குண்டுகள் கிழித்த புகைப்படங்களின் சிறுதுண்டுகள் அங்காங்கே தென்பட எல்லாம் எரிந்து நாசமாகியிற்று. அண்ணா தவழும்போது எடுத்த ஒரு புகைப்படம் மாத்திரம் காயங்களுடன் கடதாசிப் பூமரத்தடியில் கிடந்தது. ஓடிப்போய் அதை எடுத்து நெஞ்சோடு அணைத்துக் கொள்ள, கிணற்றடிப் பக்கமாக கிடந்த ஒரு குடத்தோடும் இரும்பு வாளியோடும் வந்தான் அண்ணா.

விமானக் குண்டில் காயப்பட்டுச் சிதைந்திருக்கும் தேமா மரத்தின்கீழ் கோழி ஒன்று முட்டைகளையிட்டு அடை காத்தது. அதற்குள் பத்து முட்டைகள் இருந்தன. அந்த முட்டைகளையும் கோழியையும் ஒரு பையில் போட்டு ‘நீ இதை தூக்கிக் கொண்டுவா’

என்றான் அண்ணா. ஆட்களின் சத்தமின்றி அடங்கி ஒடுக்கியிருந்தது ஊர். பேச்சுக்குரல் கேட்டு எங்கோ திரிந்துகொண்டிருந்த எங்கள் வீட்டு நாய் குட்டி ஓடி வந்தான். அவன் அழுதான். சந்தோசத்தில் மண்ணில் உருண்டான். எங்கள்மீது தாவிப் பாய்ந்தான்.

"தம்பி குட்டி பாவம். அவனையும் கூட்டிக் கொண்டு போவம்."

குட்டியின் தலையைத் தடவினான் அண்ணா. படலையை இழுத்துக் கட்டிவிட்டு பயணத்தைத் தொடங்கி, ஆனந்தபுரம் — இரத்தினபுரம் வாய்க்காலை நெருங்கும்போது வானம் இரைச்சலால் அதிர்ந்தது. சுப்பர் சொனிக் விமானங்கள் வந்தேவிட்டன. அழத் தொடங்கவும், "தம்பி பயப்பிடாதே! அவன் எங்கை குண்டு போடுவான் எண்டு நான் சொல்லுறன்" பின்னால் பதுக்கிக் கொண்டான்.

கையால் நெற்றியை மறைத்து சூரிய வெளிச்சம் முகத்தில் படாது மறைத்தபடி அண்ணா விமானத்தை அவதானித்தான். வாய்க்காலுக்குள் பதுங்கிக் கொள்ள, "காக்கா கடை சந்திப்பக்கம்தான் அடிக்கப் போறான்" என்றான் அண்ணா. அந்த வாய்க்கால் பதுங்கு குழியைப் போலவே இருந்தது. விமானத்தின் இரைச்சல் அதிகமாகியது.

"அய்யோ... பதியிறான் குண்டு போடப் போறன்"

"தம்பி நீ படு... அந்த விமானத்தை நான் விழுத்துறன்"

கீழே கிடந்த கற்களை எடுத்து விமானத்தை நோக்கி எறிந்தான் அண்ணா.

அங்கிருந்த பொல்லுக்கட்டை ஒன்றை தூக்கினான் அவன். அதை, அந்த விமானத்தை நோக்கி நீட்டி "ட்டுட்.. ட்டுட்... படபட" சத்தம் எழுப்பியபடி சுட்டுக் கொண்டிருந்தான்.

விமானம் மிகவும் கீழாக இறங்கி குண்டுகளைக் கழற்றியது. கிளிநொச்சி நகரம் அதிர்ந்தது. காதைப் பொத்திக்கொண்டு குப்புறக் கிடக்க, விமானத்தைப் பார்த்து குட்டி குரைத்தான். பிறகு அனுங்கினான். குண்டுகளை அறியாத கோழி கேருகிறது. அண்ணாவோ இன்னமும் அந்த விமானத்தை நோக்கி சுட்டுக் கொண்டிருந்தான். விமானங்கள் காக்காகடை சந்திப் பக்கமாக குண்டுகளைக் கொட்டி முடித்து தம் வெறியைத் தீர்த்துவிட்டு திரும்பிச் சென்றன.

"தம்பி எப்பிடி? என்ரை அடியப் பாத்தியா? ஓடுறான் பயத்திலை"

"உன்டை அடியிலையா ஓடுறான்?."

வெற்றிப் புன்னகையுடன் நின்ற அண்ணாவை நக்கலாய்ப் பார்க்க, அவன் தலையைக் குனிந்து சிரித்தான்.

“ஏன் இஞ்ச வந்தனீ? இண்டைக்கு வா அம்மாட்டை சொல்லுவன்” என்று சொல்லிக்கொண்டே, அழத் தொடங்க,

“அம்மாட்ட சொல்லக்கூடாது”

“நான் சொல்லுவன்”

“என்ரை தம்பிக்கு நான் புதுசேர்ட் வாங்கித் தருவன்.”

“எனக்கு ஒண்டும் வேணாம். நான் சொல்லுவன்”

“நான் பிறகு இயக்கத்துக்குப் போயிருவன்...”

“இல்லை, இல்லை... நான் சொல்லேல்லை.. வா....”

அண்ணா சரணடையச் செய்தான். வாய்க்காலைக் கடக்க முற்பட்டபோது ஏதோ துர்நாற்றம் மூக்கை அடைத்தது. சில வளர்ப்புப் புறாக்கள் மருண்டபடி நின்றன. அண்ணா சுற்றிலும் பார்த்தான். வாய்க்காலுக்குக் கீழாக ஒரு பிணம் ஊதிப் போயிருந்தது. “தம்பி இஞ்ச பாரடா பிராவை..” அண்ணா கத்தினான்.

“அய்யோ பிரா...”

அதிர்ச்சியில் அப்படியே விழ, அண்ணா தாங்கிக் கொண்டான். பிராவைக் காணவில்லை என்று நாகேஸ்வரியக்கா தேடிக் கொண்டிருந்தாள். புறாக்களை கொண்டு செல்ல வந்த பிராவை இராணுவம் சுட்டுவிட்டு அவனின் மேல் தேங்காய்களையும் பூவரசம் கிளைகளையும் முறித்துப் போட்டிருந்தது. அருகில் அவன் எடுத்து வந்த உரப்பையிருந்தது.

பிராவின் பிணம் ஒரு தென்னை மரத்தின்கீழ் முகங்குப்புறக் கிடந்தது. உடலில் புழுக்கள் நெளிந்தன. பிரா எப்போதும் கையில் புறாக்களுடன் சுற்றுவான். ஊரில் உள்ள புறாக்களை எல்லாம் தன் கூட்டுக்கு வர வைப்பான். புறாக்களை மடக்கிப் பிடிப்பதில் வல்லவன். அதனால் பொடியள் அவனைப் ‘பிரா’ என்று அழைத்தனர்.

அதற்கருகில் நின்ற தென்னை மரத்திலும் துப்பாக்கிச் சூடுபட்டிருந்தது. பிராவின் முதுகிலும் துப்பாக்கிச் சூட்டுக் காயம். அண்ணா தென்னை மரத்தில் விழுந்த துளைகளை தடவிப் பார்த்தபடி, “புறாக்களைப் பிடிச்சிட்டு, தேங்காய் பிடுங்க ஏறியிருக்கிறான். அப்பத்தான் ஆமி சுட்டிருக்கிறான்.. எங்கையோ தூரமாய் நிண்டுதான் சுட்டிருக்கிறான்..” என்றான். அதிர்ச்சியில் எனக்கேதும் புரியவில்லை. நடுங்கியபடி வாய்க்கால் மூலையில்

இருக்க, கொண்டல் கிளையிலிருந்த புறாவொன்று இரக்கத்துடன் பார்த்தது. மேலும் சில புறாக்கள் வானத்தில் வட்டமிட்டன.

◆◆◆

ஏ—9 வீதியைத் தாண்டிவரும்வரை குட்டியை அழைத்துச் செல்வது கஷ்டமாகிக் கொண்டிருந்தது. அந்த வீதிவரை அவன் அடிக்கடி வந்துபோகும் இடம்தான். அம்பாள் கடைக்கு வரும் போதெல்லாம் குட்டியும் வருவான். அதைத் தாண்டிவர குட்டி மறுத்தான். மெல்ல மெல்ல நழுவினான். வந்த பாதையை நோக்கித் திரும்பி ஓடத் தொடங்கினான்.

"குட்டி.. வா.. குட்டி..."

"உஞ்சு.. ஸ்ஸ்ஸ்... உஞ்சு..."

அழைத்துச் செல்ல கடுமையாக முயன்றும், வருவதும் திரும்புவதுமாக இருந்த குட்டி, மெல்ல மெல்ல நழுவியவன் வேமாக வந்த வழியில் வீட்டை நோக்கி ஓடத் தொடங்கினான்.

இடையிடையே திரும்பிப் பார்த்தான். கத்தினான். செல்லம் பொழிந்தான். குட்டி ஓடி மறையும்வரை பார்த்துக்கொண்டே நிற்க, அவன் போய் மறைய முதலும் திரும்பிப் பார்த்து கால்களை உயர்த்தி எழுப்பிய ஊளை காதில் வந்து விழுந்தது.

முறிப்பு வந்து சேரும்போது ஆறு மணி. அந்தக் கோழி எப்படியிருக்கிறது என்று பார்க்க பையைத் திறக்க, அது உயிர் துறந்திருந்தது.

◆◆◆

அம்மாவுக்கு ஒரு கடிதம் வந்தது.

அந்தக் கடிதம் வட்டக்கச்சியிலிருந்து இரணைமடு சென்று அங்கியிருந்து அக்கராயன் சென்று அங்கிருந்து கந்தபுரம் சென்று அங்கிருந்து முறிப்புக்கு பெரிய சுற்று சுற்றிவிட்டு வந்து சேர்ந்திருந்தது. அது நாகேஸ்வரியக்காவின் பெயருக்கே வந்திருந்தது. உடைத்துப் பார்த்ததும் சின்னம்மா உங்களுக்கு ஒருகடிதம் அனுப்பியிருக்கிறா என்றாள் நாகேஸ்வரியக்கா.

சின்னம்மா

வட்டக்கச்சி

20.07.1996

அன்பின்தங்கச்சி

பிரசன்னா இஞ்ச வந்து இரண்டு நாள்தான் தங்கினவன். புதிய போராளிகள் இணையுற இடத்திலை படம் பார்க்க அடிக்கடி போறவன். ஒரு நாள் படம் பார்க்கப் போனவன் பிறகு வீட்டை வரேல்லை. என்ரை பெடியளும் இஞ்சை விசாரிக்கிறாங்கள். நீயும் உன்ரை பக்கத்திலை ஒருக்கா விசாரிச்சுப்பார்.

இப்படிக்கு

உன் பாசம் நிறைந்த அக்கா சின்னம்மா.

கடிதத்தை வாசித்து முடிய முன்பே அம்மா ஓ..வெனக் குளறத் தொடங்கினாள். "எப்பிடி எல்லாம் கஷ்டப்பட்டு படிப்பிச்சால் இப்பிடி இவன் இயக்கத்துக்குப் போட்டானே. இவனை என்ன செய்யிறது? பட்ட கஷ்டத்தைச் சொல்லிச் சொல்லித்தானே இவனை வளத்தன். எத்தினை தரம் இயக்கத்துக்குப் போகப் போக நானும் தேடித் தேடி எடுக்கிறது?" துடித்து அழுதுகொண்டிருக்கும் அம்மாவை அதிர்ச்சியோடு பார்த்தபடி, வீட்டு மூலையில் உறைய அண்ணாவின் நினைவுகள் இழுத்துச் சென்றன.

❖❖❖

"நீங்கள் பெரிய ஆளாய் வந்தபிறகு என்னவாய் வரப் போறியள்..?"

ஆவலுடன் ஒவ்வொரு மாணவருடைய முகத்தையும் பார்த்தார் சேதுபதி சேர். நான் டொக்டர். நான் இஞ்சினியர். நான் ரீச்சர். இப்படி ஒவ்வொரு சிறுவர்களும் சொல்லியபடியிருக்க "வெரி குட்.." என்று பாராட்டிய சேதுபதி சேருக்கு ஒரு சிறுவன் இப்படியொரு பதிலைச் சொன்னான்.

"நான் இயக்கமாய் வரப்போறன்.."

அதைச் சொன்னவன் அண்ணா. இதனைக் கேட்ட சேதுபதி சேர் அதிர்ந்தார்.

"இப்படி எல்லாம் கதைக்கக்கூடாது..."

"..."

“வீட்டிலை அப்பாவும் இல்லை.. அம்மாவும் தம்பியும் பாவமெல்லே...”

“...”

அண்ணா இயக்கத்திற்குப் போகக்கூடாது என்பதில் அம்மாவைவிடவும் அதிக கவனத்தோடிருப்பது, விளையாடவும் பள்ளிக்கூடம் செல்லவும் அண்ணா தேவை, அவன் இல்லாத வீட்டையும் பொழுதுகளையும் என்னால் நினைத்துக்கூடப் பார்க்க முடியாமையினாலேயே. ஆனால் அவன் முதன்முதலில் பத்து வயதில் இயக்கத்திற்குப் போனான். பாடசாலைவிட்டதும், இவனுடன் நேசகுமாரும் இன்னும் எட்டுப் பேரும் சேர்ந்து 155ஆம் கட்டையில் உள்ள இயக்கத்தின் பாசறைக்குச் சென்றனர்.

அண்ணா பாசறையின் கதவுகளைத் தட்டிக் கொண்டிருந்ததை யாரோ பார்த்துவிட்டு அம்மாவுக்கு வந்து சொல்ல, அம்மா அழுதபடி பாசறையை நோக்கி ஓடினாள்.

“அண்ணை நாங்கள் பத்துப் பேர் இயக்கத்திலை சேர வந்திருக்கிறம்”

“உங்களுக்கு எத்தினை வயது?

“பத்து வயது முடியுது அண்ணை...”

“போய் படிங்கடா”

“இயக்கத்திலை சேந்து படைத்துறைப் பள்ளியிலை படிக்கிறம்”

“நீங்கள் சொன்னா கேக்க மாட்டியள். இருங்கோ வாறன்.”

கதவைத் திறந்து ஐந்துபேரையும் ஏற இறங்கப்பார்த்தார் ராணிமைந்தன்.

“ஆக்களும் அவையின்ரை அளவும். வாறினம். இயக்கத்துக்காம்... உங்களுக்கு என்ன தெரியுமடா?

இயக்கத்துக்கு சேருறதுக்கு முதல்லை நீங்கள் வளந்து எங்கடை போராட்டத்தைப் பற்றி அறியவேணும். அப்பதான் போராடலாம்” திரும்பிச் செல்லுமாறு சைகை செய்தார் ராணிமைந்தன்.

“எதிரிகளின் பாசறையைத் தேடிப் போகிறோம்

தமிழீழ மண்ணை மீட்டெடுக்க ஓடிப்போகிறோம்”

இவர்கள் பாடத் தொடங்கினார்கள்.

அவர் பத்துப் பேரையும் உள்ளே அழைத்துச் சென்று தடிகளால் செய்யப்பட்ட இருக்கை ஒன்றில் இருத்தினார். “உவையளுக்கு என்ன வேணுமாம்..” பைக்கற்றில் அடைக்கப்பட்ட சோற்றை உடைத்து

சாப்பிட்டுக் கொண்டிருந்த ஆதவன் கேட்டார். “இயக்கத்திலை சேரப் போறினமாம்..” சிரித்தபடி கூறினார் ராணிமைந்தன்.

அண்ணா தன்னை போராளியாக இணைக்கும்படி கேட்டுக் காத்திருக்கும் அத்தருணத்தில், இயக்கத்தில் போய்ச் சேர்ந்து விட்டானே என்று தேம்பித் தேம்பி அழுதபடியிருக்க, “அழாதை அப்பு கொண்ணா வந்திடுவான்!” பெரியம்மா தேற்றிக் கொண்டிருந்தாள்.

பெரியம்மா வீட்டில் “வீர வணக்கம்” ஒரு மாவீரரின் படம் தொங்கிக் கொண்டிருந்தது. “நீக்கிலாஸ் என்றழைக்கப்படும் சிவஞானம் ராசன். மணலாற்றில் இந்திய இராணுவத்துடன் நடந்த எதிர்பாராத மோதலில் வீரச்சாவு” அந்தப் படத்தில் எழுதப்பட்டிருந்தது.

ராசண்ணா இயக்கத்தில் இருந்து 1990களில் இந்திய இராணுவத்துடன் நடந்த சமர் ஒன்றில் வீரச்சாவடைந்திருந்தான். “ராசன்ணா! ராசன்ணா!!” பின்னாலேயே திரியும் அவனில் அப்படி உயிர்.

ராசண்ணா இயக்கத்தில் இருந்தபோது அவர் யார்? என்ன செய்கிறார்? எதுவும் தெரியாது. இந்திய இராணுவத்தின் முன்னால் “ராசண்ணா இயக்கத்துக்குப் போட்டார்..” என்று சொல்லிவிடலாம் என்பதற்காக எல்லாருமாக அதை மறைத்துக் கொண்டனர். எப்போதும் “ராசண்ணை எங்கை..” கேட்டுக்கொண்டே இருக்க, எங்கோ தங்கு வேலைக்குப் போயிருக்கிறான் என்றே பெரியம்மா சொன்னாள். அவ்வப்போது ராசண்ணா மறைவாக வந்து செல்வான். இப்படித்தான் ஒருநாள் ராசண்ணா வந்திருந்தான். தூங்கிக் கொண்டிருக்க, எழுப்ப வேண்டாம் என்று ராசண்ணா சொல்லி தலையைத் தடவி முத்தமிட்டான்.. அது தெரிந்தும் நித்திரையால் விழிக்க முடியவில்லை. சில நிமிடங்களிலேயே “ராசண்ணா! ராசண்ணா” கத்தியபடி கண் விழித்துப் பார்க்க,

“உன்ரை ராசண்ணா வந்தவர்”

“ஏன் எழுப்பேல்லை?”

“நீ நித்திரை. அவன் எழுப்ப வேண்டாம் எண்டவன்”

“எங்காலை போனவர்?”

“உந்த வாய்க்காலாலைதான் போறான்”

முகத்தைக் கழுவிக் கொண்டிருந்தாள் அம்மா. ‘விடுக்’கென பறித்துக்கொண்டு வாய்க்கால் வழியாக ஓட, வாய்க்கால் அருகேயுள்ள நாவல் மரங்களில் இருந்த செண்பகங்கள் சிவந்த விழிகளை அகல விரித்துப் பார்த்தன. நீர்வற்றிப் போன வாய்க்கால் மணலில்

கால்கள் புதைந்தன. கானாங்கோழிக் குஞ்சுகள் பற்றைக்குள் மிரண்டு ஓடின. நாகேஸ்வரியக்கா வீடுவரை ஓடிவிட்டு முழங்காலில் கையை ஊன்றியபடி களைப்பாறியபடி கால் தடங்களைப் பார்க்க. ஒரு பெரிய கால் தடம் தெரிந்தது. அதுதான் ராசண்ணாவின் கால்தடம். அந்தக் கால்தடத்தை தொட்டுப் பார்த்துவிட்டு, "இதாலை ராசண்ணா போயிட்டார்போல.. ராசண்ணா என்னைப் பார்க்காமலே போயிற்றார்…" ஏமாற்றத்துடன் வீடு திரும்ப, "அவன் நாளைக்கு வருவான்…" என்றாள் அம்மா.

"தம்பி இஞ்ச வா…" காலை எழுந்து பற்பொடியை கையில் கொட்டிவிட்டு பல்லைத் துலக்கியபடி அழைத்துக்கொண்டு போவான் அண்ணா. வீதியிலும் ஒற்றையடிப் பாதைகளிலும் கால்தடங்களை ஆராய்வான்.

"இது இந்திய இராணுவத்தின்ரை சப்பாத்து அடையாளம்."

"இது இயக்கத்தின்ரை செருப்பு அடையாளம்."

"இது பொன்னையாப்புவின்ரை கால் அடையாளம்"

எல்லாவற்றையும் அடையாளம் கண்டுபிடிப்பான். சிலநேரம் அதிகாலையில் இந்திய இராணுவம் ஊரில் உள்ள இளைஞர்களை வரிசையாக அழைத்துக்கொண்டு செல்வதை பாவட்டம் பற்றைக்குள் ஒளித்திருந்து காட்டுவான் அண்ணா.

"ஏன் அண்ணா அவங்களை இந்தியன் ஆமி கூட்டிக்கொண்டு போகுது?"

"இயக்கமாம் எண்டு கூட்டிக்கொண்டு போறாங்கள்"

"என்ன செய்வாங்கள்?"

"கொண்டுபோய் உடுப்பெல்லாம் கழட்டிப்போட்டு முள்ளுக் கம்பியாலை அடிப்பாங்களாம்"

'இதெல்லாம் அண்ணாவுக்கு எப்பிடித் தெரியும்?' ஆச்சரியமாய் இருக்கும்.

இந்திய இராணுவத்தைப் பார்த்தால் சரியான பயம். பாடசாலை செல்லும்போது வீதியில் இந்திய இராணுவம் பெரும் வாகனங்களில் நிறைய ஆயுதங்களுடன் செல்லும். இந்திய இராணுவ அணி வரத்தொடங்கியதும் நானும் கார்த்திகாவும் வீதிக் கரையில் மரங்களுக்குள் மறைந்துவிடுவோம். கார்த்திகா அச்சத்தில் வெருண்டபடி நிற்பாள். அண்ணாவோ அதில் என்னென்ன

ஆயுதங்கள் கொண்டு செல்லப்படுகின்றன என்று நோட்டம் பார்ப்பான். கைகளைக் காட்டியபடி செல்லும் இந்திய இராணுவத்தை பார்த்து கார்த்திகாவும் விழி பிதுங்க முழிப்பாள்.

அம்மாவிடம் கேட்கும் சில கேள்விகளுக்கு அவள் பதிலே சொல்லுவதில்லை. பாடசாலைவிட்டு வந்ததும் புத்தகப் பையைக் கழற்றி வைத்துவிட்டு சாப்பாடு போட்டுக்கொண்டிருக்கும் அம்மாவுக்கு அருகில் சிறிய பலகைக் கட்டையை போட்டு உட்கார்ந்து

"அம்மா அந்த இந்திய ஆமி ஏன் இஞ்ச வந்திருக்குது?"

"..."

"அவையள் ஆர் அம்மா?"

"..."

"ஏன் உமாக்காவை அண்டைக்கு இழுத்துக்கொண்டு போனவை?"

"..."

"உமாக்கா இனி வரமாட்டாவா?..."

"நீ பேசாமச் சாப்பிடு"

சாப்பாட்டைக் கொடுப்பாள் அம்மா. இதைப்போலவே "ராசண்ணை எங்கை போட்டார் அம்மா? இப்ப ஏன் அவர் வீட்டை வாறேல்லை? அவர் எங்க இருக்கிறார்?" கேட்டுக்கொண்டே இருக்க, அம்மா கதையை மாற்றுவாள். "கதையை மாத்தாதிங்கோ.." குடைந்து குடைந்து கேட்டாலும் அவள் எதுவும் சொல்வதில்லை.

ஆனால் அண்ணாவோ இப்படியில்லை. அவன் இந்த விடயங்கள் தொடர்பான தகவல்களைச் சேகரிப்பதில் கெட்டிக்காரன். ராசண்ணா எங்கு செல்லுகிறான்? எதற்காகச் செல்லுகிறான்? இந்திய இராணுவம் எதற்காக வந்திருக்கிறது? என்பதற்கான பதில்களெல்லாம் அவனுக்குத் தெரியும். பெரும்பாலும் காலை நேரங்களில் இந்திய இராணுவம் செல்லும்போது எங்கு செல்லுகிறது என்பதை மிகவும் உயரமான நாவல் மரத்தில் ஏறி நின்று பார்ப்பான். இந்திய இராணுவத்தையும் நாவல் மரத்திலிருக்கும் இவனையும் மாறி மாறிப் பார்த்து காட்டிக் கொடுக்கக்கூடாதென, குசினியின் புகை ஓட்டை வழியாகப் பார்த்தால், அவர்கள் திபுதிபுவெனச் செல்வர்.

கொக்காவில் காட்டுக்குள் இந்தியப் படைக்கும் இயக்கத்திற்கும் நடந்த சண்டை ஒன்றில் ராசண்ணா காயமடைந்தான். அவனது வயிறு கிழிந்து குடல் வெளியே வந்துவிட்டது. இந்தச் செய்தி அறிந்தபோது பெரியம்மா தலையிலடித்துத் துடித்தாள். அச்சத்தோடு

அக்கம் பக்கம் பார்த்தபடி 'அழாதே' என்று தேற்றினாள் அம்மா. ராசண்ணா இந்தியாவுக்கு கடல் மார்க்கமாக கொண்டு செல்லப்பட்டு, மருத்துவம் செய்யப்பட்டு உயிர் தப்பினான். மீண்டும் ராசண்ணா வன்னிக்கு வந்துவிட்டான் என்றும் மணலாற்றுக் காட்டில் இருப்பதாகவும் பெரியப்பாவை வந்து பாக்குமாறும் வீட்டுக்கு தகவல் அனுப்பினான். கட்டம் போட்ட சேட், கையில் துவக்கு, சிரித்த முகத்தோடு ராசண்ணா புகைப்படம் ஒன்றை அனுப்பியிருந்தார்.

சில நாட்களிலேயே இந்திய இராணுவத்துடன் நடந்த மற்றோர் சண்டையில் ராசண்ணா வீரச்சாவு அடைந்துவிட்டான். அவனின் வித்துடலை கொண்டுவரவில்லை என்றும் காட்டிலேயே இயக்க மரியாதையுடன் அடக்கம் செய்துள்ளதாகவும் போராளிகள் வந்து பெரியம்மாவிடம் சொன்னபோது, அவர்களின் தோளைப் பிடித்து உலுப்பி "என்ரை புள்ளையைக் கொண்டு வாங்கோ" என்று கதறினாள் அவள்.

ராசண்ணா வளர்த்த மைனா, "ராசன்! ராசன்! எங்கை?" என்று கத்திக் கொண்டிருந்தது. ஒருநாள் காட்டுக்குள்ளால் வீட்டுக்கு வரும்போது வழியில் சிறகு முறிந்துகிடந்த மைனா குஞ்சொன்றை ராசண்ணா கொண்டு வந்தார். அதற்கு மருந்து கட்டி சிறிய கூட்டுக்குள் வைத்தார் ராசண்ணா. காயம் ஆறி சிறகுகள் விரிந்தன. இடையில் ஒருநாள் வீட்டுக்கு வந்த ராசண்ணாவைப் பார்த்து சிறகுகளை அசைத்து மகிழ்ந்தது.

"அம்மா! மைனாவைத் திறந்துவிடுங்கோ... பாவம்... அது பறந்து திரியட்டுமன்.." ஆனாலும் மைனாவை திறந்துவிட பெரியம்மாவுக்கு விருப்பமில்லை. அதன் வாயில் வசம்பு தடவி "ராசன்! ராசன்!" என்று பேசக் கற்றுக் கொடுத்தாள் பெரியம்மா. அதுவும் நாளடைவில் "ராசன்.. ராசன்.." அழைக்கத் தொடங்கியது அது. ராசண்ணா இல்லாத வீட்டில் மைனாவின் குரல் பெரியம்மாவுக்கு ஆறுதலாயிருந்தது.

"ராசன்.. ராசன்..."

மனிதர்களைப் போல ஏற்ற இறக்கத்துடன் பேசியது மைனா.

மைனாவைத் திறந்துவிட்டாள் பெரியம்மா. கூட்டைவிட்டுத் திறந்துவிட்ட பின்னரும் மைனா பெரியம்மாவை விட்டு விலகாமல் சுற்றிக்கொண்டு நின்றது. "ராசன்! ரசான்!" துயரத்துடன் கத்தி அழைத்தது. சுவரில் இருந்த ராசண்ணாவின் புகைப்படத்தை தலையை கீழும் மேலும் அசைத்தசைத்துப் பார்த்தது. புகைப்படத்தை மோதி மோதி முத்தமிட்டது.

இந்திய இராணுவ வெளியேற்றத்திற்குப் பின்னர் கிளிநொச்சி இயக்கத்தின் கட்டுப்பாட்டில் வந்தபோது, இரத்தினபுரம் வீதிக்கு

நீக்கிலாஸ் வீதி எனப் பெயர் மாற்றம் செய்யப்பட்டது. பெரியம்மாவின் வீட்டுக்கு அடிக்கடி போராளிகள் வருவார்கள். வரும் போராளிகள் எல்லோரிடமும் அண்ணா நெருக்கமாகப் பழகுவான். அவர்களின் வாக்கி டோக்கியை வாங்கி ஏதாவது ஒரு சொல்லை வாக்கி டோக்கியில் சொல்லவேண்டியவிதத்தில் சொல்லுவான்.

"உங்கடை சொந்தப்பேர் என்ன?"

"இயக்கப் பேர் என்ன? "

"உங்கடை பேஸ் எங்கை இருக்குது?"

ஏதாவது கேட்டுக்கொண்டே இருப்பான். இயக்கத்திற்கு சேர்வதற்காகவே அங்கு வருபவர்களிடம் வழி பார்த்துக் கொண்டிருந்தான் அண்ணா.

ராசண்ணா இயக்கத்தில் இருந்தார் என்றும் அவர் வீரச்சாவு அடைந்துவிட்டார் என்றும் பின்னாளில் அந்தப் புகைப்படங்களே சொல்லின. தடிகளால் செய்யப்பட்ட இருக்கையில் வாக்கிடோக்கியோடு ராசண்ணா இருக்கும் படமும், ஒரு மதகில் ஐந்தாறு போராளிகள் உட்கார்ந்திருக்கும் படமும் கண்ணுக்குள் எப்போதும நிற்பவை. வீரச்சாவடைந்த பின்னர் வரிச்சீருடையுடன் வரையப்பட்ட பெரியபடம் ஒன்றை போராளிகள் கொண்டு வந்து பெரியம்மாவிடம் கொடுத்தார்கள்.

ராசண்ணாவுக்காக கிளிநொச்சி மாவீரர் துயிலும் இல்லத்தில் இயக்கம் நினைவுக்கல் ஒன்றையும் வைத்திருந்தது. பெரியம்மா அந்த நினைவுக்கல்லுக்கே ஒவ்வொரு மாவீரர் நாளிலும் விளக்கு வைப்பாள்.

ராசன் விரும்பி எடுத்த படம் என்று, அவர் துப்பாக்கியை நிமிர்த்தி ஏந்தியபடி நிற்கும் படம் ஒன்றை அவரோடு களத்தில் நின்ற செந்தாழன் கொண்டு வந்து கொடுத்தபோது அதையும் பெரிதாக பிறேம் பண்ணிச் சுவரில் மாட்டியிருந்தாள் பெரியம்மா.

♦♦♦

அழுது விக்கல் எடுக்க திண்ணையில் உட்கார்ந்திருக்க, வாசலில் ஒரு வாகனச் சத்தம் கேட்டது. ஓடிச்சென்று கதவைத் திறக்க, அம்மாவும் அண்ணாவும் இயக்க ட்ரக்கிலிருந்து இறங்கினர்.

"ஏன்டா என்னை விட்டிட்டு இயக்கத்துக்குப் போனனீ.."

குரும்பெட்டியை பொறுக்கி எறிந்தபடி அண்ணாவைத் துரத்திக்கொண்டு ஓடுவதைப் பார்த்து பெரியம்மாவும் அம்மாவும் சிரித்தபடி நின்றனர்.

♦♦♦

அண்ணா இயக்கத்துக்குப் போகாமல் பார்த்துக்கொள்வதில் கண்ணாயிருப்பதை நன்கு விளங்கிக்கொண்ட அண்ணா, அதை வைத்துச் சில ஆதாயங்களைப் பெறலாம் என்று கணக்குப் போட்டான். வீட்டில் அம்மா ரொட்டி சுடத் தொடங்கினால் முதல் ரொட்டி யாருக்கு என்பதில் அநேகம் சண்டை தொடங்கும்.

"சின்னப் பிள்ளைதான் முதல்லை சாப்பிட வேணும்"

"இல்லைப் பெரிய பிள்ளைக்குத்தான் சரியான பசியாய் இருக்கும்"

எனக்கா. உனக்கா என்ற இச் சண்டைகள். சிலசமயம் கைகலப்பிலும் முடிவதுண்டு. அண்ணா வேகமாக தனது ரொட்டியைச் சாப்பிட்டு விடுவான். அடுத்ததாக, எனது கோப்பையிலுள்ள ரொட்டியையும் இலக்கு வைப்பான். கையில் தன் எச்சிலைத் தொட்டுவிட்டு ரொட்டியைத் தொடுவான். சிலநேரம் ரொட்டியைத் தொட்டுவிட்டு மூக்குச்சளியை தொட்ட விரல் என்பான். உடனே வேண்டாம் என்று கோப்பையுடன் தள்ளி விட, அதை எடுத்து அவன் சிரித்துக் கொண்டே சாப்பிடுவான்.

பின்னர், முதல் ரொட்டியை தனக்குத் தராவிட்டால் இயக்கத்திற்குப் போய்விடுவேன் என்று வெருட்டத் தொடங்கி விட்டான். ஒருமுறை பாடசாலை விட்டு வரும்போது வீதியில் ஒரு பேனாவைக் கேட்டு சண்டை பிடித்தான். அதைத் தரவில்லை என்றதும் இயக்கத்திற்கு போகப்போவதாக மிரட்டினான். கெஞ்சி இடைமறித்துக் கொண்டு அந்தப் பேனாவை கொடுக்க அதை வாங்கி பொக்கற்றில் கொழுவிக் கொண்டான்.

"தம்பி உடையான் படைக்கு அஞ்சான் எண்டு சும்மாவா சொன்னவங்கள்..."

"அண்ணா உன்னை விட்டிட்டு இருக்க மாட்டன். உன்ரை தம்பி பாவம்தானே. இயக்கத்திற்குப் போகாத அண்ணா, நீ சொல்லுறது எல்லாம் கேக்கிறன்..."

தோளில் கையைப் போட்டு திமிராக அழைத்து வந்தான். இரவில் அண்ணா இயக்கப் பாட்டுப் பாடத் தொடங்குவான். அம்மா

திண்ணையில் இருக்க, முற்றத்தில், அருகில் படுத்திருந்தபடி, நிலவு வெளிச்சத்தைப் பார்த்தபடி அண்ணா பாடிக் கொண்டிருப்பான்.

"தாயக மண்ணின் காற்றே என்னில் வீசம்மா!

நான் சாகும் நேரம் கடலே நீயும் மூசம்மா!!"

அவன் மீண்டும் இயக்கத்திற்குப் போவானென்று எதிர்பார்க்கவே இல்லை. அப்போது தங்கச்சி பிறந்து ஏழு மாதங்கள். பதின்னான்கு வயதில், ஐந்தாவது தடவையாக அவன் இயக்கத்தில் சேர்ந்தான். சின்னமாமா வீட்டுக்குச் செல்வதாகவே கூறிச்சென்றான். அண்ணா இயக்கத்திற்குப் போய்விட்டான் என்பதை அம்மா உணர்ந்தபோது இரவாகிவிட்டது. தங்கச்சியை காலில் வைத்து தாலாட்டியபடி, இரவிரவாக அம்மா அழுதுகொண்டிருந்தாள்.

அண்ணா, எந்தப் பாசறையில் சென்று சேர்ந்திருப்பான் என்ற யோசனை அலைக்கழித்தது. எழும்பி வெளியில் போய் முற்றத்தில் பாயை விரித்துப் படுத்து நிலவைப் பார்த்திருக்க, "இவன் ஏன் என்னைவிட்டு திரும்பத் திரும்ப இயக்கத்திற்குப் போறான்?" கேள்விகள் மனதைக் குடைந்தன.

"நான்தான் ஏதும் பிழைவிட்டிட்டனோ? கேட்ட எல்லாம் குடுத்தாச்சு. நிறைய விட்டுக்குடுத்தாச்சு. முதல் றொட்டிக்கும் சண்டை பிடிக்கிறேல்லை. செய்யிற குழப்படியளை அம்மாட்டை சொல்லுறதும் இல்லை. பிறகேன், அண்ணா இயக்கத்துக்குப் போனவன்?" காரணம் புரியாத கடும் யோசனை தூக்கத்தை கலைத்தது.

நேற்று அருகில் அண்ணா படுத்திருந்த இடம் வெறுமையாய் இருந்தது. நிலவைப் பார்த்து பாடுவதற்கு இன்று அண்ணா இல்லை. அண்ணா இல்லாத முற்றம் வெளித்து பேரமைதியாய் இருந்தது. நிலவு சோகம் தோய்ந்த விழிகளால் பார்த்தது. நிலவு வெளிச்சத்தில் ஒளிரும் பூவரசம் பூக்களிலும் வெறுமை அப்பியிருந்தது. அண்ணா இல்லாத வீடு இருண்டு போயிற்று.

"நாளைக்கு அண்ணா வந்திருவான்..."

சமாதானம் சொல்லிக்கொண்டபோதும் கண்கள் சுருள மறுத்தன.

விடிந்தும் விடியாததுமாக தங்கச்சியைத் தூக்கிக்கொண்டு என்னையும் ஒருகையில் இழுத்தபடி அம்மா நடக்கத் தொடங்கினாள். முதலில் எந்த முகாமில் போய்ச் சேர்ந்திருப்பான் என்பதைக் கண்டுபிடிக்க வேண்டும். அன்று முழுவதும் கொதிக்கும் வெயிலில் அண்ணாவைத் தேடி அலைந்து, கிளிநொச்சியிலுள்ள இயக்கத்தின்

பாசறைகள் முழுவதுக்கும் ஏறி இறங்கியாயிற்று. இரத்தினபுரத்தில் உள்ள பாசறை ஒன்றில்தான் அவன் போய்ச் சேர்ந்திருக்கிறானென கண்டுபிடிக்க மாலையாகிவிட்டது.

மாலைச் சூரியன் பொழுதை மஞ்சளாக்கினான். உயரமாக கிடுகுகளால் அமைக்கப்பட்ட வேலி. வாசலில் இரு போராளிகள் காவலிருந்தனர். அதிலொருவர் எங்களை உள்ளே வருமாறு புன்னகைத்தபடி அழைத்தார். பனை ஓலையால் வட்டமாக கட்டப்பட்ட வரவேற்பறை. தலைவரின் படமொன்று. சுவர்களில் மாவீரர்களின் படங்கள் தொங்கின. சில போராளிகள் துப்பாக்கிகளை துடைத்துக் கொண்டு நின்றனர். குளித்துவிட்டு ஈரம் காயாத உடலுடன் வரும் போராளிகளின் கழுத்துக்களில் தொங்கிய சயனைட் மாலைகளில் நீர்த்துளிகள் சிந்தின.

"இந்த அம்மாவும் தம்பியும் ஆர்?"

கேட்டுக்கொண்டே தலையைத் துவட்டியபடி உள்ளே சென்றார் ஒரு போராளி.

"பிரசன்னாவின்ரை அம்மாவும் தம்பியும்…"

இன்னொரு போராளி தேநீரைக் கொண்டு வந்து நீட்டினன்.

"தம்பி, எத்தனையாம் வகுப்பு படிக்கிறியள்..?" கன்னங்களைத் தடவிக்கொண்டு கேட்டார்.

"ஆறாம் வகுப்பு."

"உங்களை மாதிரியே எனக்கும் ஒரு தம்பி இருக்கிறான்…"

"அந்தத் தம்பியும் அண்ணாவை விட்டிட்டு இப்பிடித்தான் அழுவான்.." மனதுக்குள் நினைத்துக் கொண்டு, "ஆனால் நான் மட்டும் அண்ணாவை விட்டிட்டுப் போறேல்லை." பிடிவாதமாயிருக்க, பாசறையின் பொறுப்பாளரும் வந்துவிட்டார்.

"என்ரை பிள்ளையை விடுங்கோ! தகப்பனும் இல்லாமல் பெரிய கஷ்டப்பட்டு வளத்தனான். எனக்கு உதவிக்கும் ஆரும் இல்லை." கதறியழுதாள் அம்மா. பொறுப்பாளர் எல்லாவற்றையும் நிதானமாக கேட்டுக் கொண்டிருந்தார். அம்மாவின் கைகளைப் பற்றி "அம்மா அழாதேங்கோ! எங்களுக்கு உங்கடை நிலமை தெரியும். நாங்கள் அவரை போகச் சொல்லிக்கொண்டுதான் இருக்கிறம். அவர்தான் போகமாட்டன் எண்டு அடம்பிடிக்கிறார். நீங்களே வந்து அவரிட்டைக் கேளுங்கோ"

பாசறைப் பொறுப்பாளர் அலுவலகத்திற்குள் அழைத்துச் சென்றார்.

“பிரசன்னா இஞ்ச வாங்கோ! ஆர்வந்திருக்கிறது எண்டு பாருங்கோ!”

எட்டிப் பார்த்துக்கொண்டே அழைத்தார் பொறுப்பாளர்.

உள்ளே ஓடிச்செல்ல, அண்ணாவின் கையில் விடுதலைப் புலிகள் ஏடு. நிமிர்ந்து பார்த்துவிட்டு மீண்டும் பத்திரிகையில் விழிகளைப் பதித்தான்.

“அம்மா அழுங்கோ அப்பத்தான் ஆள் வரும்”

இரகசியமாக அம்மாவுக்குச் சொன்னார் பொறுப்பாளர். அம்மாவும் அழத் தொடங்கினாள்.

“இப்ப ஏன் அழுகிறியள்?”

“இதுக்கா உன்ன இப்படி கஷ்டப்பட்டு வளத்தனான்”

“போராடுற எல்லாரும் கஷ்டப்படாமலே வளந்தவையள்?”

“உன்ரை தங்கச்சியையும் தம்பியையும் ஒருக்கால் நினைச்சுப் பாத்தியே”

“போராடப் போன மற்றவீடுகளிலை தம்பி, தங்கச்சியள் இல்லையே?

இதைக் கேட்டு அழத்தொடங்க, “தம்பி நீங்களும் நல்லாய் அழுங்கோ” என்று கண்ணைக் காட்டினார் பொறுப்பாளர்.

“அண்ணா வா! அண்ணா வீட்ட வாடா! நீ சொல்லுறது எல்லாம் கேட்டனான்தானே? என்டை சேட், கொம்பாஸ், கலர்ப்பேனை எல்லாத்தையும் உனக்குத்தாறன்..” அண்ணாவின் கையை இறுகப் பற்றி இழுத்து,

“நீ வந்தியன்டை உனக்கு பத்து கடாபி வாங்கித் தருவன்..”

அவனுக்கு இனிப்புக் காட்டியதைக் கண்டு பொறுப்பாளரின் விழிகள் கலங்கின. அம்மாவோ அழுதுகொண்டே இருந்தாள். சில மணிநேரம் ஆகியது. நீண்ட மௌனத்தின்பின் அண்ணா வாய் மலர்ந்தான்.

“சரி, வாறன். நீங்கள் வீட்டை போங்கோ!”

“சரி அம்மா நீங்கள் போங்கோ. நான் ஆளைக் கொண்டு வந்து விடுறன்” புன்னகையுடன் அனுப்பி வைத்தார் பொறுப்பாளர். ‘சேட்டும்-கொம்பாசும் கலர்ப்பேனையும் தரேல்ல எண்டுதான் இயக்கத்துக்கு போயிருக்கிறான்... குடுத்திருவம்.’ முடிவும் எடுத்தாகிவிட்டது.

அண்ணா வருகிறானா? குசினியின் புகை ஓட்டைவழியாகப் பார்த்தபடியிருக்க, அம்மா ரொட்டி சுட்டுக் கொண்டிருந்தாள். முதல் ரொட்டி சாப்பிடப்படாமல் அண்ணாவுக்காக காத்திருந்தது. ஒரு ட்ரக் வர, அதிலிருந்து அண்ணா இறங்கி வந்தான். போகும்போது போட்டிருந்த சேட்டுக்குள் ஒரு வரிரீசேட் போட்டு, கழுத்தில் தகடு ஒன்றும் கட்டியிருந்தான். உடனே விழிபிதுங்க அதை இழுத்து தொட்டுப் பார்த்தால், அதில் இலக்கம் எதுவும் இல்லை. மலர்ந்த முகத்தைப் பார்த்து,

“கெதியா இதிலை ஒரு நம்பர் வரும்”

விறைப்பாகச் சொன்னான். முதல் ரொட்டியை நீட்ட, வாங்கி சாப்பிடத் தொடங்கினான். கழுத்தில் சயனைட் குப்பியும் கட்டியிருந்தான். அது மஞ்சளும் சிவப்புமாக இருந்தது. அண்ணா வந்துவிட்டான் என்று பெரும் புளுகம். சந்தோசத்தில் பசியும் போய்விட்டது. தகட்டையும் சயனைட் குப்பியையும் காட்டியபடி,

“ஏதோ எல்லாம் தாறன் எண்டு நேற்று சொன்னமாதிரி இருந்தது. சேட்டை நீ வைச்சிரு. அந்தக் கொம்பாஸ், கலர்ப் பேனைய தரலாம் என..”

“தரலாம்தான்...”

“எங்கை பத்துக் கடாபியும்...”

ஒரே தடைவையில் இரண்டு வெள்ளைக் கோடிட்ட கறுப்பு நிறக் கடாபிகள் இரண்டை இரு பக்க சொக்குகளும் தள்ளி வெளி நிற்க, சாப்பிட்டான்.

“அதுசரி, இதுக்காகவா இயக்கத்துக்குப் போனனீ? முதலே என்னட்டைக் கேட்டிருக்கலாமே?” முறைத்தான் அண்ணா. சட்டை பொத்தான்களை திறந்து கழுத்தில் இருந்த சயனைட் குப்பியைக் காட்டினான்.

“சரி, இதென்ன சயனைட் குப்பி?”

“...”

உனக்கு ஏன் தந்திருக்கினம்?

“...”

தனக்கும் சயனைட் குப்பி வேண்டும் என்று அண்ணா அடம் பிடித்துள்ளான். போராளிகளும் மாலை ஒன்றைப் போட்டு ஆளை அனுப்பியுள்ளார்கள். ஆனால், அதற்குள் இருந்தது மஞ்

சள் நிறமான சன்லைட் சோப்பும் சிவப்பு நிறமான லைபோய் சோப்பும் என்பது இரண்டு நாட்களின் பிறகே தெரிந்தது.

♦♦♦

நிரை நிரையாய் வெண்பூக்கள் பூத்துக் குலுங்கும் வேம்புபோல, வைரவர் கோயில் திருவிழாவினால் களைகட்டியிருந்தது இரத்தினபுரம். இரவு பகலாக லவுட்ஸ்பீக்கரில் பக்திப் பாடல்கள் ஒலித்தன. இடையிடையே திருவிழா உபயக்காரர்களின் பெயர்கள் பெருமிதப்பட திருவிழா நடைமுறைகளை அறிவித்தன. திருவையாறு, ஆனந்தபுரம், கனகாம்பிகைக் குளம் என்று அக்கம்பக்கத்து கிராமங்களில் இருந்து வந்த சனங்கள் எல்லாம் கோயிலில் நிறைந்திருந்தனர். மஞ்சள் பூக்களைச் சுமந்த பூவரசம் மரங்கள் சனங்களை நலம் விசாரிப்பதுபோல் தலைதாழ்த்தி நிமிர்ந்தன.

வைரவர் கோயில் திருவிழா என்றால், இரவுபகல் என்றில்லாது பதினைந்து நாட்களுக்கு களைகட்டிவிடுவது வழக்கம். கனகாம்பிகை அம்மன், வற்றாப்பளையம்மன், பொறிக்கடவை, புளியம்பொக்கனை என்று வருடா வருடம் வரும் எந்தத் திருவிழாவாக இருந்தாலும் வைரவர் கோயிலடியிலிருந்து ஒரு முப்பத்தைந்து உழவு இயந்திரமாவது புறப்படும். கார்த்திகா இருப்பதற்கு ஒரு இடத்தைப் பிடித்துவிட்டு உழவு இயந்திரத்தின் பின் கதவைப் பிடித்தபடி நிற்க, "பாத்தியாடா வினோதனை? கார்த்திகாவுக்கு இடம்பிடிச்சுக் குடுக்கிறான்" ரகு நக்கலடிக்க, வெட்கப்பட எல்லோரும் சிரித்ததும் இவ் ஆலய முன்றலில்தான்.

திருவிழாவில் நாள் முழுக்க திரிவதால் கால்கள் முழுவதும் புழுதி படிந்து மஞ்சளாக மாறிவிட்டன. மணிக்கடைகள் ஒவ்வொன்றாக ஏறி இறங்கிக் கொண்டிருந்தான் அண்ணா. ஒரு விளையாட்டுத் துப்பாக்கியை வாங்கவும் ஒரு பைக்கற்று ஆமியை வாங்கவுமே அவன் இவ்வாறு திரிகிறான். ஒவ்வொரு திருவிழாவிலும் இதைத்தானே வாங்குகிறான். இதற்காக உண்டியலில் நாளுக்கு இருபத்தைந்து சதம் வீதம் சேகரித்து வைத்திருந்தான். தொங்கிக் கொண்டிருக்கும் ஆமிப் பைக்கற்றுக்களை சுற்றிச் சுற்றிப் பாத்தான். பச்சை நிறத்திலும் பிறவுண் நிறத்திலும் தொங்கிய இரண்டுவிதமான பைக்கற்றுக்கள் ஒவ்வொன்றினுள்ளும் ஒவ்வொரு தொகுதி படைகள் இருந்தன.

"ஆமி இருக்குதா? நேவி இருக்குதா? செயின்பிளக்? அது டாங்கியா?"

மணிக் கடைக்காரனை துருவித் துருவிக் கேட்கவும், அவனோ இவனுக்குப் பதில் சொல்லிக் களைத்துப் போயிருந்தான். அண்ணா வேறு வேறு கடைகளுக்குப் போவதும் வருவதுமாக இருந்தான். கடைசியில் “தம்பி யாவாரம் பாக்க விடுங்கோ..” எரிச்சலூட்டப்பட்டவனாக சொன்னான் அவன். நானாக இருந்தால் விளக்கில் ஓடும் படகு அல்லது காற்றில் சுழலும் பம்பரந்தான் வாங்குவேன். இதுகூடப் பரவாயில்லை. பூங்குன்றன் “உயிரோடை இருக்கிற ஆமி வாங்கித் தாங்க” என்று அவனுடைய அம்மாவிடம் அடம்பிடித்தான். அந்த ஆமி நடக்க வேண்டும் ஓட வேண்டும் என்றெல்லாம் அவன் கேட்டான். ஆமி இயக்கம் விளையாட்டில் அந்த ஆமியை ஓட விரட்டவேணுமாம்.

இயக்கம் ஆமி விளையாட்டு விளையாடுவது வழமை. “நீ ஆமி, நான் இயக்கம்...”. தினமும் ஆமியாக்கிவிட்டு அண்ணா இயக்கமாகி விடுவான். “இயக்கம் என்டால் வெல்லும், ஆமி என்டால் தோற்கும்..” பிராவின் காதுக்குள் குசுகுசுத்தான்அவன். இதனால் யார் இயக்கம்? யார் ஆமி என்பதிலும் சண்டை வரும். தடிகள்தான் துப்பாக்கி. கற்கள்தான் குண்டுகள். நேரடிச் சண்டை, மறைந்திருந்து தாக்குதல் சண்டை உக்கிரமாகும். பெருஞ்சமர் நடக்கும். குண்டுகளை எறிந்து துப்பாக்கியால் சுடுவோம்.

“பட பட....”

கடுஞ் சண்டை நடந்தது. பூங்குன்றன், ரகு, அன்பழகன், பிரியன், பிரதாபன், கார்த்திகா, பிரா, நேசகுமார், பிரியன், இசைப்பிரியன், நேசராஜ் என்று பத்துப் பதினைந்துபேர் கொண்ட அணிகள் ஆமியாகவும் இயக்கமாகவும் உருவெடுக்க சண்டை மூண்டது. இலைகுழைகளை உடம்பில் கட்டிக்கொண்டு கெரில்லாப் போராளிகளாக களம் இறங்கத் தொடங்கியது போர்.

ஒரு புத்திற்குப் பின்னால் மறைந்திருந்து இராணுவத்தரப்பு தாக்கியது. அது பெரிய மலை. அதைக் கைப்பற்றுவதுதான் இலக்கு. மேலே ஹெலிகப்டர் சுற்றிக்கொண்டு தாக்குகிறது. அத்துடன் புக்காரா விமானங்களும் குண்டுகளைத் தள்ளுகின்றன. தூரத்தில் இருந்து இன்னொரு இராணுவ அணி செல்களை வீசிக் கொண்டிருக்கிறது. உய்.... கும்.... கடும் சண்டையின் பின்னர், இழப்புக்களோடு இராணுவத்திற்கு பெரும் தோல்வியை ஏற்படுத்தி மலையைக் கட்டுப்பாட்டுக்குள் கொண்டுவந்தது இயக்கம்.

ரகு காயம்பட மருத்துவப் போராளிகளான இசைப்பிரியனும் பிரியந்தனும் மருந்து கட்டிக்கொண்டிருந்தனர். பிரா வீரமரணம் அடைந்துவிட்டான். ரகுவின் அம்மாவாக கார்த்திகா. பிள்ளையை பறிகொடுத்த தாயாக, அவள் கதறிக் கதறி அழுதுகொண்டிருந்தாள்.

அண்ணா வீரவணக்க கூட்டத்தில் பிராவின் போராட்ட பயணத்தைப் பற்றி பேசிக்கொண்டிருந்தான். எதிரியுடன் களமாடி, வீரமரணமடைந்து தன் விழிகளை மூடியுறங்கும் மாவீரன் பிராவுக்கு சனங்கள் அஞ்சலி செலுத்தினர்.

வைரவர் கோவில் திருவிழாவில் மணியண்ணையின் நாடகம் எப்படியும் இரண்டு நாட்கள் நடக்கும். பக்திப்படம், பட்டிமன்றம், வழக்காடு மன்றம், பேச்சு என்று நாள்தோறும் இரவில் ஏதோ ஒரு நிகழ்வு இருக்கும்.

மணியண்ணைக்கு நாடகம் என்றால் உயிர். "எங்கடை நாடகங்களை அரங்கேற்ற எங்களுக்கு இதைவிட வேறை சந்தர்ப்பம் இல்லை.." நாடகத்தின் அவசியம் குறித்தே எப்போதும் பேசுவார்.

அரசியல், சமூகப் பிரச்சினைகள் பற்றிய கதைகளை அவர் நாடகமாக எழுதுவார். "நாடகம், போராடும் மக்களின் கலைவடிவம். சனத்தை எளிதாய்ப் போய்ச்சேரும். இன விடுதலைக்காய் போராடுகிற நாங்கள் கட்டாயம் பயன்படுத்தவேண்டிய படைப்பு வடிவம் நாடகம்" இப்படி சிலவேளை வகுப்பும் எடுப்பார். நாடகம் முடிய மணியண்ணை சனங்களிடம் அபிப்பிராயங் கேட்பார்.

பாடசாலைகளில் சரஸ்வதி பூசை, ஒளி விழாக்களிலும் மணியண்ணையைக் கூப்பிட்டு நாடகம் போடுவார்கள். இதன் பிறகெல்லாம் மணியன்ணை கிளிநொச்சியில் மிகவும் பிரபலமான நடிகன் ஆகிவிட்டார். அவரிடம் இருந்தது ஒரு துருவேறிய சைக்கிள் மாத்திரமே. கடகடவென அதை மிதித்துக் கொண்டு செல்லும் மணியண்ணையைப் பார்த்து "உவன் பெரிய நடிகன்தான்..." சனம் திரும்பித் திரும்பிப் பார்க்கும். ரசிகர்களைச் சந்தித்து "நேற்றுப் பாத்த நாடகத்திலை என்ரை கதாபாத்திரம் பிடிச்சிருக்குதோ? கருத்து சொல்லுங்கோ" அடிக்கடி கேட்டுக்கொள்வார்.

"மணியண்ணையின் 'விடுதலை மூச்சு' நாடகம். வைரவர் கோயில் முன்றலில் கண்டு களிக்கத் தவறாதீர்கள்!." இவ்வாறு வெள்ளைத் தாளில் பச்சை மையினால் எழுதப்பட்ட சுவரொட்டி, சந்திகள், பாலங்களில் உள்ள மதகுகள், வேலிகள், மரங்கள் எல்லா இடங்களிலும் ஒட்டப்பட்டிருந்தன. திருவிழாவில் மாத்திரமின்றி மணியண்ணை எங்கு நாடகம் நடித்தாலும் இவ்வாறு சுவரொட்டி எழுதப்படுவதும் மக்கள் அலையலையாகத் திரள்வதும் வழமையாக நடக்கின்ற நிகழ்வுதான்.

திரண்டிருந்த ஊர்மக்களிடையில் இரண்டு போராளி நண்பர்களின் வாழ்க்கையைப் பற்றிய மணியண்ணையின் நாடகம் மேடையேறியது. எத்தகைய வேடங்களையும் கண்ணுக்கு முன்னால் கொண்டுவரும் மணியண்ணை ஒரு போராளியாக மேடையில் பாத்திரமேற்று

வந்தபோது எல்லோரும் பிரமிப்போடு ஆரவாரித்தனர். உருக்கத்துடன் அந்தப் போராளியாய் கண்முன்னே வந்து நின்றார் அவர்.

“ஓ மரணித்த வீரனே உன் சீருடைகளை எனக்குத் தா.

உன் பாதணிகளை எனக்குத் தா

உன் ஆயுதங்களை எனக்குத் தா.

எங்கள் மண்ணில் உன் பெயர் எழுதிவைக்கப்படும்

நீ மடியவில்லையடா

உன் கதை முடியவில்லையடா.”

பாடலுடன் நாடகம் முடிந்து திரை மூடியது. மணியண்ணையின் நெஞ்சை உருக்கும் நடிப்பால் எல்லோரும் அழுதேவிட்டனர். “தரமான நாடகம்..” அண்ணா பாராட்டிக் கொண்டிருந்தான். மணியண்ணையின் மகன் பூங்குன்றன் நாடகம் தொடங்குமுன்பே நித்திரையாகிப் போனான். ”அப்பா நடிக்கிறதை பாக்கத் தாங்கேலாமல் அவன் தூங்கிட்டான்” பிரா நக்கலடித்தான். ஆனால் ரகுவோ, தன் தந்தையின் நாடகத்தை கண்வெட்டாமல் பார்த்துக் கொண்டிருந்தான்.

மணியண்ணையின் நாடகம் குறித்து அடுத்தநாள் ஈழ நாதத்தில் செய்தி ஒன்று வந்திருந்தது. அதில் போராளி வேடத்தில் இருக்கும் மணியண்ணையின் படமும் வெளிவந்திருந்தது. “இயக்கத்துக்குப் போகாமலே மணியண்ணை போராளி ஆகிட்டார்.” என்று அண்ணா சொல்ல “அவரும் நாடகத்தை வைச்சு எங்கடை போராட்டத்துக்கு உதவுற போராளிதான்” பெருமைப்படுத்தினாள் நாகேஸ்வரியக்கா. மணியண்ணையின் முகத்தில் பெருமையற்ற மகிழ்ச்சி கசிந்தது.

♦♦♦

பள்ளிக்கூட மைதானத்தில் கிளித்தட்டு விளையாட்டு தொடங்கியது. யாழ்ப்பாணத்தில் நாடகம் ஒன்றில் நடிப்பதற்காக மணியண்ணை கிளாலி வழியாகச் சென்றிருந்தார். தன்னுடைய அப்பா வரும்போது கிரேப்ஸ் பழங்கள் வாங்கி வருவார் என்று கிளித்தட்டு பெட்டிக்குள் நின்றபடி பூங்குன்றன் மகிழ்ந்தான். “அடேய்.. கிளி அடிக்கப்போகுது. முதலிலை அதைப் பார்..” கத்தினான் நேசகுமார். அன்பழகன் கிளியாக பறக்கத் தொடங்கி பல நிமிடங்களாக ஒருவரையும் அடிக்க முடியாமல் ஓடிக் கொண்டிருந்தான். இதற்குள் பூங்குன்றனும் கார்த்திகாவும் நேசராஜூம் கிளியின் பூட்டுக்குள் சிக்கிவிட்டார்கள். பூட்டை உடைக்க அவர்கள் கடுமையாக

முயற்சித்துக் கொண்டிருந்தார்கள். இன்னொரு பக்கம் பெட்டியை விட்டுப் பாய பிரியன் முண்டிக் கொண்டிருந்தான்.

திடீரென, வானம் இரைச்சலால் அதிர்ந்தது. அனைவரும் அதிர்ச்சியோடு வானத்தை நிமிர்ந்து பார்த்தால், சத்தம் மாத்திரம் கேட்கிறது. சுழன்று சுழன்று வானத்தைப் பார்க்க, சுப்பர்சொனிக் வந்திரைந்தது. விமானங்களையோ கண்ணுக்குத் தெரியவில்லை. அது ஒரு திசையில் வந்தால் இன்னொரு திசையில் சத்தம் கேட்கும். வானத்தில் பேரிரைச்சல் அதிகரிக்கத் தொடங்கியது. திடீரென சத்தம் குறைந்தது. மைதானத்திலிருந்து பாடசாலைக்கு அருகில் உள்ள பதுங்குகுழிக்கு ஓடுவதற்கு ஐந்து நிமிடங்களாவது தேவை. சத்தம் இல்லாதபடி மிகவும் தாழ்வாக விமானங்கள் இறங்குவது கண்களுக்குத் தென்படவில்லை. எங்கு போவது, என்ன செய்வதெனத் தெரியாமல் மைதானத்தில் அனைவரும் அலறியடித்து மைதானத்தின் பின்புறம் நோக்கி ஓடத்தொடங்க விமானம் மிரட்டிக் கொண்டு வானத்தில் ஆடியது.

கோழிக் குஞ்சுகளைப் பிடிக்க பிராந்து வரும்போது குஞ்சுகள் பற்றைக்குள் பதுங்குவதைப்போல எல்லோரும் வெள்ளை உடைகளுடன் பற்றைக்குள் பதுங்கிக் கொண்டது, சுப்பர் சொனிக்கின் குண்டுகளிடமிருந்து அந்தப் பற்றை காப்பாற்றுமென நம்பி.. பிரதாபன் சிதைவடைந்த, தண்ணீர் பாயும் குழாயொன்றினுள் ஒருவாறு புகுந்துகொண்டான். இன்னும் பலர் பதுங்க இடம் தேடி ஓடிக் கொண்டிருக்கவும் சுப்பர் சொனிக்குகள் குண்டுகளை கொட்டத் தொடங்கின.

எங்கிருந்தோ ஓடிவந்த அண்ணா, கீழே கிடந்த கற்களை எடுத்து விமானத்தை நோக்கி எறிந்தான். "நல்லா ஊண்டி எறி. சனியன் விழட்டும்..." நிலத்தில் குப்புறக் கிடந்து தலையை சரித்தபடி சொல்லிக் கொண்டிருந்தான் பிரா. "பிரசன்னா.. விழுந்து படடா..." அண்ணாவை அணைத்தபடி நிலத்தில் விழுந்து படுத்தான் நேசகுமார்.

பாடசாலைமீது குண்டுகள் கொட்டப்பட்டபோது, கிளிநொச்சி நகரமே அதிர்ந்தது. நகரம் எங்கும் அழுகை பரவியது. அண்ணா ஓடிவந்து தூக்கினான். "தம்பி உனக்கு ஒண்டுமில்லையே?..". கன்னத்தில் முத்தமிட்டான். "எங்கை பிரதாபன்? எங்கை பூங்குன்றன்?" ஒவ்வொருவராகத் தேடிக்கொண்டு ஓடினான். விமானக் குண்டின் துண்டொன்று பூங்குன்றனின் நெஞ்சைக் கிழித்திருந்தது. அவன் நிமிர்ந்து வானத்தைப் பார்த்தபடி மூச்சடங்கியிருந்தான். அவனது கண்கள் வானத்தை வெறித்துப் பார்த்தபடியிருந்தன. வெள்ளைச் சீருடை முழுவதும் குருதி. அது சிவப்பு உடையாக மாறியிருந்தது.

"அண்ணா பூங்குன்றன் ஏன் படுத்திருக்கிறான்...?"

தீபச்செல்வன்

அண்ணா கண்களைத் தன் கையால் பொத்தி மூடி, தள்ளிக் கூட்டிச் சென்றான். கிளிநொச்சி குருதியாலும் கண்ணீராலும் நனைந்திருந்தது.

அடுத்தநாள் வெளியான ஈழநாதம் பத்திரிகையின் முகப்பில் "தமிழர் தாயகத்தின்மீது வான் வழி, கடல்வழித் தாக்குதல்கள்" என்ற தலைப்புச் செய்தியின்கீழ் இரண்டு பெரிய படங்கள் வெளிவந்திருந்தன. ஒன்றில் 'கிளிநொச்சி பாடசாலைமீது சிறிலங்கா அரசு நடத்திய விமானத் தாக்குதலில் ஐம்பது மாணவர்கள் பலி...' என்றும், மற்றையதில் 'யாழ்ப்பாணத்திலிருந்து கிளாலி வழியாக வன்னிக்கு வந்த 47 பயணிகள் சிறிலங்கா கடற்படையால் வெட்டிக் கொலை...' என்றிருந்தது.

கிளாலியில் நேவி வெட்டிப் போட்டவர்களின் மத்தியில் மணியண்ணையை ரகு கட்டிப்பிடித்தபடியிருந்தான். கொல்லப்பட்டு அடுக்கப்பட்ட பள்ளி மாணவர்கள் மத்தியில் ஏக்கம் நிறைந்த இரண்டு கண்களாலும் பூங்குன்றன் வானத்தைப் பார்த்தபடியிருந்தான்.

◆◆◆

முறிப்பிலிருந்து அக்கராயன் வரை இயக்கத்தின் எல்லா பாசறைகளிலும் அண்ணாவைத் தேடினாள் அம்மா. போகிறவர்கள் வருகிறவர்களை எல்லோரையும் பார்த்து "பிரசன்னாவைக் கண்டனியளே?" கேட்டுக் கேட்டு களைத்துப் போயிருந்தாள். இடப்பெயர்வுகளால் நாளுக்குநாள் எல்லாமும் அங்கும் இங்குமாய் மாறிக்கொண்டே இருந்தன. கந்தபுரத்தில் உள்ள தமிழீழ அரசியல்துறை அலுவலகத்திற்குப் போய் "என்ரை பிள்ளையை விடுங்கோ. நான் மனுசனும் இல்லாமல் கஷ்டப்பட்டு வளத்தனான். இடம்பெயர்ந்து பெரிய கஷ்டத்திலை இருக்கிறன்.." எழுதிய கடிதம் ஒன்றைக் கொடுத்துவிட்டு வந்தாள். இம்முறையோடு அவன் இயக்கத்தில் சேர்வது ஆறாவது முறை.

"வயது இப்ப பதினாறு. சண்டை இல்லாமல் இருந்திருந்தால் எடுத்திருக்கலாம்"

அம்மாவிடம் சொல்லிக் கொண்டிருந்தாள் நாகேஸ்வரியக்கா.

"இந்தச் சண்டைக்குள்ளை எங்கையெண்டு போய் அவனைத் தேடுறது?" விம்மினாள் அம்மா.

"...."

“அவங்கள் போகச்சொன்னாலும் அவன் வரமாட்டானே...” தலையில் கையை வைத்தபடி பொருமினாள் அவள்.

♦♦♦

இரவு ஒன்பது மணியிருக்கும். திடீரென செல்லடிக்கும் சத்தம் காதைப் பிளக்கத் தொடங்கியது. தென்னைகள் சலசலத்தன. அம்மா இருவரையும் மடிக்குள் வைத்திருந்தாள். அடி வளவில் கட்டப்பட்ட மாடுகள் பீதியுடன் கத்தின. “செல், சேவியர் கடைப் பக்கமாய் விழுறமாதிரி இருக்குது?” நாகேஸ்வரியக்கா, இரவை கிழித்தெழும் ஓசையைச் செவிமடுத்தபடி சொன்னாள்.

“கிளிநொச்சிக்குப் போக ஏலாதா? இடம்பெயர வேணுமே?..” என்ற கலக்கம் சூழத் தொடங்கியது. முறிப்புக்கு அப்பால் என்ன இடம் இருக்கிறதென தெரியாது. செல் சத்தமும் துப்பாக்கிச் சூடுகளும் அதிகரிக்கத் தொடங்கின. விமானங்களும் ஹெலிகொப்டர்களும் சுற்றத் தொடங்கின. வீடு அதிர்ந்தது.

“சரிவராது போலக் கிடக்கு... வெளிக்கிட வேண்டித்தான் வரப்போகுது...”

வெறுப்போடு சொன்னாள் நாகேஸ்வரியக்கா. “கோணாவிலுக்குப் போவம்” என்றாள் நாகேஸ்வரியக்காவின் அம்மா. விடியற்காலையில் சண்டை சற்று ஓய்ந்திருந்தது. மீண்டும் இடம்பெயர்வதற்குத் தயாராகினோம். ஒரு “தேத்தண்ணி குடிச்சிட்டு நடையைக் கட்டுவம்” அம்மா பால் காய்ச்சி, தேநீரை ஆற்றிக்கொண்டிருந்தாள்.

அந்தச் சிறிய இடைவேளையில் இதுதான் தருணமென சில கிளிகள் கீச்சிட்டபடி கொய்யாப் பழங்களை கொத்தித் தின்றுகொண்டிருந்தன. கொண்டைக் குருவி ஒன்று அவச அவசரமாக சுன்டன் கத்திரிப் பூக்களில் தேனை உறிஞ்சின. இரவிரவாக கத்திய மாடுகள், காலை மடக்கிப் படுத்து சற்று காலாறின. நானும் தங்கச்சியும் தேநீருக்காக அம்மா ஆற்றும் தேநீரைப் பார்த்திருக்க, திடீரென ஒருசெல் கூவிக்கொண்டு வந்து கிணற்றடியில் விழுந்தது. மரங்கள் சூறைக்காற்றில் சிக்கினாற்போல பிய்த்தெறியப்பட்டு அங்கும் இங்குமாய் சிதறின. கிக்கிக்கீயென்றபடி மிரண்டு பறந்தன கிளிகள். செல் பட்டு சரிந்தன சில மாடுகள். கையில் கிடைத்த பொருட்களை எல்லாம் பையில் போட்டுக் கொண்டு, அடுத்த செல் எப்போது, எங்கு வேண்டுமானாலும் வந்து விழலாம். பால்தேநீரை பானையுடன் பாத்திரப்பைக்குள் வைத்தாள் அம்மா.

“போவோம் வாங்கோ..”

பதைப்புடன் எல்லோரையும் கைகளை உயர நீட்டி அழைத்தாள் நாகேஸ்வரியக்கா. எல்லோரும் பின்வளவு வழியாக நடக்கத் தொடங்கினோம். திடீரென வைத்திருந்த பையை நிலத்தில் வைத்து விட்டுத் திரும்ப வீட்டுப்பக்கம் ஓட, “ஏன் இவன் திரும்ப உங்கை போறன்...” கத்தினாள் நாகேஸ்வரியக்கா. மற்றொரு செல் முன்வளவில் விழுந்து வெடித்தது. ஒரு கிளியொன்று துடிதுடித்தபடி முன்னால் விழுந்தது. எல்லோரும் பதட்டத்தோடு கத்தத் தொடங்கினார்கள். செல்லோ மழையாய்ப் பொழிகிறது. கந்தகப் புகை வான் நிறைத்துப் பரவுகிறது. அண்ணா தவழும்போது எடுக்கப்பட்ட அந்தப் புகைப்படத்தை எடுத்துக்கொண்டு ஓடிவர, “இதை எடுக்கவே இப்ப ஓடினனீ..” பதறிய நாகேஸ்வரியக்கா குரலை சற்று தணித்தபடி “சரி சரி.. கெதியா நடவுங்கோ...” அனைவரையும் வழிநடத்தினாள். பின்வளவு கடக்க செல்களும் எங்களைக் கடந்து வந்து விழுந்தன.

“முறிப்பு மயானவீதி வழியாக முறிப்புச் சந்திக்குப் போவோம்” முன்னுக்கு நகர்ந்தாள் நாகேஸ்வரியக்கா. முறிப்பு மயான வீதிக்கு ஏறியதும் அந்த வீதியை இலக்கு வைத்துச் செல்கள் வந்து விழத்தொடங்கின. செல் கூவிக்கொண்டு வரும் சத்தம் கேட்க, உடனே நிலத்தில் விழுந்து படுக்க, செல் வந்து விழுந்து வெடித்ததும் பின்னர் எழுந்து நடை தொடர்ந்தது. ஓசையெழுப்பாது சில செல்கள் வந்து விழுந்து வெடித்தன. இவ்வாறு ஒவ்வொரு செல்லையும் தாண்டித் தாண்டிச் சென்றுகொண்டிருக்க, வீதியில் சைக்கிளில் சென்ற ஒருவன் வயிறு கிழிந்து இறந்துபோய்க்கிடந்தான். அவனுடைய குடல் வெளியில் வந்து, சரிந்து கிடக்கும் அவனது சைக்கிளில் கொளுவப்பட்ட பையுக்குள் கிடந்தது.

தங்கச்சியையும் பொதிகளையும் சுமந்தபடி வந்த அம்மா தடாலென பொதிகளைப் போட்டுவிட்டு எங்கள் இருவரது கண்களையும் பொத்தினாள். பிணங்கள் அங்கொன்றும் இங்கொன்றுமாக சிதறிக் கிடந்தன. பிணங்களைக் கடந்து முறிப்பு பாடசாலையை அடைய, முறிப்புச் சங்கத்தடியில் இடம்பெயர்ந்த சனங்கள் குழுமி இருந்தார்கள். அதைக் கடந்து முறிப்பு சந்தியை நோக்கி நடை. களைத்தபடி போக. “எடி.. நாகபூசனி.. இஞ்சை வாடி....” முறிப்பு வாய்க்காலின்மேல் தேத்தண்ணிக் கடை போட்டிருந்த ஆனந்தபுரம் பாலை ஆச்சி கூப்பிட்டார்.

“ஆச்சி கனகபுரத்திலை எல்லாப் பக்கமும் கடும் சண்டை. அருந்தப்பு தப்பிவாற மெணை!”

“நீ ஏன் உந்தப் புள்ளயளையும் வைச்சுக்கொண்டு அங்கை நிண்டனி?”

"...."

"முதலிலை இந்தத் தேத்தண்ணியக் குடி"

நீட்டினார் பாலை ஆச்சி. ஆச்சியின் மகன் ஒருவனும் இயக்கத்திற்குப் போயிருந்தான். "என்டை பெடியனும் இயக்கத்துக்கெல்லே போட்டான். உங்கடை மகனிட்டை ஏதும் விசாரிக்கலாமே" அங்கலாய்த்தாள் அம்மா. "அவன்ரை முகத்தைப் பார்த்துப் ஐஞ்சு வருசமடி.." வெறுமை முகத்தில் படரக் கூறினார் பாலை ஆச்சி. சமையல் பாத்திரப்பைக்குள் இருந்த பால்பானையில் இருந்து கொட்டித் தீர்ந்த தேநீரின் இறுதித் துளியொன்று கால்களில்பட்டது. கையில் இருந்த அண்ணாவின் படத்தை ஓரமாக வைத்துவிட்டு அதை ஒரு பேப்பரால் துடைத்தபின், தேநீரை மடமடவெனக் குடித்துவிட்டு உடனடியாகவே புறப்பட, வியர்வையை சேலைத் தலைப்பால் துடைத்தபடி பார்த்துக் கொண்டிருந்தார் பாலை ஆச்சி.

ஒருவாறு மதியத்திற்குள் கோணாவிலைச் சென்றடைய, கோணாவிலோ அகதிக்கோலம் பூண்டிருந்தது. பார்க்கும் இடமெல்லாம் சனங்கள். வேலி ஓரமாக, மரங்களுக்குக் கீழாக சனங்கள்... சனங்கள்... முகங்களில் வேதனையும் திகைப்பும் மண்டிக்கிடந்தன. மரங்களில் கட்டப்பட்ட ஏணைகளில் குழந்தைகள் உறங்கிக் கொண்டிருந்தார்கள். சிலர் கொண்டு வந்தவற்றை அப்படியே போட்டுவிட்டு களைத்துப்போய் கிடந்தார்கள். கால்கள் கட்டப்பட்ட கோழிகள் தாகத்தில் வாயைப் பிளந்தபடி கிடந்தன. பாலை மரமொன்றில் குயிலொன்று மனம் நொந்தபடி கூவிக் கொண்டிருந்தது. இடம்பெயரும் வாகனங்களினால் வீதியிலிருந்து கிளம்பும் புழுதி உறங்கும் குழந்தைகளில் படிந்தது.

நாகேஸ்வரியக்காவின் ஒன்றுவிட்ட தங்கச்சி வீட்டுக்குச் சென்று விட, "கைகாலைக் கழுவுங்கோ மீன் காய்ச்சினனான் சாப்பிடலாம்" அன்புபசரிப்போடு அழைத்தாள் அழகுராணி.

"சமாதானம் சமாதானம் எண்டு கத்தினாள். இப்ப எங்களை இருக்கவிடுறாள் இல்லை. அப்பன் ஆத்தைக்குத் தப்பாத புள்ளை" ஏசியபடி சாப்பாட்டை போட்டு நீட்டினாள் அவள்.

சாப்பாட்டில் கையை வைக்கும்போது கேட்ட பேரோசையினால் திடுக்கிட்டு கோப்பையைக் கீழே போட, வீட்டுக்கு முன்பாக இருந்த பெரிய பாலை மரத்தின் எதிர்ப்பக்கம் ஒரு செல் வந்து விழுந்தது. அந்த பாலை மரத்தின்கீழ்மாட்டுப்பட்டி. அதற்குள் நின்ற மாடுகள் வீழ்ந்து இறந்தன. காயப்பட்ட மாடுகள் துடிதுடித்துக் கொண்டிருந்தன.

மறுபடியும் பொதிகளைத் தூக்கினாள் அம்மா. வந்த வெள்ளம் நின்ற வெள்ளத்தையும் அடித்துப்போன கதையாய் எங்களுடன் அழகுராணியும் அவளது கணவர் சிவலிங்கமும் கிளம்பினார். "அதைத்தூக்கு இதைத்தூக்கு..." பரபரத்தபடி படலையைச் சென்றடையவும் சுப்பர்சொனிக் விமானங்கள் வந்து சேரவும் சரியாக இருந்தது. செழித்தடர்ந்த மரங்களுக்குள்ளால் வானத்தைப் பார்த்தால், சத்தம் மட்டும் கேட்டது. சுப்பர் சொனிக் வானத்தை உதிரச் செய்தது.

"எல்லாரும் விழுந்து படுங்கோ.." அபாயக் குரலெடுத்துக் கத்தினாள் நாகேஸ்வரியக்கா. கோணாவில் பிள்ளையார் கோவிலின் மேலாக, மளமளவென குண்டுகளைக் கொட்டின விமானங்கள். வேலியோரமாக மண்ணில் தலையை வைத்துப் படுத்துக் கிடக்க, ஐயோ... ஓலம் கோணாவில் முழுவதும் ஒலித்தது. அன்றைக்கு மாத்திரம் அந்தக் கோயிலில் இருந்த இருபத்தேழுபேர் கொல்லப்பட்டார்கள். கை கால்கள் இழந்து காயப்பட்ட பிள்ளையார் இரத்த வெள்ளத்தில் நனைந்து கிடந்தார். மனிதச் சதைகள் மரங்களில் தொங்கின. பறவைகள் வெருண்டபடி எங்கோ பறந்தோடின.

'பயங்கரவாதிகளிடமிருந்து கைப்பற்றப்பட்ட கிளிநொச்சி நகரத்திற்கு வருகைதந்த ஜனாதிபதி சந்திரிக்கா பண்டாரநாயக்க குமாரதுங்க சற்றுமுன்னர் வெற்றிக் கொடியேற்றினார்' யாரோ ஒருவர் தோளில் கொழுவியிருந்த வானொலியிலிருந்து இலங்கை வானொலி வர்த்தக சேவையின் செய்தி ஒலிபரப்பானது. பயங்கரவாதிகள் கிளிநொச்சி நகரைவிட்டு தப்பியோடிக் கொண்டிருப்பதாகவும் அந்தச் செய்தி சொல்லிக் கொண்டிருந்தது.

"நாங்கள் பயங்கரவாதியளே? ஓட ஓட கலைச்சுக் கலைச்சுக் கொல்லுறாள். அறுவாள் ஏன் எங்களை இப்பிடி அலைக்கிறாள்..."

யாரோ ஒரு முதியவர் திட்டிக்கொண்டுவர, உயிரோடு எஞ்சிய சனக்கூட்டம் போகுமிடம் அறியாது நடந்தது. அடி நகர முடியாத கூட்டம். எவ்வளவு தூரம் போகவேணும்? எப்பிடி இதையெல்லாம் தூக்கிக் கொண்டு போறது? பதிலற்று மனம் துயரில் துடித்தது. பொதிகளைத் தூக்க முடியாமல் கஷ்டப்பட, யாரோ ஒருவர், "தம்பி இந்த சைக்கிளிலை வைச்சு உருட்டு" என்று ஒரு சைக்கிளைக் கொடுத்தார். அவர் தான் வைத்திருந்த பொதியை தன் தோளில் சுமந்துகொண்டார். அவரைப் பார்க்க தெய்வம் போல இருந்தது. சைக்கிளில் பொதிகளை வைத்து உருட்டிக் கொண்டே வர, சனநெரிசலில் அம்மாவைத் தவறவிட்டுவிட்டது என்பது கோணாவில் குளத்தைக் கடக்கும்போதே தெரிந்தது. நாகேஸ்வரியக்கா, கார்த்திகா.., ஒருவரையும் காணவில்லை.

"அம்மா! அம்மா....!"

அந்தச் சனத்திரளிடையே அழைத்த சிறுகுரல் பெரிதாய் அதிர்ந்தது.

அம்மாவைக் காணவில்லை. சைக்கிளை போட்டுவிட்டு அங்கும் இங்கும் ஓடி முன்னும் பின்னும் திரிந்தும் அம்மாவைக் காணவில்லை.

"அம்மா! எங்கையம்மா நிக்கிறியள்?"

குளறி அழுதபடி அங்குமிங்கும் ஓடி அம்மாவைத் தேட, பரிதாபத்தோடு பார்த்தபடி சிலர் நின்றார்கள். சிலர் பார்த்தும், தரித்து நின்று தேற்றமுடியாதநிலையில் தொடர்ந்து நடந்தனர். கைவிடப்பட்ட குழந்தையாய் தேம்பியழுதும், காணவில்லை அம்மாவை. "எப்பிடி திரும்ப அம்மாவை கண்டுபிடிக்கிறது?"மனம் ஏக்கத்தில் துடித்தது. 'அம்மா எங்க போயிட்டா? எங்கை போறது? என்ன செய்யிறது?' பதறும் என்னை அம்மா எங்கோ தெடுவாளே? கோணாவில் சந்தியுடன் சைக்கிள்காரர் நின்றுவிட்டார்.

ஒருபக்கம் களைப்பு, மறுபக்கம் அம்மாவைத் தவறவிட்ட பதைப்பும் வாட்டியது. உடுப்பை தோய்ந்ததுபோல உடம்பெல்லாம் வியர்வை

"என்ரை அம்மா எங்கை?"

"அம்மா அம்மா" துடிதுடித்து கத்தியழைத்தபடி தெரிந்தவர்கள் யாராவது வருவார்களா? என்று வருவோர் போவோரிடையே தேடினால் எவரும் தெரிந்த முகங்களில்லை. மீண்டும் பொதியைத் தூக்கிக்கொண்டு அதைச் சுமக்க இயலாமல் தள்ளாடுவதைப் பார்த்து, ஒரு வண்டிலில் பொருட்களை ஏற்றிக்கொண்டு அதன் மேல் ஆட்களை ஏற்றிக்கொண்டு வந்த முதியவர், ஒருவர் " தம்பி ஏறு இதிலை வா..." என்று அழைத்தார்.

கோணாவில் சந்திக்கும் வந்தாகிவிட்டது. அந்த சந்தியிலிருந்து ஒருவழி கந்தபுரப் பக்கம் செல்கிறது. மற்றவழி அக்கராயன் பக்கம் செல்கிறது.

"அய்யோ எந்தப் பக்கம் போறது? அம்மா எந்தப் பக்கம் போயிருப்பார்?"

அக்கராயன் பக்கமாகச் சென்ற அந்த வண்டிலில் அக்கராயன் பிள்ளையார் கோவிலடியைச் சென்றுசேர இரவு ஏழு மணி ஆகியிருந்தது.

"தம்பி, நீ எங்கை போக வேணும்?" அம் முதியவர் வாஞ்சையோடு கேட்டார். "தெரியேல்லை. இடம்பெயரேக்கை அம்மாவைத் தவற

விட்டிட்டன். எங்கையோ முருகன் கோயிலடிக்குப் போவம் எண்டு சொன்னவா அங்கைதானாம் தனம் அக்கா இருக்கிறா” அழுது களைத்துப்போன குரலுடன் அம்மாவை நினைத்து மீண்டும் கண்ணைக் கசக்கத் தொடங்கவும் அவர் பரிதாபத்துடன் பார்த்தார்.

“தம்பி அழாதிங்கோ... உங்களை நான் கொண்டு போய்ச் சேர்க்கிறன்.. நாளைக்கு எல்லா முருகன் கோயிலுகளுக்கும் போவம். உங்கடை அம்மாவை எப்பிடியாவது கண்டுபிடிச்சிடலாம்” மூன்று சில்லு சைக்கிளில் உட்கார்ந்தபடி அந்த அந்த முதியவரின் மகன் சிங்கம் தேற்றினான். ஓ.எல் பரீட்சை எழுதிக் கொண்டிருந்தபோது சுப்பர் சொனிக் விமானம்போட்ட குண்டுகளில் அவனது கால்கள் துண்டிக்கப்பட்டன. அவர்களின் இருப்பிடம் அந்தக் கோயிலின் கீழாக உள்ள மரம்தான். பல குடும்பங்கள் அந்த மரத்தின் கீழ் தஞ்சம் புகுந்திருந்தன. இரண்டு நாட்களுக்கு முன்பாக இடம்பெயர்ந்துவிட்ட அவர்கள், முறிப்பில் உள்ள பொருட்களை எடுப்பதற்காக வந்து சண்டைக்குள் மாட்டினர்.

ஒரு கிண்ணத்தில் கொஞ்சச் சோற்றைப் போட்டு, உப்பை தெளித்துவிட்டு “இதைச் சாப்பிடு” நீட்டியபோது, வாங்க மனமற்றிருக்க, கைகளைப் பிடித்து “சாப்பிடு.. அம்மாட்டை நாளைக்குப் போயிரலாம்.” கிண்ணத்தைத் மடிக்குள் வைத்தார் அம் முதியவர்.

“எல்லா இடமும் அகதியள்.. அம்மாவை எப்பிடித்தான் கண்டு பிடிக்கிறது? முருகன் கோயிலுக்குத்தான் போனாவோ? அய்யோ அந்தக் கோயில் எங்கை இருக்குது..?” யோசனை தூக்கத்தைக் கலைத்தது. அண்ணாவின் படத்தை எடுத்துப் பார்த்துவிட்டு, அதை தலைமாட்டில் வைத்துவிட்டு கண்ணை மூடியும் தூக்கம் வரவில்லை. தங்கச்சியோடும் பாரம் நிறைந்த பொதியோடும் சென்ற அம்மா என்ன ஆனாள்? தங்கச்சியுடன் அலையும் அம்மாவின் காட்சிகள் மீண்டும் மீண்டும் மனதில் மிதந்தன. ஏக்கத்தில் கண்கள் சுருள மறுத்தன.

அதிகாலையில்தான் சற்று கண்ணயர, அக்கராயன் பிள்ளையார் கோயில் மணி ஓசை சத்தத்துடன் கண் விழித்து அந்த மரத்தின் பின்பக்கமாக அக்க்ராயன் குளத்திலிருந்து கோணாவிலை நோக்கிச் நீர்வழிந்தோடும் வாய்க்காலில் முகத்தைக் கழுவிக்கொண்டு அம்மாவைத் தேடிச்செல்லும் பயணம் தொடங்கியது. அக்கராயன் ஆற்றில் மீன் கொத்த வந்த நாரைகள் சனங்களைக் கண்டு வெருண்டோடின. மரத்திலிருந்த குயில் ஒன்று நிராதரவான தொனியில் கூவிக் கொண்டிருந்தது.

தன் மூன்று சக்கர சைக்கிளின் பின்பக்கமாக ஏற்றினான் சிங்கம். அதை கையால் இயக்கியபடி அக்கராயன் சந்தியைக் கடந்து

அம்பலப்பெருமாள் சந்தி சென்று அங்கிருந்து கந்தபுரம் நோக்கிச் செல்லலாம் என்றான் அவன். அங்க இல்லாட்டி வன்னேரி முருகன் கோயிலுக்கு போவோம் என்றான்? வன்னேரியா? அது எங்கை? முழிக்க, அவனுக்கு சிரிப்பும் வந்தது. எங்கு எந்த வழியில் செல்வதென தெரியாது. எல்லாம் புது இடங்கள். பார்க்கும் இடமெல்லாமல் அகதிகள். அம்மா எந்த வழியில் சென்றிருப்பாள்? எல்லா தெருக்களையும் 'இது அம்மா சென்ற தெருவாக இருக்குமோ?' ஏக்கத்தோடு பார்க்க, கூடாரங்களை ஏதையோ ஒன்றைக் கொண்டு தயார் செய்தபடி இருந்த அவர்கள் பரிதாபமாகப் பார்த்தனர்.

"உதுக்குள்ளை அம்மா இருப்பாவோ?"

"..."

"இஞ்சை எங்கையாவது முருகன் கோயில் இருக்கா?"

"..."

"அண்ணை கொஞ்சம் நில்லுங்கோ!"

"ஏன் தம்பி?"

"அம்மாவைப் போலக் கிடக்குது."

இல்லையென உதட்டைப் பிதுக்கியபடி திரும்பி வர, பரிதாபத்தோடு பார்த்தான் சிங்கம். அண்ணா சிலையைக் கடந்து கந்தபுரம் முருகன் ஆலயத்தடியை அடைந்தது சிங்கத்தின் சைக்கிள். பார்க்கும் இடமெல்லாம் அகதிகள். சின்னச் சின்ன கூடாரங்கள். கோயிலின் உள்ளும் வெளியும் நிறைந்து வழியும் சனங்கள். அம்மாவைத் தேட, பின்னால் சிங்கமும் தன் சைக்கிளை உழக்கியபடி வந்து கொண்டிருந்தான். கந்தபுரம் முருகன் கோயிலடியில் ஒருகாட்டு ஜாம்மரத்தின்கீழ் கொண்டுவந்த பொருட்களைப் போட்டுவிட்டு, தங்கச்சியை மடியில் வைத்தபடி அழுது வறண்ட விழிகளுடன் வழியைப் பார்த்தபடி இருந்தாள் அம்மா.

07

வீட்டில் என்னை இறக்கிவிட்டு திருவையாற்றுப் பக்கமாக அன்பழகனின் மோட்டார் சைக்கிள் உறுமியபடி திரும்பியது.

"போய் முகத்தைக் கழுவிவிட்டு சாப்பிட வா" புட்டைச் சட்டியில் கொட்டிவிட்டு அகப்பையால் அதை தட்டிப் பரவி அதைக் கிண்டிக் கொண்டிருந்தாள் அம்மா. ஆவி படர்ந்து எழுந்தது.

மெல்ல மெல்ல அம்மா கேட்கத் தொடங்கினாள்.

"படங்கள் ஏதும் கிடந்ததே?"

"இல்லை"

"எதுவரைக்கும் போனனீ?"

"தர்மபுரம் வரைக்கும்"

கிளிநொச்சியிலிருந்து பிடுங்கிச் சென்ற வீட்டை முதலில் முரசுமோட்டையில் மூட்டினாள் அம்மா. பின்னர் தர்மபுரம், விசுவமடுவென அலைந்து சுதந்திரபுரத்தில் இறுதியாக நடப்பட்டது அவ்வீடு. ஒருநாள், திடீரென்று இராணுவம் சுற்றி வளைத்து அங்கும் தாக்குதல் தொடுத்தது. சண்டையென்றால் அப்படியொரு சண்டை. அன்று, எல்லாப் பொருட்களையும் விட்டுச்சென்றாள் அம்மா.

எல்லோரும் நிலைகுலைந்துவிட்டனர். யாரும் எதையும் எடுத்துச் செல்லவில்லை. எல்லாவற்றையும் விட்டுவிட்டுத் தேவிபுரப்பக்கம் தங்கச்சியை இழுத்தபடி ஓடினாள் அம்மா. அன்றே அண்ணாவின் புகைப்படங்களையும் தவறவிட்டாள்.

அந்த நாள் அம்மாவின் ஞாபகத்தில் மறக்கவியலாத கொடிய நாளானது. தன் பிள்ளையின் புகைப்படங்களை தொலைத்த நாள். இதைவிட அந்த இடத்தில் செத்துப்போயிருக்கலாம் என்றே சொல்லுவாள். பொத்திப் பொத்தி வைத்திருந்த படங்கள்.

தர்மபுரத்தில் மூங்கிலாறு பெருக்கெடுத்து வெள்ளத்தில் வீட்டுப் பொருட்கள் எல்லாம் அள்ளுண்டு போனபோதும் அதைப் பொலித்தீன் பைகளில் பத்திரமாக வைத்திருந்தாள். "சீ... அந்தப் படங்களை எண்டாலும் எடுத்துக்கொண்டு ஓடுறமாதிரி வைச்சிருந்திருக்க வேணும்" என்று ஆற்றாமையோடு அடிக்கடி முணுமுணுப்பாள்.

"ஒருகப்பிலை கொளுவிக் கிடந்த பாய்க்குக்குள்ளைதான் படங்கள் கிடந்தது, என்னடி?" என்று தங்கச்சியைப் பார்த்து வினவினாள் அம்மா. அவளும் தலையாட்டினாள். இப்போதும் அந்தப் படங்கள் அங்கு இருக்கலாம் என்று அம்மா சொல்லிக் கொண்டிருந்தாள்.

"எப்ப சுதந்திரபுரப் பக்கம் விடுறாங்களோ... சிலவேளை அங்கை என்ரை புள்ளேன்ரை படங்கள் கிடக்கும்" அங்கலாய்த்தாள் அவள்.

08

கந்தபுரம் பெரிய நகரமாகிவிட்டது.

சின்னக் கிளிநொச்சியைப் போல. எங்கும் கடைகள், அலுவலகங்கள். கிளிநொச்சியில் இருந்த பெரும்பாலான அலுவலகங்கள் இங்குதான். இதைப் போல கிளிநொச்சியில் இருந்த வேறுபல கடைகளும் அலுவலகங்களும் மல்லாவி, மாங்குளம், நாச்சிக்குடா, புதுக்குடியிருப்பு என்று பல்வேறு இடங்களுக்கும் இடம்பெயர்ந்து சிதறுண்டுவிட்டன.

கந்தபுரம் முருகன் கோயிலின் அருகாக நின்ற ஜாம் மரத்தின் கீழ் கட்டப்பட்ட சேலைக்கூடுதான் வீடு. உண்மையில் அது ஒரு வீடோ, கூடாரமோ இல்லை. தனம் வீட்டில் மாவிடிக்கும் வேலைக்குப் போனாள் அம்மா. அதை வைத்துக்கொண்டுதான் நாட்கள் நகர்ந்தன.

அன்றைக்கு மாவிடித்துவிட்டு குளிப்பதற்காக கரும்புத் தோட்டத்திற்குச் செல்லத் தயாராகினாள் அம்மா. வழமையாக கந்தபுரம் சந்தியில் உள்ள வாய்க்காலில் குளிப்பதே வழக்கம். செந்தூரன், கமலுடன் சென்று அந்த வாய்க்காலில் நீந்தியடிப்பதுண்டு. அக்கராயன் குளத்திலிருந்து வரும் அந்த வாய்க்காலைக் கடந்து இரண்டுபக்கமும் விரிந்திருந்த வயல்களைக் கடந்து கரும்புத் தோட்டத்திற்கு அழைத்துச் சென்றாள் அம்மா.

கரும்புத் தோட்டம் அகதி முகாம், சனங்களால் நிறைந்திருந்தது. “அடி ஆனந்தி? எப்பிடி இருக்கிறாய்...” கனகபுரத்தில் கண்டபின்னர், அங்குதான் ஆனந்தி கண்டு கொண்டாள். பொன்னையாப்பு கடைசிவரை கிளிநொச்சியை விட்டு வரவேயில்லை. அவருக்கு என்ன நடந்ததென்று தெரியவில்லை என்று குளறி அழத் தொடங்கினாள்

அவள். கிளிநொச்சியில் இராணுவத்தால் பிடிக்கப்பட்ட சிலர் இன்னும் உயிருடன் கொழும்புச் சிறைகளில் இருப்பதாகவும், அங்கு பொன்னையாப்புவும் இருப்பார் என்று தனக்குத்தானே ஆறுதல்கூறியபடி கண்களை துடைத்துக் கொண்டாள்.

"ராணிமைந்தனும் பனிக்கன்குளப் பக்கம் சண்டையிலை நிக்கிறார்.. ருக்குமணியக்காக்கள் அக்கராயன் குளத்தடியிலை இருக்கினம்..."

விடைபெற்றாள் அவள். நானும் தங்கச்சியும் குளித்துவிட்டு அங்கு நடக்கும் திலீபன் மருத்துப் பிரிவின் நடமாடும் சேவை முகாமை வேடிக்கை பார்த்துக்கொண்டு நிற்க, பல்வேறு நோய்களுடன் திரண்டிருந்தவர்களை பரிசோதித்துக் கொண்டிருந்த வைத்தியர் கூர்ந்து பார்த்தார். "தம்பி கிட்ட வாங்கோ ஒருக்கா" கண்களை பிதுக்கிப் பார்த்தவர், "உங்கடை மகனுக்கு செங்கமாரி வந்திருக்குது. பொல்லாத வருத்தம். கவனமா பாருங்கோ. கீழ்காய்நெல்லி அரைச்சு குடிக்கக் கொடுங்கோ. ஆள் தனியாய் குளிர்மையான இடத்திலை இருக்கவேணும். வெய்யில் படக்கூடாது" என்று அம்மாவிடம் சொன்னார்.

'இது என்ன புதுச்சோதனை?' திடுக்கிட்டாள் அம்மா. தலையில் துவாயைப் போட்டு பத்திரமாக முருகன் கோயிலடிக்கு கூட்டிக் கொண்டு வந்தாள். கந்தபுரம் முருகன் கோயில் பூசகர் சந்திரன் வந்தார்.

"அம்மா, ஒண்டுக்கும் கவலைப்படாதேங்கோ! கோயிலுக்குள்ள ஒரு இடம் தாறன். அதில தம்பி படுக்கட்டும்."

"உங்களுக்குப் புண்ணியம் கிடைக்கும்"

கும்பிட்டாள் அம்மா.

வருத்தம் பார்க்க வந்திருந்தாள் உமையாள்புரத்திலிருந்து இடம்பெயர்ந்து வந்திருக்கும் தவமணி அக்கா. "எத்தினை நாளைக்கு இந்த மரத்துக்குக்கீழ இருக்கிறது? இதிலை இருந்தால் இப்பிடித்தான் வருத்தங்கள் வரும். மணியங்குளத்திலை எல்லாருக்கும் காணி குடுக்கிறாங்களாம்! போவமே?" ஆவலாய் கேட்டாள். "இஞ்ச இருந்து நிறைய சனம் போகுதுகள். வீடும் போட்டுத் தாறாங்களாம்" என்றாள். "மழைக்காலம் வந்தால் பெரும் கஷ்டம்" இதையெல்லாம் யோசித்துவிட்டு "ஓம்" தலையாட்டினாள் அம்மா.

தவமணியைப் பார்த்து, "அக்கா இப்போதைக்கு கிளிநொச்சிக்குப் போக ஏலாதே?" என்று அங்கலாய்த்தாள் அம்மா. "நாங்கள் திரும்பவும் இடம்பெயர ஏலாது. ஆனையிறவை இயக்கம் பிடிச்சால்தான் கிளிநொச்சியிலை இருக்கேலும்" நடையைக் கட்டினாள் தவமணி.

மணியங்குளத்தில் அமைக்கப்படும் அந்தக் குடியிருப்புக்கு 'புதிய குடியிருப்பு' என்று பெயர் சூட்டப்பட்டிருந்தது. இராணுவம் நாட்டைப் பிடிக்க காடுகளை அழித்து சனங்கள் குடியேறிக் கொண்டிருந்தனர். இடையிடையே அழிக்கப்படாத காட்டு மரங்கள். எங்கும் காட்டுவாசம் வீசியது. அழிக்கப்பட்ட மரங்களின் கட்டைகளை விலத்தி விலத்தி கால்களை வைத்தாள் அம்மா. வரிசையாக வீடுகள் போடும் பணிகள் நடந்துகொண்டிருந்தன. தமிழீழ புனர்வாழ்வுக் கழக மணியங்குளப் பொறுப்பாளர் பணிகளை கண்காணித்துக் கொண்டு நின்றார்.

"உங்களுக்குப் பிடிச்ச வீட்டை நீங்கள் எடுக்கலாம்" என்றார் கிராம அலுவலர் மகேந்திரன். தவமணி, சூரியன் உதிக்கும் திசையைப் பார்த்தாள். "இந்த வீடு உங்களுக்கு. இந்த வீடு எங்களுக்கு" என்றாள். தென்னோலையால் வேயப்பட்ட அந்தச் சிறிய வீட்டுக்குள்ளும் காட்டு மரங்களின் கட்டைகள். "அம்மா! நீங்கள்தான் கட்டை பிடுங்கோணும். சுவர் வைக்க வேணும். உங்களுக்கு நாங்கள் மண்வெட்டி, கோடாலி எல்லாம் தருவம்..." புனர்வாழ்வுக் கழக மணியங்குளப் பொறுப்பாளர் சொல்லிவிட்டு அடுத்த வீட்டுக்குப் போனார்.

பழைய சேலைகளைச் சுற்றி சுவர்போலக் கட்டி மறைத்தாகிற்று. ஒரு வருடமாக வீடற்ற வாழ்க்கை. கூரையற்ற வீடு. இப்போதுதான் ஒரு கூரையுள்ள வீடு. மழை, வெள்ளம், வெயில், புழுதியென எல்லாவற்றுடனும் மரத்தின் கீழும் கோயில் தாழ்வாரத்திலும் கழிந்தது வாழ்வு. கிளிநொச்சி வீட்டின் நினைவுகள் வந்துபோயின. வெறும் மண்ணைத் தவிர ஒன்றுமில்லை. ஆனால் அழகான மண்வீடு கட்டலாம் என்று நம்பிக்கை பிறந்தது. மணியங்குளத்திற்கு அருகில் இருப்பதால் எட்டு அடியிலேயே தண்ணீர்வரும். தவமணியின் கணவர் இரத்தினம் கிணறு வெட்டினார். அதனைப் பார்த்து நானும் ஒரு கிணறு வெட்ட இடம் பார்க்க, தவமணி அத்தி மரக்குச்சால் வளைத்து நிலையம் பார்த்து தந்தாள்.. "இந்த இடத்திலை வெட்டு! நல்ல ஊற்று இருக்குது" என்றாள் அவள்.

அம்மா தவமணியோடு சேர்ந்து புல்லுப் பிடுங்கும் வேலைக்குப் போய்விடுவாள். கிணறு வெட்டி அந்த மண்ணை வீட்டுக்குள் போட்டு வீட்டை உயர்த்திக்கொண்டு, அந்த மண்ணிலேயே கல் அரிந்து சுவர்வைக்கும் பணிகளில் மும்முரமாயிருந்தபோது ஒருவர் வந்து நின்றார்.

"தம்பி அம்மா எங்கே?"

"வேலைக்கு"

மாணவர் அமைப்புப் போராளி, கரிகாலன் அண்ணை.

“உங்கடைபேர் என்ன? எத்தினையாம் வகுப்பு?” விசாரித்தார்.

“பள்ளிக்கூடம் போறேல்லை”

“ஏன் போறேல்லை?”

“...”

“உடனை மாணவர் அமைப்புக்குப் போங்கோ! அங்கை சீருடையும் கொப்பியும் உங்களுக்குத் தேவையானதை தருவினம். நாளையிலை இருந்து நீங்கள் பள்ளிக்கூடம் போகோணும். சரிதானே?”

அவர் அடுத்த வீட்டை நோக்கி நகர்ந்தார்.

இடப்பெயர்வால் ஒரு வருடம் பள்ளிக்கூடம் போகாததாலோ என்னவோ, பள்ளிக்கூடம் போக கள்ளமாக இருந்தது. கொப்பி, பேனைகள் வாங்க காசுமில்லை. ஒரு நேரச் சாப்பாட்டுக்கே இந்த தவிப்பு. இதிலை என்னண்டு படிக்கிறது? வெள்ளை உடுப்பும் இல்லை. அத்துடன் வீட்டைக் கட்ட வேண்டும், கிணற்றை வெட்டி முடிக்க வேண்டும் என்ற திட்டங்கள் மாத்திரமே இருந்தன. இனி படிப்பெல்லாம் சரிவராது என்று முடிவெடுத்துக் கொண்டது போராளிகளுக்கு எப்படித் தெரியும்? “நான் மட்டுமோ பள்ளிக்கூடம் போறேல்லை?...” குடியிருப்பில் தவமணியின் மகன் செந்தூரனுடன் சின்னத் தம்பி, கமல் என்று எத்தனைபேர் படிப்பைவிட்டு வேறு அலுவல்களைப் பார்க்கிறார்கள். திரும்ப பள்ளிக்கூடம் போவதில் யாருக்குமே விருப்பம் இருக்கவில்லை. கரிகாலன் அண்ணா ஒவ்வொரு வீட்டிற்கும் சென்றார்.

“இண்டைக்கு எல்லாரும் நல்லாய் மாட்டப் போகினம்...”

என்பதை நினைக்கச் சிரிப்பாகவும் இருந்தது.

தங்கச்சி, இலைக்கஞ்சி வாங்க சுகாதார நிலையத்திற்குப் போயிருந்தாள். கிணற்றுக்குள் இறங்கி மண்ணை வெட்டி ஒரு உரப்பையில் போட்டுவிட்டு மீண்டும் கிணற்றைவிட்டு வெளியில் வந்து அதை இழுத்துப் போட்டுக் கொண்டிருக்க, கிணற்றுக்கு வெளியில் இருந்து “என்ன நடக்குது தம்பி?” குரலொன்று கேட்டது. திடுக்கிட்டு நிமிர்ந்து பார்த்தால், கரிகாலன் அண்ணை இடுப்பில் கைகளை வைத்தபடி நின்றார்.

“ஏன் இண்டைக்கும் பள்ளிக்கூடம் போகேல்லை?”

‘அய்யோ திரும்பவும் வந்திட்டாரே.... மாட்டினமா இண்டைக்கு?’ பேசாமல் பறையாமல் நிற்க,.

“தம்பி பள்ளிக்கூடம் போகாமல் இஞ்ச ஆரும் வீட்டிலை நிக்க ஏலாது...”

நெருப்பெடுத்தார் கரிகாலன் அண்ணா.

பள்ளிக்கூடம் போகாமல் யாரெல்லாம் இருக்கிறார்கள் என்பதைத் தேடிக் கண்டுபிடிப்பதுதான் இவரது வேலை. இவர் குடியிருப்புக்குள் வருவதை அவதானித்த தவமணி செந்தூரனை பாலை மரத்தில் ஏற்றி விட்டாள். “படிப்பு சரிவராது. விறகு வித்துப் பிழைக்கிறன்” என்று தன் முடிவைச் சொல்லிட்டான் அவன். “தம்பி அவன் கந்தபுரம் சந்திக்குப் போட்டான்...” முழுசி, முழுசி, வேலியை அடைத்துக் கொண்டு பதில் அளித்தாள் தவமணி. கமலும் சின்னத் தம்பியும் காட்டுக்குள் ஓடிவிட்டார்கள்.

இம் முறைதான் ‘இறுதி எச்சரிக்கை’ என்றபின் அங்கிருந்து நகர்ந்தார் கரிகாலன் அண்ணை. அத்துடன் சீருடை, புத்தகப் பை, பாடக் குறிப்பு புத்தகங்களையும் கொடுத்திருந்தார்.

அடுத்த நாளே சிவநகர் பாடசாலையில் கொண்டு போய்ச்சேர்த்தாள் அம்மா. என்னவோ முதன்முதலில் பள்ளிக்கூடம் போவதைப் போல ஒரு படபடப்பு. மணியங்குளம் பாடசாலையடியில் மொத்தம் ஐந்து பாடசாலைகள் இடம்பெயர்ந்து வந்து இயங்கின. பயணிகள் நிறைந்த பேருந்தைப்போல ஒன்றோடு ஒன்று சொருகிக் கொண்ட பாடசாலைகளும் வகுப்பறைகளும். அதில் சிவநகர் பாடசாலை மாத்திரமே புதிய மாணவர்களைச் சேர்த்தது. மிகுதி பாடசாலைகள் நிரம்பி வழிந்தன.

ஒன்பதாம் வகுப்பு படிக்கவேண்டிய வயது என்றபோதும் ஒரு வருடம் பள்ளிக்கூடம் செல்லாதிருந்ததால் சிவநகர் பாடசாலையில் எட்டாம் வகுப்பில் அம்மா சேர்க்க, உருத்திரபுரம் மகாவித்தியாலய வகுப்பறையில் போய் உட்கார்ந்ததுதான் பெரும் புதினம். வாழ்க்கையிலையே முதன்முதலில் பள்ளிக்கூடம் போவதைப் போலவும், முதலாம் வகுப்பில் படிப்பதைப் போலவும் படபடப்பு மிகுந்தது.

“டாப்பிலை உம்மடை பேர் இல்லையே அப்பன்”

விக்கி ரீச்சர் திரும்பத் திரும்பத் தேடினார்.

“அதிபரின்டை அலுவலகத்திலை அம்மா என்னக் கூட்டியந்து பதிஞ்சவா”

“சரி, பேரச் சொல்லும் எழுதி விடுறன்.. வினோதன் புதுசாய் எங்கடை வகுப்புக்கு வந்திருக்கிறார்.. இவருக்கு ஒரு இடம் குடுங்கோ.. ”

புன்னகையுடன் வகுப்பில் இருத்தினார் விக்கி ரீச்சர்.

“உங்களுக்கு இல்லாத இடமா... வாங்கோ.. வாங்கோ...”

பிரியனையும் நேசராஜையும் கண்ட பிறகுதான் வகுப்பறையும் பள்ளிக்கூடமும் ஒத்துக்கொண்டதுபோல் ஒரு உணர்வு. 'உன்னை கண்டு எத்தினை நாள்..' மனதில் அப்படி ஒரு மகிழ்ச்சி. இருவரும் அன்புடன் தழுவிக்கொள்ள புத்தகங்கள் திறந்தன. அவன் கந்தபுரம் சுபாஸ் குடியிருப்பில் இருக்கிறானாம். அன்பழகன் மல்லாவியில் இருக்கிறான். அவன் பள்ளிக்கூடத்தை விட்டிட்டான். பிரியன் கவலைப்பட்டான்.

"எப்படா நாங்க திரும்ப கிளிநொச்சிக்குப் போறது..."

பிரியனும் நேசராஜூம் கேட்க, அனைவரது முகங்களும் வாடின. பாடசாலையில் சேர்ந்து ஒருவாரம் கடந்தபின்னர் பாடக் கொப்பிகளில் எல்லாம் பாடசாலையின் பெயரை சிவநகர் அ.த.க பாடசாலை என்று எழுதி வைத்திருக்க, நேசராஜின் கொப்பியில் மாத்திரம் உருத்திரபுரம் மகாவித்தியாலயம் என்று எழுதப்பட்டிருந்தது.

"நீ முதல் உருத்திரபுரம் பள்ளிக்கூடத்திலையா படிச்சனீ" நேசராஜைப் பார்த்துக் கேட்க, அவன் ஆச்சரியத்தோடு கொப்பியை இழுத்து வாங்கிப் பார்த்தான். "அடேய், வினோதன் பள்ளிக்கூடம் மாறி வந்து குந்திட்டான்" வகுப்பெல்லாம் சொல்லிச் சிரித்தார்கள் நேசராஜூம் பிரியனும். இவன் ஏதோ குழப்படி செய்கிறானென ஊகித்த மோகன்சேர் வந்து பிரியனுக்கு காலுக்கு கீழே பிரம்பால் அடி போட்டார்.

"எப்பிடி? உனக்கு உது காணாது"

"இதை எல்லாரிட்டையும் சொல்லுவன்.."

அவன் சிரிக்க முழு வகுப்பறையும் சிரித்தது.

♦♦♦

மண் வீடும் கட்டி முடிந்துவிட்டது. செவ்வரத்தை பூக்களை சாணியுடன் கலந்து நிலத்தை மெழுகினாள் அம்மா. அது பச்சை பசேலானது. சுவருக்கு வெள்ளை மண் கொண்டு வந்து மெழுகினாள். கீழ்ப் பக்கமாக பற்றிக் கரியையும் சாணியையும் கலந்து கறுப்பாக ஒரு கோடு. புற்று மண்ணில் போட்டு சாணியால் மெழுகிய அடுப்பின் இரு முகப்பு பக்கங்களிலும் மூன்று திருநீற்றுக் குறிகள்... "சின்னப் பொடியன்.. வீடு வடிவாய் கட்டியிருக்கிறான்..." புகழ்ந்தாள் தவமணி. அவளும் இரத்தினம் அண்ணையும்தான், "இதோடை விறாந்தை, இது குசினி.. இது சாமியறை..." என்று அந்தக் குட்டி வீட்டை வடிவமைத்த இன்சினியர்கள்.

கிணறும் வெட்டியாகிவிட்டது. செல் கோதில் துளையிட்டு கம்பி பொருத்தி வாளி செய்து மின்சார கம்ப உருளை மாபிளில் கப்பி செய்து வாளியை கொழுவி தண்ணீர் இரைக்க காணி அழகான சோலையானது. இடம் பெயர்ந்தவர்களுக்கு தமிழீழ பொருன்மிய மேம்பாட்டுக் கழகம் வீட்டுத் தோட்டங்களுக்கான விதைகளையும் நாற்றுக்களையும் தந்திருந்தது. பாடசாலைவிட்டு வந்ததும் காணியில் வேலை. கமலும் சின்னத் தம்பியும்கூட தோட்டம் செய்தார்கள். மரவள்ளி, பூசணி, சோளம், கச்சான் என்று விளையும் பயிர்களில் வீட்டுக்குத் தேவையானதை எடுத்துக்கொண்டு ஏனையவற்றை மணியங்குளம் சந்தியில் உள்ள கடையக்காவின் மரக் கறிக்கடைக்குப் போடுவேன். “பாத்தியோ பொறுப்பான பொடியன்” கடையக்கா தன் மகனுக்குச் சொல்லும்போது உற்சாகமாக இருக்கும்.

“நாளைக்கு தங்கச்சியை ஆசுப்பத்திரிக்குக் கூட்டிக்கொண்டு போறியே? நாளைக்கு வேலைக்குப் போனால் சம்பளத்தை வாங்கலாம்”

கெஞ்சினாள் அம்மா. அக்கராயன் வைத்தியசாலையின் முன்பாக கச்சான் விற்கும் பக்கத்து வீட்டு மூர்த்தி அண்ணன் தங்கச்சியோடு தெருவில் நடந்து சென்றதைக் கண்டு சைக்கிளை நிறுத்தினான். பின், கரியலில் கச்சான் விற்கும் பெட்டியை கட்டிக்கொண்டு, எங்களை ஏற்றிக்கொண்டார்

அக்கராயன் வைத்தியசாலையை சனங்கள் மொய்த்திருந்தனர்.

தங்கச்சியைத் தூக்கியபடி மருந்திற்காக வரிசையில் நிற்க நீண்டு தெரிந்தது வரிசை. இடப்பெயர்வால் எல்லோருக்கும் நோய்கள். யுத்தத்தில் காயப்படுபவர்கள் இன்னொரு பக்கம். வைத்தியசாலை வளாகம் எங்கும் நோயுண்டவர்கள் வாடிக் கிடந்தனர். சுருங்கிய முகமும், குழிக்குள் விழுந்துவிட்டதைப் போன்ற கண்களும் கொண்ட, மெலிந்த சிறுவர்கள் விளையாடத் தெம்பற்று அசைவற்றுக் கிடந்தனர். அக்கராயன் மருத்துவமனை ஆட்களாலும் ஓலத்தாலும் நிறைந்திருந்தது.

நேரம் மதியத்தைக் கடந்தது. மருத்துவரை நெருங்க முடியவில்லை. தங்கச்சி காய்ச்சலில் துடிக்கிறாள். நானோ மருத்துவரை நெருங்கிவிடலாம். நம்பியபடி எட்டி எட்டி மருத்துவரை பார்த்தால், ஏதோ அவர் இன்னமும் வெகுதூரமாவது போலிருந்தது. உடலெங்கும் வியர்த்து அனல் அடித்தது. தங்கச்சி மெல்ல மெல்ல மயங்கிக்கொண்டிருந்தாள். அவளது கண்கள் சொருகின. “அய்யோ என்ரை தங்கச்சி... முழிச்சு என்னப் பாரடி” குளறல் கேட்டு எல்லோரும் திடுக்கிட்டார்கள். காத்திருப்பு சாதிக்காததை கத்தல்

சாதித்துவிட்டது. மருத்துவர்கள் ஓடி வந்தனர். தாதியர்கள் அவளைத் தூக்கிக் கொண்டு உள்ளே போனார்கள்.

பசியாலும் காய்ச்சாலும் தங்கச்சி மயங்கிவிட்டாள் என்றும் அவளை வீட்டுக்கு கூட்டிக்கொண்டு போகலாம் என்றும் சொல்லியபடி சென்றாள் தாதியர் ஒருத்தி. "இந்த பனிசையும் தண்ணியையும் கொண்டு போங்கோ. பசித்தால் சாப்பிடுங்கோ" மருந்து சீட்டை நீட்டிய அந்தத் தாதி அம்மாவைப் போலவே இருந்தாள்.

மருந்து எடுத்து முடிய நேரம் மாலை ஐந்து மணி ஆகியிருந்தது. மூர்த்தி அண்ணன் கச்சான் கடையை மூடிக்கட்டிக்கொண்டு போயிருந்தார். அக்கராயன் மருத்துவமனையிலிருந்து, மணியங்குளம் குடியிருப்பு ஒரு பதினைந்து கிலோமீற்றர் இருக்கும். தங்கச்சியைத் தூக்கியபடி மெல்ல மெல்ல நடக்க சூரியன் முழுதாகவே மறைந்து போயிற்று. தோள்களில் அவள் அசந்து உறங்கினாள். தோளை மாற்றி மாற்றி நடை தொடர்ந்தது.

அவ்வப்போது பள்ளிக்கூடப் பக்கம் தலைகாட்டினாலும்கூட வகுப்பில் விக்கி ரீச்சர் மிகவும் உற்சாகப்படுத்துவார். அன்றுதான் எதிர்பாராமல் சிக்கிவிட்டேன். "வடிவான எழுத்தடா... ஆர் இது வினோதன்?" வகுப்புக்கு முன்னால் கூப்பிட்டார். சொல்வளத்திற்கு இருபதுக்கு இருபது எடுத்திருக்கிறாய்... உன்னை வகுப்பிலை பெரிசாய் காணுறதே இல்லையே.." மேலும் கீழும் பார்த்தபடி கேட்டார் விக்கி ரீச்சர்.

வகுப்பறையே பெரிதாய் சிரித்து அடங்கியது.

"அவர் எங்கடை ஐ.எஸ்.ஏ ரீச்சர்" பிரியன் பொலபொலவென சிரித்தான்.

"..."

"அவர் சரியான பிசியான ஆள். அப்பப்பதான் பள்ளிக்கூடம் வருவார்" மிகுதியை தொடர்ந்தான் நேசராஜ்.

குனிந்திருந்த தலையை நிமிர்த்தி இருவரையும் ஒருமுறை முறைத்துப் பார்த்துவிட்டு மீண்டும் தலையைக் குனிந்து கொள்ளவும்,

"பிரச்சினை அப்பிடியே? இடைக்கிடை இங்கை விசிட்டிங் வாறவரே... அப்ப அதிபரின்டை ஒப்பீஸிற்கு நடவும்..."

அதிபர் அறையில் முட்டுக்காலில் இருத்தினார் விக்கி ரீச்சர்.

"சொல்வளத்திற்கு இருபதுக்கு இருபது எடுத்தது பிழையே?" உள்மனம் குமுறிக் கொண்டிருந்தது.

"நீ படிக்க வேண்டிய வயதிலை படிக்கோணும் ..."

"ஒழுங்காக பள்ளிக்கூடத்திற்கு வருவன் எண்டு செல்லிப்போட்டு போய் இருக்கலாம்" விக்கி ரீச்சர் கண்டிப்பானவராக முகத்தை ஆக்கிக் கொண்டார்.

அன்றைக்கு நிவாரணம். முதல் நாளன்று எடுத்தால்தான் நல்ல பொருட்கள். அத்தோடு வீட்டில் சமைக்கவும் ஒன்றுமில்லை. அதிகாலை இரண்டரை மணிக்கு எழுந்து அரிசி, மாவு, சீனி எல்லாவற்றுக்கும் தனித்தனியான பைகளை எடுத்துக்கொண்டு சங்கக்கடைக்கு புறப்பாடு தொடங்கியது. வழமையாக நிவாரணம் எடுக்கச் செல்லும்போதெல்லாம் செந்தூரனும் வருவான். அவன் வந்தால் அன்றைய நாளே கலகலப்பாயிருக்கும். சங்கக்டை சேல்சுமன், எந்த நேரம் எந்தப் பையை கேப்பானென்று தெரியாது. பாதி நாள் வரிசையில் நின்று, பில் போட்டு, பிறகு சேல்சுமனின் வரிசையில் நிற்க, அவன் மாவுக்கு பையை நீட்ட, பருப்பு போடுவான். அரிசிக்கு பையை நீட்ட சீனி போடுவான். செந்தூரன் இரண்டு கைகளில் இரண்டு பைகளை வைத்திருந்து "டக்" என்று நீட்டுவான். ஒருவருக்கொருவர் உதவிக்கொள்வதும் தூக்கி தலையில் வைத்தபடி ஒன்றாக கதைபேசி நடப்பதும் வழக்கம்.

இன்றைக்கு இருட்டில் தனியே நடை.

செந்தூரனுடன் நிவாரணத்திற்கு மாத்திரம் ஒன்றாகச் செல்வதில்லை. குடியிருப்பில் எப்போதும் ஒன்றாகவே சுற்றுவது அவனுடன்தான். மணியங்குள காடோ அவனுக்கு நல்ல பரிச்சயம். விறகு வெட்ட அந்தக் காடு முழுக்க கூட்டித் திரிவான். எந்தத் திசையில் செல்ல வேண்டும். எந்தப்பக்கம் போனால் என்ன விறகு இருக்கும் என்றெல்லாம் சுலபமாய்ச் சொல்லுவான். செந்தூரனின் அப்பா இரத்தினமே அவனிடம்தான் விபரம் அறிந்து காட்டிற்குள் நுழைவார்.

காலையில் தேநீரைக் குடித்துவிட்டு செந்தூரனுடன் காட்டுக்குள் இறங்கினால், பாலை, வீரை என்று பட்டுப்போன மரங்களைத் தறித்து இரண்டு சைக்கிள் விறகோடு மத்தியானத்திற்குள் திரும்பி விடலாம். ஒரு நாளைக்கு ஒரு சைக்கிள் விறகு விற்றால் ஐம்பது ரூபா கிடைக்கும். அது ஒரு பொழுது வீட்டுச் செலவுக்கு உதவும்.

தோட்டம் செய்வது மாத்திரம் போதாது. அவ்வப்போது பல்வேறு வியாபாரங்களும் நடக்கும். ஸ்கந்தபுரம் பால் பண்ணையில் சென்று பால் வாங்கிவந்து தயிர்போட்டு விற்பது, கத்திரி, மிளகாய்க் கன்றுகள் பதியமிட்டு வீடு வீடாகச் சென்று அவற்றை விற்பனை செய்வதும் ஒன்றாகவே. கோயில் திருவிழா காலங்களில் சேர்ந்து கச்சான் கடை திறப்பதும் நடக்கும். அதற்காக விறகு வெட்டி விற்று

பணம் சேகரித்து வைத்திருந்து திட்டமிடுவதைப் பார்த்து, “இரண்டு பேரும் இன்டநஷிசனல் யாவாரியள்..” கமலும் சின்னத்தம்பியும் நக்கலடித்தனர்.

“கச்சான்.. கச்சான்..” செந்தூரன் கூவி விற்பது திருவிழாக்கள்தோறும் கேட்கும். வன்னேரிக்குளம் அய்யனார் கோயில் திருவிழா வருகிறது. கச்சான் கடை போட பணமில்லை. அதனால் விற்க விறகு வெட்டியாச்சு. கொண்டு போக இரு சைக்கிள் வேண்டும். ஒரு சைக்கிள்தான் ஓட்டும் நிலையில் இருந்தது. மற்றைய சைக்கிள் காத்துப் போயிருந்தது. அதன் ரியூப் மாற்ற வேண்டும். உடனே அந்த டயரைக் கழற்றினான் செந்தூரன். சீலைத் துணியில் வைக்கோலை வைத்துச் சுற்றி டயருக்குள் சொருகிவிட்டு விறகை சைக்கிளில் வைத்துக் கட்டினான்.

“தமிழீழ சைக்கிள் ரெடி... வெளிக்கிடுவம்...”

கந்தபுரப் பக்கமாக சைக்கிளை உருட்ட, அவன் கரும்புத்தோட்டம் வீதியில் சைக்கிளை தள்ளினான். நெடுநேரமாக விறகோடு சைக்கிள் அலைந்து கொண்டிருக்கிறது. யாரும் விறகை வாங்கவில்லை. சிலர் விறகைப் பார்த்துவிட்டு “நாளைக்கு வாருமன்...” எனக்கூற, சிலர் “நல்ல பாலைவிறகு கையிலை காசில்லை..” ஒவ்வொரு வீடாகத் தட்டி “விறகு வேணுமே?” கூவியபடி மிகவும் களைத்துப் போய்விட சைக்கிளும் நகர மறுத்தது.

“தம்பி விறகை இஞ்சை கொண்டு வாங்கோ...”

ஒரு குரல் கேட்டபோது நிம்மதிப் பெருமூச்சுவிட, கதவைத் திறந்து கொண்டு வந்தார் விக்கி டீச்சர்.

♦♦♦

பாலைப் பழக் காலத்தில் விறகு வெட்டிக்கொண்டு பாலைப் பழங்களும் பறித்துக் கொண்டு வரலாம் என்றெண்ணி, செந்தூரனுடன் காட்டுக்குள் நுழைவது வழக்கம். ஒரு சுண்டு பாலைப் பழம் பத்து ரூபாவுக்கு எடுப்பேன் என்றாள் கடையக்கா.

ஒரு ஆற்றைக் கடந்தவுடன் மரமொன்றின் கிளையை முறித்த செந்தூரன், சுற்றுமுற்றும் பார்த்துவிட்டு ஒரு திசையைத் தேர்ந்தெடுத்தான். இவனுடைய அம்மாவின் கலை இவனுக்கும் தெரிந்திருக்கும்போல. ஆற்று நீர் சில்லெனக் குளிர்ந்தது. அதில் பழுத்து விழுந்த காட்டுமரங்களின் இலைகள் படகுகளைபோல நகர்ந்தன. சில காட்டுக்கோழிகள் தலையை அங்குமிங்கும் அசைத்து

மிரண்டபடி தண்ணீர் பருகின. கைகளால் நீரை அள்ளி முகத்தைக் கழுவிவிட்டு நடையைக் கட்டினோம்.

'அபாயம்: ஆபத்தை ஏற்படுத்தும் காட்டு விலங்குகள் நடமாடும் பகுதி — தகவல் தமிழீழ வனவளப் பாதுகாப்புப் பிரிவு' என்றெழுதப்பட்ட ஒரு பலகை போடப்பட்டிருந்ததை கவனிக்காமல் நடந்துகொண்டிருக்க, ஒரு பாலை மரம், இலைகளை மறைக்குமளவு பழங்களுடன் மஞ்சள் நிறமாய் நின்றிருந்தது. சிறிய மரம் அது. "மச்சான் இஞ்ச பார்..." சொல்லியபடியே கத்தியை கொத்திக் கொத்தி மரத்தில் விறுவிறுவென ஏறிவிட, "தரம் பழமடா... பிடுங்கிப்போடு" அந்தரப்பட்டான், கீழே நின்ற செந்தூரன். மளமளவென கொப்புகளை முறித்துப்போட பாலைப் பழங்கள் காட்டு மண்ணில் பொலபொலவெனக் கொட்டின.

பாலைப் பழங்களை ஆய்ந்து கொண்டிருந்த செந்தூரன்மீது திடீரென எங்கிருந்தோ தோன்றிய கரடி பாய்ந்தது. அவன் கண்களைப் பொத்திக்கொண்டு கரடியோடு மல்லுக்கட்டிக் கொண்டிருந்தான். அதிர்ந்துபோய் கத்திக்கொண்டு, பெரிய கொப்பொன்றை முறித்து கரடியின்மீது போட்டு, பிறகு, அடுத்தடுத்து கொப்புகளை முறித்து அதன்மீது எறிய, அதுவே திமிறிக் கொண்டு அவனை உருட்டியது. கண்களை பொத்தியபடி குப்புறக் கிடந்தவனை விட்டுவிட்டு ஒருவழியாய் நகர்ந்தது கரடி. மயங்கிப்போன செந்தூரனை தோள்களில் தூக்கிக்கொண்டு காட்டைவிட்டு வெளியில் வரும் போது, மேற்குத் திசையில் சூரியன் இறங்கி மறைந்தான்.

♦♦♦

"**அ**க்கராயன் ஹொஸ்பிட்டலுக்குப் போய் செந்தூரனைப் பாக்க வேணும்..."

நினைத்துக்கொண்டே சங்கக்கடையை நோக்கி நடக்க, கும்மிருட்டு எங்கும் அகலக் கண்களை விரித்திருந்தது. வானத்தில் வழித்துணையாய் உடன்வர ஒரு வெள்ளியும் இல்லை. தெரு இப்படித்தான் செல்லும் என்ற அனுமானத்துடன் ஒவ்வொரு அடியாக எடுத்துவைக்க, திடீரென மழை பெய்யத் தொடங்கியது.

அது மழைக்காலமே இல்லை. வேலிக்கரையோரமாக மரத்தின் கீழ் ஒதுங்கி, ஒரு பத்து நிமிடங்கள் இருக்கும். மழை சற்று ஓயவும் யாரோ ஒருவன் பீடியைப் பற்றவைத்தான். அந்த வெளிச்சத்தில் கண்ட காட்சி... மரங்கள் ஏற்றப்பட்ட வண்டியை நடுவீதியில் நிறுத்திவிட்டு எங்கோ சென்றுவிட்டு வந்து பீடியை வலித்துக்

கொண்டிருந்தான் அவன். அந்த மழை மட்டும் வராதிருந்தால் இருட்டுக்குள் சென்று அந்த மரங்களில் மோத, அவை உடலை குத்திக் கிழித்திருக்கும். நினைக்கவே உடல் கூசியது.

நிவாரண அட்டையை பொலித்தீன் பைக்குள் வைத்துவிட்டு மெலிதாகத் தூறும் மழையிலும் சங்கக்கடையை நோக்கிய நடை வேகமெடுத்தது.

♦♦♦

வருடம் 1998. திலீபன் அண்ணாவின் நினைவுநாள் அன்று. கிளிநொச்சியை மீண்டும் கையகப்படுத்தும் நோக்கத்துடன் இயக்கம் தாக்குதலைத் தொடங்கியது. ஊர் முழுக்க கலக்கமும் கலகலப்பும். "பொடியள் தொடங்கிட்டான்கள் அடி தூள் பறக்கும்" பெரும் புளுகத்தில் இருந்தாள் தவமணி. 'இயக்கம் கிளிநொச்சியைப் பிடிக்குமா?' குடியிருப்பு முழுவதும் இதுதான் விவாதம்.'ஒரு அங்குலமேனும் பின்வாங்க மாட்டோம்' என்று, பிரதிப் பாதுகாப்பு அமைச்சர் ரத்வத்தை கடுமையாக முறுக்கிக் கொண்டு நின்றான்.

"அவர் நல்லா முறுக்கட்டும்.. நாங்கள் கிளிநொச்சிக்கு வெளிக்கிடுகிற காலம் வந்திட்டுது..." புழுகில் இருந்தார் இரத்தினம்.

ஒருபக்கம் கிளிநொச்சி வரையும் மறுபக்கம் பனிக்கன்குளம் வரையும் நிலத்தைக் கைப்பற்றி இதோ உடைக்கிறோமென முட்டிக் கொண்டிருந்தது இராணுவம். ஏ—9 பாதையைக் கைப்பற்றி பாதை திறந்து யாழ்ப்பாண இராணுவத்திற்கு உணவு கொண்டுபோவதுதான் சந்திரிக்காவின் திட்டம் என்றாள் தவமணி. அந்தக் கனவு பலிக்காது என்றும் அவள் சொன்னாள். அவளது இந்தக் கணிப்பு பலிக்குமென யாரும் நினைக்கவில்லை. ஓயாத அலைகளில் பனிக்கங்குளத்திலிருந்து புளியங்குளம் வரை கைப்பற்றியது இயக்கம். மாதக்கணக்கில் இராணுவம் முக்கி முக்கிப் பிடித்த கிளிநொச்சியை இயக்கம் மூன்று நாளில் கைப்பற்றிவிட்டது. வன்னியே வெற்றிக் களிப்பில் திருவிழாக் கோலத்தில் இருந்தது.

"எத்தினை தடையள்.. பெற்றோல் இல்லை.. மண்ணெண்ணைக்குத் தட்டுப்பாடு.. சாப்பாட்டு சாமான், மருந்து... அட ஒரு சைக்கிள் ரியூப்கே பெரிய அல்லல்பாடு... ஏதோ செய்து நாங்கள் வாழ்றம்தானே... எங்கடை பிள்ளையள் எப்பிடி வாழ வேண்டும் எண்டும் சொல்லித் தந்திருக்கிறாங்கள்..." என்று இரத்தினத்திற்கு, தவமணி பிரசாரம் செய்தாள். கிளிநொச்சி, இயக்கத்தால் கைப்பற்றப்பட்டதாக அறிவிக்கப்பட்டதும் தவமணியும் இரத்தினமும் வெடி கொளுத்தி

கொண்டாடினர். "செந்தூ... ஓடிப் போய் இன்னும் நாலு வெடி வாங்கியா..." துரத்தினாள் தவமணி. ஆனால் எங்கள் வீட்டில் நிலமை வேறு. அண்ணா எங்கை நிக்கிறானோ என்ற பதைபதைப்பு அம்மாவுக்கு.

கிளிநொச்சி கைப்பற்றி ஒரு மாதம் ஆகியிருக்க வேண்டும். போராளிகளில் ஒருவர் எங்கள் வீட்டைத் தேடி வந்தார். "என்ன நாகபூசணி வீட்டை ஒரு இயக்கப் பெடியன் தேடுது. மகனுக்கு ஏது மோதெரியல்லை" என்று தவமணி சொல்லிக்கொண்டு ஓடி வந்தாள். அந்தப் போராளி கடிதம் ஒன்றை அம்மாவிடம் கொடுத்துவிட்டு தேநீர் அருந்திக் கொண்டிருந்தார்.

வெள்ளையன்,
கிளிநொச்சி.
28.12.1998

அன்பின் அம்மா, தம்பி மற்றும் ஆசைத் தங்கைக்கு

நான் நல்ல சுகம். நீங்கள் சுகமாக இருக்க மாவீரர்கள் துணை.

அம்மா, என்னை நீங்கள் மன்னிப்பீர்கள் என்று நினைக்கிறேன். உங்களை எல்லாம் விட்டிட்டு வந்தது எனக்கும் கவலைதான். ஆனால் எங்கடை மண்ணை எதிரியிட்டை இருந்து மீட்கவும் நீங்கள் எல்லாம் சந்தோசமாக வாழவுமே நான் இயக்கத்திற்கு வந்தேன்.

தாய் நாட்டுக்கான கடமையைச் செய்யும் உங்கள் பிள்ளையை வந்து நீங்கள் பார்க்க வேண்டும். அம்மா, உங்களையும் தம்பி தங்கச்சியையும் பார்க்க ஆசையாய் இருக்குது. பொறுப்பாளரிட்டை அனுமதி எடுத்திட்டன். கிளிநொச்சி காவல்துறையில் வந்து என்னை விசாரிக்கவும்.

இப்படிக்கு
வெள்ளையன்
புலிகளின் தாகம் தமிழீழ தாயகம்

யுத்தகளத்தில் நிற்கும் போராளிகளுக்கான உலர் உணவுகளை குடியிருப்பில் தயாரித்து களத்திற்கு அனுப்புவது வழக்கமாக நடப்பதுதான். பொது இடம் ஒன்றில் முட்டைமா, முட்டை பிஸ்கட், மிக்சர் எல்லாம் செய்துகொடுக்கும்போது, 'ஒருவேளை, இந்தச் சாப்பாட்டை என்ரை பிள்ளையும் சாப்பிடுவானோ?' புறங்கையால் தலைமுடியை விலக்கியபடி அம்மா அங்கலாய்ப்பாள். "எல்லாம் எங்கடை பிள்ளையள்தானே?" ஆசுவாசப்படுவாள்.

இன்று, பொது இடமொன்றில் விதம்விதமான உலர் உணவுப் பொருட்களை அண்ணாவுக்காகச் செய்யும் அம்மாவுக்கு அக்கம்

பக்கத்து வீட்டார் எல்லோரும் திரண்டு உதவிசெய்து கொண்டிருந்தனர். இரத்தினம் விறகு கொத்தி கொண்டு வந்தார்.

கிளிநொச்சிக்கு போவதெனில் பேருந்து ஏதும் இல்லை. வரும் லொறிகளில் ஏறிச்செல்ல வேண்டும். அல்லது இயக்க வாகனங்களில் ஏறிச்செல்லலாமென தவமணி சொன்னாள். அண்ணாவுக்காக அவளும் சில தின்பண்டங்களைச் செய்துகொண்டு வந்திருந்தாள்.

"மோனை கேட்டதாய் சொல்லு நாகபூசனி..."

கந்தபுரம் சந்தியில் இருந்து கிளிநொச்சிக்குச் செல்லும் வாகனத்திற்காக காத்திருக்க, போராளிகளின் உணவு வாகனம் ஒன்று நின்றது.

"எங்கையம்மா போறியள்?"

"கிளிநொச்சிக்கு"

"ஏறுங்கோ. நாங்களும் அங்கைதான் போறம்..."

இரண்டு வருட யுத்தத்தால் அழிந்து காடுமண்டிப் போயிருந்தது கிளிநொச்சி. 'இராணுவத்தால் ஆக்கிரமிக்கப்பட்ட ஒரு நகரம் இப்படித்தான் அழிந்து போகுமோ!' கண்வெட்டாமல் பார்த்துக் கொண்டு வர,. ஒருகாலத்திலை எப்பிடி வாழ்ந்த இடம்? ஒரு அடையாளமும் இல்லையே..." அம்மா ஏக்கமுற்றாள். 'ஆக்கிரமிப்பு என்பதன் மறுபெயர் அழிவுதானா? இதற்காகத்தான் நகரங்களை ஆக்கிரமிக்கிறார்களா?' கொதித்தது மனம். காற்று முழுவதையும் கந்தக வாடை நிறைத்திருந்தது.

நடந்து திரிந்த நகரம் யுத்தத்தின் காயங்களுடன் சனங்களற்றிருந்தது. ஏ—9 வீதியில் நீக்கிலஸ் வீதி தொடக்கம், கந்தசுவாமி கோயில் வரையும் சின்னமாமா வீட்டுக்குப் போவதற்காக எத்தனை தடவை நடந்த தெரு! தெருக்கரைகளில் புல் மண்டியிருந்தது. சிதைந்த நகரத்தை மீளக் கட்டியெழுப்பும் பிரயத்தனங்களில் போராளிகள் ஈடுபட்டுக் கொண்டிருந்தனர். எதையோ நட்டுக் கொண்டும் கட்டிக் கொண்டும் நகரத்தை மீட்டுக் கொண்டிருந்தனர் அவர்கள். விரைவில் கிளிநொச்சி பழைய கிளிநொச்சி ஆகிவிடும். நம்பிக்கை பூத்தது.

கிளிநொச்சி தமிழீழக் காவல்துறையை அலுவலகத்தை வந்தடைய, போராளி ஒருவர் இருக்கைகளில் இருத்திவிட்டு தேநீர் கொண்டு வந்து கொடுத்தார். "வெள்ளையன்ரை அம்மா வந்திருக்கிறா.." அறிமுகப்படுத்தினார் இன்னொரு போராளிக்கு. அவ்வழியாகச் சென்ற இன்னுமிரண்டு போராளிகள் அம்மாவுக்கு வணக்கம் சொல்லிவிட்டு என் தோளைத் தட்டிச் சென்றனர். பத்துப் பதினைந்து போராளிகளைக் கொண்ட ஜீப்பொன்று ஆனையிறவுப்

தீபச்செல்வன்

பக்கம் உறுமியபடி நகர்ந்தது. அதனுள் அண்ணாவைத் தேடி நுழைந்தனவென் கண்கள்.

“அம்மா, உங்கடை மகன் ஒரு கடுமையான போர்வீரன். ஆளுக்கு துணிச்சலும் ஆர்வமும்கூட. நாங்கள் அவரை வெள்ளை எண்டுதான் கூப்பிடுறனாங்கள்” அந்த பாசறை வரவேற்பறையில் இருந்த போராளி எங்கள் வருகையைப் பதிவு செய்தார்.

அண்ணா தூரத்தில் வந்து கொண்டிருந்தான். “அம்மா அண்ணா வாறன்! அண்ணா வாறான்!!” மகிழ்ச்சியில் துள்ளிக் குதிப்பதை நெகிழ்வுடன் பார்த்தார் அப் போராளி. நன்றாக நெடுத்து விட்டான். வரிச்சீருடையும் இயக்கத் தொப்பியும் அணிந்திருந்தான். தலைமுடி சீராக வெட்டப்பட்டிருந்தது. போராளிக்கேயுரிய கம்பீரம் கலந்த அழகுடன் அவன் நடந்து வருவதை அம்மா கண்கலங்கிப் பெருமிதம் மிளிரவும் பார்த்தாள். அம்மாவின் முகம் லேசாக ஒளிர்ந்தது.

அம்மாவுக்கு முன்னால் தொப்பியைக் கழற்றிவிட்டு உட்கார்ந்தான். அம்மாவின் கண்கள் கலங்கின.

“நல்லா இருக்கிறியளா? அழக்கூடாது! எங்கடை சனத்துக்காகப் போராடுறதுதான் எனக்குப் பிடிச்சிருக்குது. நீங்கள் சந்தோசமாய் இருக்கவேணும்” அம்மாவின் கலங்கிய விழிகளைத் துடைத்தபடி சொன்னான்.

“எப்பிடி இருக்கிறாய்..?” தலையைத் தடவியபடி அம்மா கேட்டாள். உதடுகள் துடித்தன. கண்ணீர் தன்பாட்டில் வழிந்தது.

அவன் புன்னகைத்தான். நிமிர்வும் உறுதியும் கம்பீரமும் மிக்க அந்தப் புன்னகையில் அன்பின் பிரகாசம் மிளிர்ந்தது.

“அம்மா வன்னியின்ரை முக்கியமான சண்டையளிலை நிண்டிருக்கிறன். அடுத்தது ஆனையிறவு சண்டைக்கும் போகவேணும் எண்டுறதுதான் என்ரை ஆசை” அம்மாவைப் பார்த்துச் சொல்ல, அம்மாவோ ‘என் பிள்ளைக்கு ஏதும் நடந்துவிடக்கூடாது’ மீனாட்சி அம்மனிடம் மானசீகமாக மன்றாடியபடி, நேர்த்தி வைத்தபடி சேலைத் தலைப்பால் தன் கண்களைத் துடைத்துக் கொண்டாள்.

“சின்னப் பொடியன், பெரிய பொடியனாய் வளந்திட்டான்..” தோள்களை அணைத்தபடி தங்கச்சியை மடியிருத்திக் கொண்டான் அண்ணா.

09

அவ்வப்போது சைக்கிளை மிதித்துக் கொண்டு கிளிநொச்சியைச் சுற்றுவதே ஒரு சுகம்தான். அதிலும் நண்பர்களோடு அரட்டை அடித்துக் கொண்டு சுற்றுவதில் ஒரு அலாதிப் பிரியம். அன்பழகனை கிளிநொச்சிக் குளத்தடிக்கு வரச்சொல்லி தொலைபேசியில் அழைத்துக்கொண்டு, சைக்கிளை வைரவர் கோயில் வீதியில் விட்டேன்.

கிளிநொச்சிக் குளத்தடி பேரழகுக் காடு. குளத்தடி எங்கும் மருதமரங்கள். அணைக்கட்டுக்களின் வழியில் போகும்போது தாமரைப் பூக்கள் ஓரழகு. அணைக்கட்டுகளுக்கு கீழால் இறங்கிப் போகும்போது செவ்வரத்தம் பூக்களாலான வேறோர் அழகு. அணைக்கட்டு வழியே குளத்தை பார்த்தபடியும் அணைக்கட்டுக்கு கீழால் சோலைகளை இரசித்தபடியும் போகலாம். மாலை வகுப்புக்களுக்கு சென்றுவிட்டு சைக்கிளில் வீடு திரும்பும் பெண்களின் காட்சியும் அவ்வப்போது நகரத்திற்கு நடந்துசெல்லும் மக்களுமாய் நிசப்தமான வீதி...

குளக்கட்டில் உள்ள மருதமரத்தின் நிழலில் இருந்து பார்க்க, விதவிதமான பறவைகள் பறந்தபடியிருக்கும். குளத்திற்கு அப்பால் மரக்கூட்டம். அந்த மரக் கூட்டங்களினுள்ளிருந்து மீனவர்களது சிறுபடகுகள் வெளிப்படும். "மச்சான், பொழுதுபோக்கு பொழுது போக்கு எண்டு ஆரையும் தேடி வாறியோ..." சொல்லிச் சிரிப்பான் அன்பழகன்.

குளக்கரைவழி நடந்துசென்றால் ஐந்தடி வான் பாயும் குள வாய்க்கால். மழைக்காலத்தில் வெள்ளம் பாயும் அந்த வாய்க்கால் கோடையிலும் அழகிய மண் மலைகள் கண்களைக் கவரும். அதன் மேற்பரப்பில் கிழக்காக வைரவர் கோயில். அது மருதநகர்

சனங்களின் எல்லைக் கடவுள். பெரிய ஆலமரத்தடியின் கீழிருக்கும் அக் கோயில் முன்றலில் நின்றால் சிலசமயம் உடல் கூதலெடுத்துக் குளிரும். மெல்லிய காற்று இதமாய் அணைக்கும். அனலடிக்கும் கிளிநொச்சியின் கோடை நாட்களிலும் குளிர்மையின் புதிரோடும் ஈரத்தின் இரகசியங்கள் நிறைந்தும் இருக்கும் இக் குளம் நானும் நண்பர்களும் சுற்றும் பூந்தோட்டம்.

"கிளிநொச்சிக் குளத்தை.. இயற்கையான காடாயும் பூங்காவாயும் அப்பிடியே பாதுகாக்கோணும் எண்டு தமிழீழ அரசு பேணி வைச்சிருந்தாங்கள்... இண்டைக்கு குளத்தின் மேல்பக்கம் எல்லாம் ஆமி மரங்களை வெட்டிப்போட்டு அதற்குள்ளை காம்ப் போட்டிருக்கிறான்." அன்பழகன் சினப்பான்.

இந்தக் குளத்திற்கு பல பறவைகள் இப்போது வருவதில்லை.. சில பூக்களை காணவே இல்லை. சுற்றிச் சுற்றி இராணுவ முகாம். புலிகளின் தலைநகரம் எங்களுக்குச் சொந்தம் என்றும் புலிகளின் தலைநகரத்தின் இதயம் எங்களுக்குச் சொந்தம் என்றும் நாங்கள் மனதாறும் அந்தச் சோலையை இராணுவக் கரங்கள் ஆக்கிரமித்திருந்தன.

"இந்தமுறையும் குளத்துக் கட்டில் போயிருக்க ஆமி வந்து விசாரிச்சுப் பேர் பதிவான்..." நினைத்துக்கொண்டே சைக்கிளை மிதிக்க,

"வினோதன் ஒருக்கா நில்லடா...! குரல் ஒன்று கேட்டது.

"அட ஆனந்தி அக்கா..."

"எனக்கு ஒரு உதவி செய்வியே?"

"என்னக்கா? என்ன நடந்தது? சொல்லுங்கோ!.."

"ஏதோ சனல் 4 படமாம் அதைப் பாத்தனியளே?"

"ஓம்... ஏன்?..."

ஆனந்தி அழத் தொடங்கினாள். அவளால் சொல்ல முடியவில்லை.

"என்ன விசயமக்கா?"

"ஏதோ.. சனல்4 ஆம்... அதிலை இவர் இருக்கிறாராம் எண்டு கதைக்கினம்"

சொல்ல இயலாமல் விக்கி விக்கி குழந்தைபோல அழத் தொடங்கினாள்.

மடிக் கணனியில் சனல் 4 தொலைக்காட்சி வெளியிட்ட ஆவணப் படங்களை ஆனந்திக்கு எடுத்துக் காட்ட, ஒரு ஆவணப் படத்தில் ஐந்து போராளிகளை நிர்வாணமாக இருத்திவிட்டு பிடரிகளில் சுடுகிறார்கள் இராணுவத்தினர். நிலத்தில் குருதி வழிந்தோடுகிறது. ஒவ்வொருவரும் சுடப்பட்டு பொத்துப் பொத்தென்று விழுகிறார்கள்.

“அய்யோ… என்ரை கடவுளே…” அவள் முகத்தை மூடிக்கொண்டு அழுகையை அடக்கினாள்.

“இதிலை ஆரும் இவரை மாதிரி தெரியேல்லை…”

“…”

“கடவுளே அவராய் இருக்கக்கூடாது..”

இன்னொரு புகைப்படத்தில் ஒரு போராளி உயிரோடு இருக்கிறான். அவனது உடல் கத்தியால் குத்திக் கிழிக்கப்பட்டு குருதி வழிகிறது. அருகில் இராணுவத்தினர். அதே போராளி இன்னொரு படத்தில் கொல்லப்பட்டுக் கிடக்க அவன்மீது புலிக்கொடி போர்த்தப்பட்டிருக்கிறது.

“அய்யோ, இதென்ன கொடுமை? இதுவும் இல்லை…”

“…”

“அவருக்கு ஒண்டும் ஆகாது. எனக்குத் தெரியும்.. என்ரை புருசன் எங்கையோ இருக்கிறார்.. பிள்ளையின்டை அப்பா வருவார்…”

குழந்தையைப் போல தன் குழந்தையிடம் கூறினாள். இன்னொரு ஆவணப் படம், அது தொடங்கிச் சில நிமிடங்களில், வரிசையாக இருத்தப்பட்டு, பின்பக்கம் கைகள் கட்டப்பட்டிருந்தவர்களைப் பார்த்தவள் திடுக்கிட்டாள்.

“இவர்தான்… இவர்தான்….”

“…”

பின்னால் கைகள் கட்டபட்ட நிலையில் உடலில் துணிகள் ஏதுமின்றி நிர்வாணமாக தரையில் இருந்தான் ராணி மைந்தன்.

“அவருக்கு என்ன நடந்துதோ? இப்ப எங்க இருக்கிறாரோ?”

“…”

பூவோடையும் பொட்டோடையும் நான் காத்திருக்கிறனே!”

“…”

‘ஓ’வென அழுதாள். முகத்தைத் துடைத்தாள். மீண்டும் மீண்டும் முகம் துயரத்தில் பொங்கியது.

“அப்பா எப்பம்மா வருவார்” சினுங்கினான் ஆனந்தியின் மகன். “கெதியா வருவார்..” துயரத்தோடு அவனுடைய கண்களைத் துடைத்தாள். அழுகையை மறைத்துக் கொண்டு அவனை முத்தமிட்டபடி “பிள்ளையின்டை அப்பா வருவார்…” மூக்கைச் சீறி எறிந்தபடி நடந்தாள்.

அன்பழகனின் அழைப்பால் கைபேசி அதிர்ந்தது.

10

வீட்டு முற்றத்தில் தனியே படுத்திருக்க, நிலவொளி வீட்டுக்கூரை, மரங்கள்மீதெல்லாம் ஒளித்திரையாய் படர்ந்திருந்தது, வானம் ஏதோ மகிழ்ச்சியில் திளைத்துக் கிடப்பதாய்...

படலையைத் திறந்து யாரோ நடந்துவரும் சத்தம் கேட்டது. வரிச்சீருடையும் பின்னால் கொளுவப்பட்ட பையுமாய் வீட்டு வாசலில் வந்து "அம்மா.." என்றழைத்தான் அந்தப் போராளி. எப்போதும் புன்னகையின் வசீகர ஒளி வீசும் அவனுடைய முகம் நிலவை விடவும் பிரகாசமாய் ஒளிர்ந்தது.

"எடெய் ரங்கன்! கோழியை உரிச்சாச்சுதே"

"ஓம்.. நல்ல இறைச்சி நாகபூசணி அக்கா..."

"தவமணி அக்கா அந்த அரிசியை ஊறப் போட்டதே?"

"பானைக்குள்ளை போட்டிருக்கிறன்"

வீடு களைகட்டியிருந்தது. அண்ணா களத்திலிருந்து இரண்டு வார விடுமுறையில் வீட்டுக்கு வந்திருந்தான். தன் பிள்ளை நீண்ட நாட்களின் பின்னால் தன் கையால் சாப்பிடப் போகிறான் என்று அம்மாவுக்கு பெரும் புளுகம். அவனுக்கு என்னவெல்லாம் வேண்டும் என்று கேட்டுக் கொண்டிருந்தாள். "நீங்கள் எது தந்தாலும் நான் சாப்பிடுவன் அம்மா" என்றான் அவன். அண்ணா நிற்கப் போகும் பதினைந்து நாட்களுக்கும் என்னவெல்லாம் சமைத்துக் கொடுப்பது? ஒரு பெரிய பட்டியலையே போட்டுவிட்டாள் அம்மா.

"தம்பி கிடுகைப் பிடி"

அண்ணா வீட்டுக்கு வந்தது முதல் காணியில் கடும் வேலை. அண்ணா வேலி அடைக்க அழைத்தான். அண்ணா புல்லுச் செருக்கினான். கிணற்றை இறைத்து சேற்றை அள்ளினான். வேலிக்கு மண் அணைத்தான். வரும்போது கணேசபுரத்திலிருந்து கொண்டு வந்த ஒரு தென்னங்கன்றை நட்டு உயிர் தண்ணி ஊற்றினான்.

“எல்லாம் நீதானாம் செய்தனீ. அம்மா சொன்னவா.. என்ரை தம்பி கெட்டிக்காரன். வீடு வடிவாய் இருக்குது.. காணியை எவ்வளவு வடிவா சோலையா வைச்சிருக்கிறாய்... இப்பிடித்தான் இருக்கோணும்... இடம்பெயந்தாலும்.. எங்கடை ஊரை எல்லாம் ஆமி பிடிச்சாலும் எங்கடை மக்கள் வாழ்க்கையையும் நம்பிக்கையையும் கைவிடுறேல்லை...”

“...”

“நாங்கள் கிளிநொச்சிக்குப் போய் எங்கடை காணியைத் திருத்தி திரும்பவும் அதைச் சோலை ஆக்குவம் என்ன”

“எப்ப அண்ணா நாங்கள் கிளிநொச்சிக்குப் போறது?”

“கெதியிலை ஆனையிறவையும் பிடிச்சிடுவம்”

“ஆனையிறவப் பிடிக்கேலுமா?”

“எல்லாம் எங்களாலை முடியும். தலைவர் சரியான திட்டங்களை வகுப்பார். அதப் பிடிக்கிற பலம் எங்கடை போராளியளிட்டை இருக்குது. பாரன்..”

இதைக் காது கொடுத்து கேட்டுக் கொண்டிருந்த தவமணி,

“சரியாய் சொன்னாய்.. நான் உதைச் சொல்ல சிலர் நம்பேல்லை.. புளியம்பொக்கனை நாகதம்பிரானுக்கு நேத்தியும் வைச்சிருக்கிறன்..”

சொல்லிக்கொண்டே வீட்டுக்குள் நுழைந்தாள்.

ஆனையிறவு முகாம் இராணுவத்தின் கோட்டையாகி பல வருடங்கள். இயக்கம் எத்தனையோ தாக்குதல்களை நடத்தியும் ஆனையிறவை மீட்க முடியவில்லை. இழப்புக்கள்தான் மிச்சம்.

“யோசிக்காம வடிவா கிடுகப் பிடி”

அண்ணா சூட்சுமமாகப் புன்னகைத்தான்.

“நாகபூசணியின்டை மகனைப் பாத்தனியேடி?”

“சின்னவனைவிட நல்ல வெள்ளையும் வடிவும்;”

தெருவில் போகிறவர்கள் கதைத்துக்கொண்டு போனார்கள். குடியிருப்பில் உள்ளவர்கள் பலருக்கு அண்ணாவைத் தெரியாது. “கிளி, இதுதான் என்டை மூத்த பொடியன் பாத்தியே?” அம்மாவும்

தெருவால் போகும் வரும் தெரிந்தவர்களை எல்லாம் கூப்பிட்டுக் காட்டினாள்.

"ஊர் கண்ணே என்ரை பிள்ளையிலை பட்டிருக்கும் "

சட்டி, பானை கழுவிக்கொண்டிருந்த அம்மா அதை இடையில் விட்டுவிட்டு கொஞ்சம் செத்தல் மிளகாயும் உப்பும் எடுத்து வந்தாள். அதை ஒரு கையில் வைத்திருந்தபடி கதைக்கக்கூடாது என்று சைகையால் காட்டிக்கொண்டு மிளகாய் கையால் அண்ணாவைச் சுற்றினாள். அவன் சிரித்துக்கொண்டே பேசாமல் இருந்தான். துப்பு என்று சைகை காட்டினாள். அவன் சிரித்தபடி அம்மாவுக்காகத் துப்பினான். பின்னர் தானும் மூன்றுமுறை துப்பிவிட்டு அடுப்புக்குள் கொண்டு போய் போட்டாள். பட...பட.. வெடித்தது அது.

"பாத்தியோ? சரியான கண்ணூறு.. வெள்ளிக்கிழமையும் ஒருக்கால் எரிக்கோணும்..." முகத்தைச் சுழித்தாள் அம்மா. "உப்பை அடுப்பிலை போட்டால் வெடிக்கும்தானே" எனது காதுக்குள் குசுகுசுத்தான் அண்ணா.

மணியங்குளம் சந்தியில் உள்ள அம்பாள் மினிக்கு உயிர்ப்பூ படம் பார்ப்பதற்காய் அழைத்துச் சென்றான் அண்ணா. அப் படத்தை கிளிநொச்சியில் வைத்து அண்ணாவுடன் பார்த்ததுதான். யாழ்ப்பாண இடம்பெயர்வுடன் முதல் புதிய போராளிகள் இணையும் இடம், பிரசாரக் கொட்டகைகளால் கிளிநொச்சியில் அப் படம் பிரபலம். அந்தப் படத்தை பார்க்க அண்ணா திரும்பத் திரும்ப அழைப்பான்.

திரைப்பட ரசிகர்களுக்கோர் அன்பான வேண்டுகோள்! திரைப்படங்கள் பொழுதுபோக்கிற்காக மாத்திரம் பார்ப்பவையல்ல. நல்ல கருத்துகளையும் பழக்கவழக்கங்களையும் எம்மிடம் வளர்க்கவும் அவை உதவ வேண்டும். சில திரைப்படங்களும் சில திரைப்படங்களில் வரும் சில காட்சிகளும் சமூகத்தை சீரழிக்கும்வகையில் அமைந்துள்ளன. எனவே, அந்த நோக்கில் அமைந்த சில திரைப்படங்களையும் சில திரைப்படங்களின் சில காட்சிகளையும் தணிக்கை செய்து வருகிறோம். எமது பணிக்கு பூரண ஒத்துழைப்பு வழங்க வேண்டுகிறோம்.. இவ்வண்ணம். தமிழீழ திரைப்பட வெளியீட்டுப் பிரிவு என்றபடி ஒரு பட்டாம் பூச்சி பறந்து செல்ல உயிர்ப்பூ திரைப்படம் தொடங்கியது.

இந்தப் படத்தில் வரும் அண்ணன் தம்பி போலேவே உணர்வதுண்டு. அப்படியே அடிபடுவோம், பிறகு நகமும் சதையுமாய் இணக்கமாகி விடுவது. தம்பியைக் கடலில் நேவிக்காரர் சுட்டுக் கொன்றதும் அவர்களைப் பழிவாங்க அண்ணன் கரும்புலியாகச் செல்லுவான். தம்பி கடலில் இறந்ததும் "சின்னச் சின்னக் கண்ணில் வந்து மின்னல்

விளையாடும்...” அண்ணன் படிக்கும் பாடல் அண்ணாவுக்கும் பிடித்துப்போய்விட்டது.

பரபரப்பும் கொண்டாட்டமுமாக நாட்கள் கழிந்தன. அண்ணா போவதற்கு ஒரு நாள்தான் இருந்தது. அம்மாவுக்கு உள்ளுக்குள் வருத்தம். அதை அவள் காட்டிக் கொள்வதில்லை. கந்தபுரம் முருகன் கோயிலுக்குப்போய் ஒரு அர்ச்சனை செய்ய வேண்டும் என்றாள்.

அம்மா மூன்று நேர்த்திகளை மூன்று கோயிலுக்கு வைத்திருக்கிறாள். அண்ணா வீட்டுக்கு விலத்தி வரவேண்டும் என்று கந்தபுரம் முருகனுக்கு ஒரு நேர்த்தி வைத்திருந்தாள். கிளிநொச்சிக்கு விரைவில் திரும்பி தேங்காய் உடைக்க வேண்டும். முறிகண்டிப் பிள்ளையாருக்கு ஒரு நேர்த்தியை வைத்தாள். தன்னுடைய பிள்ளையின் உயிருக்கு ஏதும் நடந்துவிடக்கூடாது என்று கனகாம்பிகை அம்மாளுக்கு கோழிச்சாவல் நேர்ந்துவிட்டிருந்தாள்.

கந்தபுரம் முருகன் கோயில் அய்யர் மந்திரம் ஓதினார்.

“வெள்ளையன் நாமதேசிய...”

ஐயர் சொல்லும் அர்ச்சினை மந்திரத்தால் அக்கோயில் கருவறை அதிர்ந்தது. பிள்ளைக்கு எந்த ஆபத்தும் வரக்கூடாது என்று மனதுக்குள் மீண்டும் நினைந்து முருகனை பிரார்த்திக் கொண்டாள் அவள்.

“இதுதான் என்டை மூத்தவன்” கடையக்காவுக்கு அறிமுகப்படுத்தினாள் அம்மா. “ஓ அப்பிடியே பிள்ளை. நல்ல வடிவான பொடியன்...” மேலும் கீழும் பார்த்தாள் கடையக்கா. “அம்மா எவ்வளவு கஷ்டப்படுறா... பேசாம கடிதத்தைக் கொடுத்திட்டு விலத்துங்கோ தம்பி” கடையக்கா அண்ணாவுக்குப் புத்திமதி கூறினாள். “ஓம் விலத்தலாம் தானே” என்றவிதத்தில் தலையை ஆட்டி ஆமோதித்தாள் அம்மா. அண்ணா விலத்தி வருவானா என்ற எதிர்பார்ப்புடன் வாயைத் திறந்து பார்க்க, அவன் மெல்லிய சிரிப்புடன் கடையக்காவுக்கு விடை கொடுத்தான்.

அண்ணா போகப் போகிறானே? கவலை மனதை வாட்டியது. மணியங்குளம் பாடசாலையடியில் உள்ள அம்மன் கோயிலுக்கு வெளியில் வீதியோரமாக நின்று மீண்டும் ஒருமுறை அண்ணாவுக்காக கண்களை மூடிக்கொண்டு வேண்டினாள் அம்மா. எதுவும் பேசாமலே நடக்க,

“என்னடா பேசாம வாறாய்..”

தலையைத் தடவியபடி கேட்டான் அண்ணா. ‘இப்பிடியே எங்களோட நீ இருந்திரன் அண்ணா...’ கேட்க வேண்டும்போல வார்த்தைகள் தொண்டைவரை வந்து மறைந்தன. அவனோ தன்

தோழர்களைச் சந்திக்கவும், அடுத்த சண்டைகளுக்குப் போகவும் ஆவலாக இருந்தான்.

❖❖❖

இரவு சாப்பிட விருப்பமின்றி வயிறடைக்க நிலவைப் பார்த்தபடி படுத்திருக்க, அம்மாவின் நல்லெண்ணைத் தோசை ஊரை அழைத்தது. "தம்பி எழும்பிச் சாப்பிடு..." என்று சொல்லிக்கொண்டே உடுப்புகளை மடித்தான் அண்ணா. அப்போதும் எதுவும் பேசவில்லை. ஒரு யுத்தத்திற்கு அடிகோலிக் கொண்டிருப்பது அண்ணாவுக்கு விளங்கியிருக்க வேண்டும். "இப்ப எழும்புறியோ? இல்லையோ?.." குரலில் அன்பும் கண்டிப்பும் கலந்திருந்தன.

"நீ நாளைக்குப் போகமாட்டன் எண்டு சொல்லு சாப்பிடுறன்" பட்டென்று சொல்லி ஒற்றைக் காலில் நிற்க, "நல்ல விளையாட்டுத்தான்?" அவன் கோபமும் வேதனையுமாய் பொங்கினான்.

"எனக்கு என்ரை அண்ணா வேணும்."

"எனக்கும் அண்ணா வேணும் அம்மா"

தங்கச்சியும் தன் பங்குக்கு அனுங்கினாள்.

"இப்பிடி எண்டால் வந்திருக்கமாட்டன்.."

இமையோரம் வழிந்த கண்ணீரைத் துடைத்தபடி எங்கோ பார்த்தான் அண்ணா.

"இப்ப ஏன் அவனைக் கஷ்டப்படுத்துறியள்..."

உடைந்த குரலில் துயரத்தை மறைத்துக்கொண்டு அம்மா சொல்லவும் சாப்பிட அமர்ந்துவிட, தோசையை எடுத்து கோப்பையில் வைத்தான்.

"முதல் தோசையை நீயே எடு..."

"நீ சாப்பிடு. நான் பிறகு எடுக்கிறன்.."

"வேண்டாம். நீ சாப்பிடு..."

"நான் சாப்பிடுறேன்" எடுத்துக்கொண்டு ஓடினாள் தங்கச்சி. துயரத்தோடு சிரிக்க முயன்றான் அண்ணா.

❖❖❖

ஏழரை மணியாகியும் விடியாததைப் போன்று தோற்றம் காட்டியது பொழுது. சூரியனை முகில்கள் மறைத்திருந்தன. கொண்டைக் குருவி ஒன்று வாழை மரத்தில் வந்திருந்தது. நாய்க்குட்டிகள் இரண்டும் யாரையும் கவனிக்காமல் விளையாடிக் கொண்டிருந்தன. பூனை சோம்பல் முறித்துவிட்டு கால்களை தட்டி எழுப்பியது. அம்மாவின் தேநீர் வாசம் வீடு முழுக்கப் பரவியது. படுக்கையைவிட்டு எழும்பி ஏதும் பறையாமல் குந்தியிருக்க, அண்ணா விடிய நேரத்துடன் எழுந்து வெண்டிச் செடிகளுக்கு மண் அணைத்துவிட்டு முற்றத்தைக் கூட்டிக் கொண்டிருந்தான். அவனுடைய முகம் உறக்கமின்மையாலோ என்னவோ வீங்கியிருந்தது.

“கெதியா குளிச்சிட்டுவா... என்னைக் கொண்டுபோய் கந்தபுரம் சந்தியிலை பஸ் ஏத்திவிடு” வறண்ட குரலில் சொல்லிக்கொண்டு கமுகு கன்றுகளுக்கு தண்ணீர் ஊற்றிக் கொண்டிருந்தான் அண்ணா. அவன் எப்போதும் என்னுடன் இருக்க வேண்டும் என்று மனம் அந்தரப்பட்டது.

“அண்ணா நிண்டு நாளைக்குப் போவன்”

“அம்மா, பேசாமல் இவனை வெளிக்கிடச் சொல்லுங்கோ”

குரலை உயர்த்திக் கூறிவிட்டு புறப்படத் தயராகிக்கொண்டிருந்தான் அவன். தன் உடுப்புப் பையை எடுத்து அதில் கொண்டுபோகும் பொருட்களை எடுத்து வைத்தான். “தம்பி.. இந்த ரீசேட்டை நீ போடு. உனக்கு நல்ல அளவாக இருக்கும்” என் தோள்களில் வைத்து அளந்தான். “பள்ளிக்கூடம் போகேக்க இந்தச் செருப்பை போடு. வெறுங்காலோடை போறன், எனக்கு புதுச் செருப்பு தருவினம்...” செருப்பை என் கால்களுக்குள் செருகினான். எதையும் வாங்கிக் கொள்ளும் நிலையில் நானில்லை. “இதெல்லாம் வேண்டாம். நீ மட்டும் எங்களோடை இரடா...” சொல்லி அழவேண்டும்போலிருந்தது. இப்படி நினைப்பதையெல்லாம் அவனால் உணரமுடிந்ததை அவனது விழிகள் காட்டிக் கொடுத்தன.

அண்ணாவுக்குப் பிடித்த அப்பம் சுடத் தொடங்கினாள் அம்மா.

“இதுக்குள்ளை நல்லெண்ணை வைக்கிறன். ஒவ்வொரு சனியும் மறக்காமல் எண்ணெய் வை. இதுக்குள்ளை ஒற்றைத்தலைப் பாக்கு வைக்கிறன். தலையிடிச்சா தலையிலவை” கலங்கிய விழிகளை மறைத்தபடி பொருட்களை அவனுடைய பைக்குள் பத்திரமாக வைத்தாள் அவள். முகத்தை ‘உம்’மென்று வைத்துக்கொண்டு யாருடனும் பேசாமல் இருக்க, இடையிடையே பார்த்துக் கொண்டான் அண்ணா.

சைக்கிளை எடுத்து முன்னால் என்னை ஏற்றிக்கொண்டு பின்னால் அவனது பையை வைத்தான் அவன். தன் துயரத்தை மறைத்தபடி அண்ணாவின் கன்னத்தில் முத்தமிட்டாள் அம்மா.

"வாறன் அம்மா..." என்று தங்கச்சியைக் கொஞ்சினான். "நல்லா படிக்கோணும்" கலங்கிய விழிகளுடன் முகங்களைப் பார்க்க இயலாதவனாய் அவன் புறப்படுவதை அக்கம்பக்கம் எல்லாம் பார்த்துக்கொண்டு நின்றது. எல்லோருடைய முகங்களிலும் பிரிவுத் துயரத்தின் இருள் அப்பிக் கிடந்தது.

"அடுத்த லீவுக்கு வா.. அப்பன்.." தவமணி அண்ணாவின் தலையை தடவியபடி கலங்கிய தன் கண்களை துடைத்துக் கொண்டாள்.

போகத்தான் போகிறான்... சைக்கிளை உழக்கத் தொடங்கினான் அவன். எதுவும் பறையாமல் இருக்க, அண்ணா ஏதேதோ எல்லாம் கேட்டான். ஒன்றுக்கும் பதில் சொல்லவில்லை. சிரிக்கவைக்க சில நகைச்சுவைக் கதைகளைச் சொன்னான். உடும்புப் பிடியாயிருந்த எனது முகத்தின் இறுக்கம் தளரவில்லை.

"தம்பி, என்னோடை கதையடா"

தலையை, தடவியபடி உருக்கமாக மன்றாடினான். அப்போதும் அழுங்குப்பிடியாய் வாய் திறந்தேனில்லை.

என்னால் அழுகையை அடக்க முடியவில்லை. விக்கி விக்கி ஒரு குழந்தைபோல அழ, குனிந்து பார்த்தான். தன் கையால் எனது கண்ணீரைத் துடைத்தான். கன்னங்களைத் தடவி ஆசுவாசப்படுத்தினான்.

"தம்பி அழாதை! கெதியாய் சண்டை முடியும். உடனை லீவு எடுத்துக்கொண்டுவாறன்."

"நீ எப்பவும் என்னோடை இருக்கவேணும் அண்ணா..."

சொல்ல இயலாமல் என் உதடுகள் துடித்தன.

"..."

'இந்தச் சண்டை எல்லாம் எப்ப முடியும்? நாங்கள் எல்லாரும் எங்கடை வீடுகளிலை ஒண்டாய் வாழுற காலம் எப்ப வரும்?' தரையில் விழுந்தோடும் மழை நீர்போல மனம் உடைந்துருகி வழிந்தது.

"கெதியிலை இந்தச் சண்டையள் முடியும். எங்களுக்கு ஒரு விடிவு வரும். விடுதலையடைஞ்ச தமிழீழத்திலை எங்கடை மக்கள் எல்லாம் நம்மதியாய் இருப்பினம். தம்பியும் அண்ணாவும் கமல் தியட்டருக்குப் போய் படம் பாப்பம்... அம்மா, தங்கச்சி எல்லாருமாய் கனகாம்பிகை அம்மன் கோயிலுக்குப் போவம்... தம்பி அந்த நாள் எப்பிடிச் சந்தோசமாய் இருக்கும் எண்டு யோசிச்சுப் பார். அதுக்குக் கனகாலம் எடுக்காது.. கெதியிலை அந்த நாள் வரும்..."

தன் வார்த்தைகளால் தேற்ற முயன்றான் அண்ணா. அவை தனக்கும் சேர்த்து சொல்லிக்கொள்ளும் ஆறுதல்தானோ? அவனுடைய

விழிகளில் இருந்த பிரிவின் துயரை, அன்பின் கலக்கத்தை சைக்கிளின் முன்னால் இருந்தபடி நிமிர்ந்து பார்க்க, சைக்கிளை வேகமாக ஊன்றி மிதித்தான் அண்ணா.

"நல்லா படி. ஓ. எல். எக்சாம் எடு. படிச்சு கம்பஸ் போகவேணும் நீ. வடிவா வெளிக்கிட்டு பள்ளிக்கூடம் போ. செருப்பு போட்டுக் கொண்டு போகவேணும். வெள்ளை உடுப்பு நல்ல வெள்ளையாய் இருக்கோணும்... இரக்கப் போனாலும் சிறக்கப் போகவேணும்... வெள்ளையன்டை தம்பியைப் பாத்தியா எண்டு எல்லாரும் சொல்ல வேணும்... என்ன?"

எடுத்துச் சொல்லியபடி வந்தான். கந்தபுரம் சந்தி கலகலப் போடிருந்தது. 'சரக்' சைக்கிளை பிரேக் போட்டு நிறுத்தினான் அவன். சந்தியின் முன்பக்கத்தில் பேருந்துக்காக ஆட்கள் காத்திருந்தனர்.

"இதை அம்மாட்ட குடு-" இருநூறு ரூபாவை எனது பொக்கற்றுக்குள் சொருகினான்.

அண்ணா போகமாட்டான் என்று நம்பி இன்னும் அவனுடன் பேசாமல் நிற்க, அக்கராயன் பக்கத்திலிருந்து கிளிநொச்சி என்றெழுதப்பட்ட தமிழீழப் போக்குவரத்துப் பேருந்து ஒன்று வந்து தரித்தது. அண்ணா போகத்தான் போகிறானா? சைக்கிளை என்னிடம் கொடுத்துவிட்டு பேரூந்தில் ஏறினான் அண்ணா. 'அண்ணா போகாதே' எனத் துடித்தது மனம். பேருந்து நகரத் தொடங்கியது.

அண்ணா கை அசைத்தான்.

அழுதுகொண்டே, கைகளைத் தூக்கி அசைத்து வழியனுப்ப முடியாமல் விக்கலும் விம்மலும் போட்டி போட்டபடி நிற்பதை, ஜன்னலால் எட்டிப் பார்த்துக்கொண்டே போனான். பேருந்து வேகமாக விரைந்தது. அவன் இறங்கி வருவானென அப்போதும் நம்பிக் கொண்டிருந்தது மனம், ஏமாற்றம்தான். அவன் வரவில்லை. பேருந்து மறையத் தொடங்கியது.

ஒரு முடக்கில் பேருந்து முழுவதுமாக மறைந்தது. அண்ணா மிதித்து வந்த சைக்கிள் வெறுமையோடு நின்றது. வழிவழியே அழுதபடி சைக்கிளை மிதித்து வழியை மறந்து, விலத்திச் செல்பவர்களை மறந்து, காற்று செலுத்திச் செல்பவனைப்போல தனியனாய் வீடு திரும்பினேன்.

11

பிரியன் மொரட்டுவ பல்கலைக்கழகத்தில் படித்துக் கொண்டிருந்தான். அவனைப் பார்த்து மூன்று வருடங்களுக்கு மேல். அன்று யாழ்நகரத்தில் உள்ள தேநீர்க்கடை ஒன்றில் பால் தேனீருக்கு ஓடர் செய்யவும், "இதிலை இருப்பம்..." அமர்ந்தான் அவன்.

"என்ன மச்சான் கரடி பிறைகண்ட மாதிரித்தான் உன்னை பாக்க ஏலுது.. ஏன் இந்தப்பக்கம் வாரது குறைவு?... நீ பழைய மாதிரி இல்லைப்போ.."

மூக்குக் கண்ணாடியைக் கழற்றிவிட்டு தன் கனத்த உடல் அதிர குலுங்கிக் குலுங்கிச் சிரித்தான் பிரியன். மிகவும் மெல்லிய ஆளாகப் போனவன் மூன்று வருடங்களில் குண்டனாக மாறிவிட்டான். "அங்கை போய் கண்டதையும் திண்டு உடம்பை வளத்ததுதான் மிச்சன்..."

முகத்தைக் கோணினான்.

"அன்பழகன் என்ன செய்யிறான்... கேட்டதாய்ச் சொல்லு..."

உருத்திரபுரம் மகா வித்தியாலயத்தில் இலசவ உணவான இலைக் கஞ்சித் திட்டத்தில் இலைக்கஞ்சி காய்ச்சுவதில், பிரியன், கமல், நேசராஜ் எல்லோரும் திறமைமிக்க சமையல்காரர்கள். இலைக் கஞ்சி காய்ச்சும் தவணை நாட்களில் "அந்த மாதிரி இருக்குது.." வாயை பொச்சடிச்சுப் பொச்சடிச்சுப் குடித்துக் கொண்டு பொடியள் பாராட்டுவார்கள். கொஞ்ச அரிசியுடன் இயற்கையாக கிடைக்கும் கீரைகளை எல்லாம் போட்டு காய்ச்சப்படும் அந்தக் கஞ்சிதான் பட்டினியோடு பாடசாலை வரும் பலருக்கு உணவு. அவ்வப்போது பாடசாலைக்குச் செல்லும் நாட்களுள் இலைக்கஞ்சி காய்ச்சும்

நாட்கள் கட்டாயமாக அடங்கும். வீட்டில் சாப்பாடு இருக்காது. அன்றைக்கு இலைக்கஞ்சி பசியைத் தீர்க்கும் என்ற நம்பிக்கையில் பாடசாலைக்குப் புறப்படுவேன்.

"மச்சான், உங்கடை அப்பா இன்னும் திரும்பி வரேல்லையா?"

"...."

பதிலற்றிருந்த முகத்தை சிரிப்படங்கியபடி பார்த்தான் பிரியன்.

"...."

"உன்ரை அப்பா எண்டால் உனக்கு சரியான விருப்பம் எல்லோ.. அதான் கேட்டனான்... சொறி மச்சான்...?"

'எப்ப என்ரை அப்பா வருவார்?' நெஞ்சு நிறையக் கனவுகளுடன் சின்ன வயதில் காத்திருந்தது உண்மைதான். "பதினைஞ்சு நாட்களிலை வருவேன்..." என்று பாசத்தோடு சொல்லிச் சென்ற அப்பா எங்களை மீண்டும் இருபது வருடங்களாக ஏமாற்றிவிட்டார். பத்து வருடங்களாக ஏமாற்றிய அப்பா, தங்கச்சியை இருபது வருடமாக ஏமாற்றி எல்லோரையும் முப்பது வருடங்களாக ஏமாற்றிவிட்டார்.

அப்பாமீதிருந்த ஆசையும் பாசமும் வெறுப்பாகத்தான் எஞ்சியிருக்கிறது. அப்பா என்றால் உனக்கு வெகுபிரியமல்லவா? எனக் கேட்கும் நண்பனுக்கு எப்படிப் பதில் கூறுவது? முதன்முதலில் பத்து வயதில் எதிர்பாராதவிதமாக அப்பாவைப் பார்த்த பின்னர் இருபது வருடங்களுக்குப் பிறகொரு நாள் அப்பாவைக் கண்டது மறக்க முனையும் காட்சி. அதுவும் எதிர்பாராமல். கொழும்பில் வெள்ளவத்தையில் பேருந்துக்காக காத்திருக்க, யாரோ ஒருவர் பார்த்தபடியே நின்றார். சுமார் 55 வயது மதிக்கத்தக்க அந்த நபர் யார்? ஏன் என்னையே பார்க்கிறார்? எங்கோ பார்த்த ஆள் மாதிரி இருக்கிறதே? முன்னர்போல தலைநிறைய முடி இல்லை. மெலிந்த தேகம். அந்த விழிகள் நெருக்கத்தை காட்டின. பேச முற்படுவதைப்போலிருந்தது அந்த முகம்.

பத்து வயதில் கையசைத்துச் சென்ற அப்பா. அப்பாதான்... பத்து வயதில் வந்து "நான்தான் உங்கடை அப்பா" இப்படி அறிமுகமான அதே மனிதர்தான். தெருவில் யாரோ ஒருவர் நலம் விசாரிப்பதுபோல் பார்க்கிறார். அது அப்பாதான். அப்போதும் "நான் உங்கடை அப்பா.." என்ற தோரணையில் பார்த்தார். வாழ்வில் இரண்டாவது முறையாகவும் அப்பா, இப்படித் தெருவில் யாரோ ஒரு மனிதனாக அறிமுகமாவார் என்று எதிர்பார்த்திருக்கவே இல்லை.

தங்கச்சி பிறந்து இருபது வருடங்களாக இல்லாத அப்பா இனியும் வேண்டாம். அண்ணாவின் வீரச்சாவில் இல்லாத அப்பா இனியும் வேண்டாம். இத்தனை இழப்புகள், அலைச்சல்கள், துன்பங்களில்

தீபச்செல்வன் 105

இல்லாத அப்பா இனியும் வேண்டாம். தீர்மானித்துக்கொண்டு, முகத்தைத் திருப்பி பேருந்தில் ஏறி, திரும்பியும் பார்க்கவில்லை.

"அப்பாவை வெள்ளவத்தையிலை கண்டனான்.."

அம்மாவிடம் சொல்ல பல தடவை முயன்றும் வார்த்தைகள் வரவில்லை. அப்பா என்றழைக்க உதடுகள் மறுத்தன. அப்பாவா அவர்? மறக்கும் முயற்சிகளில் மனம் மூழ்கியிருந்தது.

"...."

மௌனமாகிவிட, தன் கைபேசியை கிளறிக் கொண்டிருந்தான் பிரியன்.

"என்ரை அப்பாமாதிரி ஒரு அப்பா ஆருக்கும் வேண்டாம் மச்சான்..."

"..."

"..."

"மச்சான்! அக்கராயன் பள்ளிக்கூடத்திலை வில்லுப்பாட்டு செய்தபடம் உன்னட்டை இருக்குதே? மற்றது கந்தபுரம் பள்ளிக்கூடத்திலை உடற்பயிற்சி போட்டி நேரம் எடுத்த படங்கள் ஏதும் இருக்குதேடா?"

கதையை மாற்றி, ஆவலைத் திருப்பினான் பிரியன். இந்தப் படங்களை அவனிடம் கேட்கலாம் என்றிருந்து, வெறுமையுடன் இல்லையென தலையசைக்க, "நீதானே எல்லாப் படங்களையும் சேவ் பண்ணி வைச்சிருக்கிறவன். உன்னட்டை இருக்கும் எண்டு நேசராஜூம் சொன்னவன்.." அவனோ இன்னமும் நம்பியபடி கேட்டான்.

"எல்லாம் சண்டையில சரி மச்சான். எங்கடை அண்ணான்டை படத்தை தேடித் திரியிறன்டா. எங்கையடா மாவீரர்களின்டை படங்களை எடுக்கலாம்?" தளுதளுத்த குரலில் கேட்க,

"நெற்றிலை தேடிப் பாத்தியா?"

சொல்லிக்கொண்டே தனது மடிக்கணினியைத் திறந்தான் அவன்.

"நெற்றிலை நிறையப்பேரின்டை படம் கிடக்குது. அதுக்குள்ளை இருக்குதோ எண்டு தேடிப்பாப்பம்..." வலைகளுக்குள் விரைந்தான் பிரியன். ஒரு இணையம் மாவீரர் துயிலும் இல்லத்தின் வடிவமைப்பில் இருந்தது. அதற்குள் சென்று கிளிநொச்சி மாவீரர் துயிலும் இல்லத்தின் வாசல்வழியே உள்நுழைந்து ஒவ்வொரு கல்லறைகளை நோக்கி அழைத்துச் சென்றான் அவன்.

12

ஆனையிறவில் சண்டை மூண்டது. மணியங்குளம் வரையில் குண்டுகள் வெடிக்கும் சத்தம் கேட்கவும், அத் திசையைப் பார்த்து அண்ணாவுக்காக மீனாட்சி அம்மனிடம் நேர்ந்துகொண்டிருந்தாள் அம்மா.

"சிங்கள இராணுவத்தின் ஆக்கிரமிப்பில் உள்ள ஆனையிறவு படைத்தளத்தை மீட்கும் பாரிய தாக்குதல்களை தமிழீழ விடுதலைப் புலிகள் ஆரம்பித்துள்ளனர். விடுதலைப் புலிகளின் தாக்குதல்களினால் நிலைகுலைந்த சிறீலங்காப் படையினர் கிளாலி வழியாகத் தப்பி ஓடியவண்ணம் உள்ளனர்." புலிகளின் குரல் வானொலி மீண்டும் மீண்டும் கள நிலவரங்களை ஒலிபரப்பியது.

"ஆனையிறவைப் பிடிக்கிறது கஷ்டம். எங்கடை பொடியள் எத்தினை தரம் சண்டை பிடிச்சவங்கள்" என்று, கிளி நம்பிக்கையற்றுக் கூறினாள். "அது முந்தி... இது இப்ப, எங்கடை பொடியளின்டை அடியைப் பொறுத்திருந்து பாரன்..." வெற்றிலைக் கறை படிந்த பற்கள் முழுதும் தெரியச் சிரித்தாள் தவமணி..

இந்த வெற்றி தோல்விகளில் எல்லாம் அம்மாவின் மனம் ஈடுபாடு கொள்ளவில்லை. அண்ணாவைக் குறித்த நினைவுகள் அம்மாவை அலைக்கழித்தன. "ஒண்டுக்கும் யோசிக்காதை அவன் விவேகமான போராளி" உறுதியாய் சொல்லியபடி எழுந்தாள் தவமணி.

சீருடை அணியாத போராளிமாதிரியே பேசும் இந்த தவமணி பற்றி சொல்லாமல் இருக்கமுடியாது.

சரியான கறுப்பு. சுருண்ட முடி. கைகளால் அள்ளி முடிந்த கொண்டை. முன்னால் கொஞ்ச முடி சுருண்டிருக்கும். வெற்றிலை

போட்டு கறை படிந்த பற்கள். சுண்ணாம்பால் சிவந்த வாய். எவரையும் எதைப் பற்றியும் சொல்லி நம்பவைக்கும் விழிகள். 1990இல் ஆகாய கடல்வெளி சண்டையுடன் கிளிநொச்சி உமையாள்புரத்தை விட்டு இடம்பெயரும்போது தவமணியின் மூத்த மகன் செல்வன் இயக்கத்தில் சேர்ந்துவிட்டான்.

அவனைப் பற்றி எந்தத் தகவலும் அவளுக்குத் தெரியாது. இயக்கத்திற்குப் போனதற்குப்பின் ஒருமுறைகூட அவனைப் பார்க்கவில்லை. அவனுக்குச் சோழன் என்று இயக்கப்பெயர் வைத்திருப்பது மாத்திரம் அவளுக்குத் தெரியும். சிலவேளைகளில் சோழனின் புகைப்படத்தை எடுத்து "என்டை மோனே.. எங்கையடா இருக்கிறாய்? என்டை புள்ள எந்தக் காடு கரம்பையெல்லாம் களைச்சுத் திரியுதோ?" என்று கலங்குவாள்.

"நாங்கள் மூட்டையை தூக்கிக்கொண்டு திரிய வேண்டி வந்ததாலைதானே எங்கடை புள்ளையள் துவக்கை தூக்கிக் கொண்டு திரியுதுகள்"

ஊருக்கு விளக்கமும் சொல்வாள். சிலவேளைகளில் கலங்குவாள், சில வேளைகளில் இரும்புப் பெண்போல பேசுவாள். 'இவளும் ஒரு போராளிதான். இவள் இயக்கத்துக்கு பிரசாரத்திற்குப் போகலாம்' என்று குடியிருப்பில் கதைப்பார்கள். தன் கணவர் இரத்தினத்தை எல்லைப் படைக்கு அனுப்பியிருந்தாள்.

"மோனையும் எங்கையும் பாக்கலாம். சும்மாதானே இருக்கிறியள். போய் உந்தப் புள்ளையளுக்கு ஒத்தாசை செய்யுங்கோ..."

வாழ்க்கையில் ஜீன்ஸ் அணியாத மனுசனுக்கு பச்சை ஜீன்ஸூம் தைத்து போட்டு அனுப்பியிருந்தாள் களத்திற்கு.

கள நிலவரங்களை அறிய பொக்கட் ரேடியோ ஒன்றை வைத்திருந்தாள் தவமணி. குடியிருப்புக்கே செய்தி சொல்லும் ரேடியோ அதுதான். சிலவேளையில் பற்றறி முடிந்தால் அதை கழற்றி அதன் இருபக்கமும் கடித்துவிட்டு மீண்டும் ரேடியோவில் கொழுவி செய்தி கேட்பாள். எட்டரைக்குப் புலிகளின் குரல் செய்தி. எட்டே முக்காலுக்கு இலங்கை வானொலி. ஒன்பதே காலுக்கு பிபிசி செய்தி. இவைகளை கேட்காவிட்டால் அவளுக்கு நித்திரை வராது.

ஒரு காலை மடக்கி திண்ணையில் வைத்துக் கொண்டு காதடியில் பொக்கட் ரேடியோவைத் தூக்கிப் பிடித்தபடி நீண்ட விழிகளை அங்குமிங்கும் அசைத்தபடி கூர்ந்து செய்திகளைக் கேட்பாள். சிலர் அவளைப் பார்த்துக்கொண்டே நிற்பர். அவளின் முகத்திலேயே செய்திகளை வாசிப்பர்.

ஆனையிறவு புலிகளின் கையில் வீழ்ந்துவிட்டது என்ற செய்தி உறுதிப்படுத்தி ஊரெல்லாம் அறிவித்துக்கொண்டு வந்தாள் தவமணி. சனங்களுக்குப் பெரும் கொண்டாட்டம். "பாத்தியே அக்கா, எங்கடை பொடியள் இரும்புக் கோட்டையை உடைச்சுப் போட்டாங்கள்" என்று கடையக்காவுக்குச் சொல்லிக்கொண்டே தேங்காயை கிலிக்கிப் பார்த்து எடுத்துக் கொண்டிருந்தாள் தவமணி.

"உனக்கு உன்ரை பிள்ளையப் பற்றி ஒரு கவலையும் இல்லையே?"

"என்னக்கா இப்பிடிக் கேக்கிறாய்? என்ரை பிள்ளையும் வேணும், நாங்கள் நிம்மதியாய் இருக்கவும் வேணும், நாங்கள் தொழில் செய்த ஆனையிறவு எங்களுக்கு வேணும்... எங்கடை வாழ்க்கையை மீட்கத்தானே இந்தப் பிள்ளையள் தங்கடை உயிரக் குடுத்து போராடுதுகள்.."

கலங்கிய கண்களை மேலுயர்த்தி துடைத்துக்கொண்டு சென்றவளைப் பார்த்துக்கொண்டு நின்றாள் கடையக்கா. ஆனையிறவு வெற்றியை முன்னிட்டு ஈழநாதம் சிறப்பு மாலைப் பதிப்பாக வெளிவந்தது. அதில் போரில் வீரச்சாவடைந்த போராளிகளின் படங்களும் வெளியாகியிருந்தன.

"இந்தக் கரும்புலி அண்ணை எங்கடை பள்ளிக்கூடத்திலை படிச்சவர்"

வீரவணக்கப் படத்தை தொட்டுக் காட்டினான் செந்தூரன். பேப்பரின் பக்கங்களைப் புரட்டியபோது கார்த்திகாவின் பெயரும் அந்தப் பட்டியலில் இருந்தது. அவளுடைய புகைப்படமும் வீரச்சாவு அறிவித்தலும் மூன்றாம் பக்கத்தில் இருந்தது. அவளுடைய கைகளைப் பிடித்துக்கொண்டு பள்ளிக்கூடம் சென்ற விரல்கள் படபடத்து நடுங்கின. அவளுடைய உதடுகளில் நிரந்தரமாகப் படர்ந்த புன்னகை இடியச் செய்தது.

"அம்மா! கார்த்திகா வீரச்சாவு!!"

குரல் தளுதளுத்தது. நாகேஸ்வரியக்கா இப்பொழுது வன்னேரியில் இருக்கிறாள். கார்த்திகா இயக்கத்தில் சேர்ந்துவிட்டதாகவும் தான் வன்னேரி சோம்பேறிக் கட்டையடியில் இருப்பதாகவும் சொல்லி அனுப்பியிருந்தாள். கார்த்திகா ஓ.எல் படித்துக் கொண்டிருந்தாள். ஒருநாள் பாடசாலை விட்டு வரும் வழியில் கார்த்திகாவும் வேறு 12 மாணவிகளும் இயக்கத்தில் இணைந்தார்களாம்.

தூக்கிக் கட்டப்பட்ட இரட்டை சடை பின்னலுடன் தடித்த அவளின் இமைகளும் குழி விழுந்த கன்னமும் எப்போதும் அரும்பும் புன்னகையுமாய் அவளை ஒருமுறை புகைப்படத்தில் காட்டினாள் நாகேஸ்வரியக்கா. அவள் திரும்பி வரும்போது எப்படி அழைப்பாள்?

முன்னர்போல கைகளைப் பிடித்து இழுத்துக்கொண்டு ஓடுவாளா? எப்படியெல்லாம் நினைப்பு வந்து போயிருக்கும்?

சேலையை சுற்றிக்கொண்ட அம்மா, தங்கச்சியை இழுத்தபடி வன்னேரிக்கு பேருந்து எடுப்பதற்காக ஓடிக்கொண்டிருந்தாள். வெறித்துப்போன தரையில் குரும்பெட்டித் தேர் நொறுங்கிக் கிடக்கக் கிடந்தது. இனி கிளிநொச்சிக்குச் சென்றாலும் அவள் இல்லை. திரும்பவும் மத்திய கல்லூரிக்குப் போனாலும் வகுப்பில் பெண்கள் பக்கத்தில் அவள் இருக்கப் போவதில்லை. அவளின்றி தெருக்கள் வெறுமையாய்த்தான் இருக்கும்.

வானத்தில் கருமேகங்கள் சூழ்ந்திருந்தன. ஒற்றைப் பறவை ஒன்று மேலும் கீழுமாய் விழுந்து பறந்தபடி சென்றது. படலையடியில் யாரோ கோர்ண் அடிக்கும் சத்தம் கேட்டது. இரண்டு போராளிகள்.

"இதுதான் வெள்ளையன்ரை வீடோ?..."

இயக்கத்தைக் கண்டதும் அதிர்ச்சியோடு தலையாட்ட,

"அம்மா இல்லையா?"

"அம்மா வன்னேரிக்குளம் போட்டா..."

"உங்கடை பெயர் வினோதனா? உங்கடை அண்ணாவுக்கு சின்னக்காயம்... உங்களைப் பாக்கக் கேட்டவர். உடனை வெளிக்கிடுங்கோ!"

பதைபதைப்பை மறைத்தபடி சொன்னார் போராளிகளில் ஒருவரான கானகன்.

அவர்கள் தங்கள் மோட்டார் சைக்கிளின் பின்பக்கம் என்னை ஏற்றிக்கொண்டு முறிப்பில் உள்ள மருத்துவ முகாமை நோக்கி விரைந்தனர்.

"அண்ணாவுக்கு என்ன நடந்தது?"

"..."

"பெரிய காயம் இல்லைத்தானே?"

பதைப்புடன் அங்குமிங்கும் பார்த்துக் கேட்டுக் கொண்டிருக்க, மோட்டார் சைக்கிள் கண்ணாடி வழியாகப் பார்த்து "யோசிக்காதேங்கோ! அண்ணாவுக்கு ஒண்டும் இல்லை" ஆறுதல்படுத்தும்விதமாய்ச் சொன்னார் போராளி கானகன். வானமோ மேலும் கறுக்கத் தொடங்கியது.

"கொஞ்சம் வேகமாகப் போவம்" அவசரப்படுத்தினான் இலக்கியன். வண்டியை விட்டு இறங்கி வேகமாய் ஓடிச் செல்ல வேண்டும்போலிருந்தது.

“அண்ணாவுக்கு எதிலை காயம்?”

“வயித்தில ஒரு சின்னக் காயம்”

கானகன் மோட்டார் சைக்கிளை இன்னும் வேகமாகச் செலுத்தினார். மாவீரர் துயிலும் இல்லத்தைக் கடந்து மருத்துவமுகாம் அமைந்திருக்கும் வீதியை நெருங்க பதைபதைப்பு அதிகமானது.

“சீ.. அண்ணா போகேக்கை ஒண்டும் கதைக்கவும் இல்லை. போனவுடனை நிறைய கதைக்கவேணும்... சரியாய் கவலைப்பட்டிருப்பான்..”

அழுகை முட்டியது. நினைத்திருக்க மருத்துவ முகாமும் வந்தது.

“இவரோ வெள்ளையன்ரை தம்பி!..”

கலங்கிச் சிவந்த கண்களுடன் வாசலில் நின்று கேட்ட போராளி மருத்துவர், “கானகன் கொஞ்சம் உள்ளுக்கு வாங்கோ...” தனியே அழைத்துச் சென்றார். அண்ணாவைக் கண்டதும் முதலில்

“அண்ணா தம்பியை மன்னிச்சிரு. நீ போகேக்குள்ளை கதைக்காமல் விட்டது எவ்வளவு கவலை தெரியுமே?..”

இதைத்தான் முதலில் சொல்லவேண்டும். திரும்பிவந்த கானகன் “தம்பி, உங்கடை அண்ணாவ புதுக்குடியிருப்புக்கு ஏத்தியாச்சு! நாளைக்கு வந்து உங்கள புதுக்குடியிருப்புக்கு கூட்டிக் கொண்டு போறன். இப்ப வெளிக்கிடுவம்...” என்றார். வானம் கரைந்துருகியது. கொட்ட நினைத்த கண்ணீரை வானம் கொட்டித் தீர்த்துக்கொண்டிருந்தது. எல்லோரும் இறுகிய முகங்களுடன் மௌனமாக மழையைப் பார்த்தபடி நின்றனர்.

மழை ஓய்ந்ததும் கைகளைப் பிடித்து தலையைத் தடவியபடி வெளியில் அழைத்து வந்தனர் கானகனும் இலக்கியனும். “அண்ணாவுக்கு என்ன நடந்தது? சொல்லுங்கோ.. அண்ணை எனக்குப் பயமாய் இருக்குது..” அழத் தொடங்க, தோள்களைத் தடவியபடி “ஒண்டுமில்ல. சின்னக்காயம். நீங்கள் வாங்கோ...” அவர்கள் எதையோ மறைப்பதைப் போலவும் இருந்தது.

வரும் வழி முழுவதும் எதுவும் பேசாமல் மௌனமாயிருக்க, அண்ணாவுடன் போட்ட சண்டைகளும் செய்துகொண்ட சமாதானங்களும் மாறி மாறி நினைவில் மிதந்தன. “நீங்கள் நல்லா படிக்கவேணும் எண்டு வெள்ளையன் சொல்லிக் கொண்டிருந்தவன்.. நீங்கள் ஓ.எல் செய்ய வேணுமாம். உங்களோடு கதைக்கோணும் எண்டு ஆசையாய் கேட்டுக் கொண்டிருந்தவன்.” கானகனின் கண்கள் தன்னைமீறிக் கலங்கி உடைந்தன.

திரும்பி வர மாலை ஆகிவிட்டது. குடியிருப்பே எதிர்பார்த்துக் காத்திருந்தது. அம்மா அழுது களைத்துப் போயிருந்தாள். தங்கச்சி ஒரு மூலையில் அமர்ந்து அம்மாவின் முகத்தை ஏக்கத்துடன் பார்த்துக் கொண்டிருந்தாள்.

"வெள்ளையன் எப்படி இருக்கிறான்?.." துடிதுடித்தபடி கேட்டனர்.

"அண்ணாவுக்கு காயமாம். புதுக்குடியிருப்புக்கு கொண்டு போயிற்றினமாம்"

வீட்டுக்குள் நுழைய, "பெரியகாயமாமே?" அழுது தொண்டை கட்டியிருந்த குரலில் கேட்டாள் அம்மா.

"வெள்ளையனுக்கு என்ன நடந்ததோ?"

"நல்ல பொடியன்?"

"வடிவான பொடியன்"

"போகேக்கை என்னட்டையும் சொல்லிட்டுப் போனது"

குடியிருப்பு எங்கும் அவனைப் பற்றிய பேச்சுத்தான்.

அம்மா இடிந்துபோயிருந்தாள். தங்கச்சிக்கு ஒரு கிண்ணத்தில் புட்டுக் கொண்டுவந்து கொடுத்துவிட்டு அம்மாவை பார்வையால் தேற்றிக் கொண்டிருந்தாள் தவமணி. பொக்கற் ரேடியோவைத்தூக்கிக் கொண்டு வீட்டுக்கு சற்றுத் தூரத்தில் உள்ள குழாய் கிணற்றடிக்குப் போய், சுற்றுமுற்றும் பார்த்துவிட்டு புலிகளின் குரல் வானொலி அலைவரிசைக்கு நகர்த்த, செய்தி நிறைவுப்பகுதியை அடைந்திருந்தது.

நேரம் ஒன்பது மணி. புலிகளின் குரல், 'வீரச்சாவு அறிவித்தல்' சோகம் நிரம்பிய குரலில் அறிவிப்புகள் தொடங்கின. நெஞ்சு படபடத்தது. "இல்லை. அண்ணாவுக்கு ஒண்டும் நடந்திருக்காது..." திடத்தோடு ஒவ்வொரு பெயராய் கேட்டுக் கொண்டிருக்க, வன்னி மாவட்டம், கிளிநொச்சி ஆனைவிழுந்தானைச் சேர்ந்த கப்டன் மாதுளன் என்றழைக்கப்படும்..", ஆரம்பித்தது. கிளிநொச்சி மாவட்ட வீரச்சாவு அறிவித்தல்களுடன் பதைபதைப்பு தொடங்கியது. தமிழ் ஈழ விடுதலைக்காகப் போராடி வீழ்ந்த அனைத்து மாவீரர்களுக்கும் புலிகளின் குரல் தனது வீரவணக்கத்தைச் செலுத்துகிறது என்று நிறைவுபெற்றபோதுதான் நிம்மதிப் பெருமூச்சு வந்தது.

"அம்மா புலிகளின் குரல் கேட்டனான். யோசிக்காதிங்கோ! அண்ணாவுக்கு ஒரு பிரச்சினையும் இல்லை!! ஏதும் எண்டால் செய்தியிலை வந்திருக்கும் அம்மா"

அம்மாவை ஆறுதல்படுத்த முயல, அழுதழுது அவளுக்கு முகம் காய்ந்திருந்தது. கண்களில் யோசனை நிறைந்திருந்தது. தங்கச்சி

மூலையில் இருந்த இடத்திலேயே உறங்கிப் போயிருந்தாள். உறக்கமற்ற அந்த இரவில், தான் பட்ட கஷ்டங்களையும் அண்ணாவை வளர்க்கப்பட்ட பாடுகளையும் தவமணிக்குச் சொல்லிக் கொண்டிருந்தாள் அம்மா.

♦♦♦

அன்றைக்கும் சூரியனைக் காணவில்லை. கறுத்துப்போன முகில்களுக்குள் சூரியன் பதுங்கியிருந்தான். இரு நாய்க்குட்டிகளில் ஒன்றுமாத்திரம் சோகம் நிரம்பிய கண்களுடன் படுத்திருந்தது. அண்ணாவைப் பார்ப்பதற்காக புதுக்குடியிருப்புக்கு கூட்டிச் செல்ல போராளிகள் வருவார்கள் என்பதற்காக வழியை வழியைப் பார்த்துக்கொண்டே இருக்க, அம்மா தானும் புதுக்குடியிருப்புக்குச் செல்லுவதற்கு தயாராகிக் கொண்டிருந்தாள். வேறு இரண்டு போராளிகள் சைக்கிளை நிறுத்திவிட்டு முற்றத்திற்கு வந்தார்கள்.

"அம்மா நீங்கள்தானே நாகபூசணி?"

அம்மா அதிர்ச்சியோடு பார்த்தாள்.

"அம்மா வெள்ளையன் வீரச்சாவு அடைஞ்சிட்டார்"

அம்மாவின் கரங்களைப் பிடித்துக்கொண்டார் போராளிகளில் ஒருவர். மற்றவர் என்னைப் பிடித்துக் கொண்டார்.

"என்ரை புள்ளை.. என்னை விட்டிட்டு போட்டானே... என்ரை ஐய்யோ"

அனலிடைப்பட்ட பறவைபோல துடிதுடித்தாள் அம்மா. அவளின் அழுகையில் குடியிருப்பு அதிர்ந்தது. "என்ரை அண்ணா எனக்கு வேணும்... என்ரை அண்ணாவைக் கொண்டு வாங்கோ" தங்கச்சியின் சிறுகுரலில் குடியிருப்பே உறைந்துபோயிற்று.

"வன்னி மாவட்டம் கிளிநொச்சி, இரத்தினபுரத்தை நிரந்தர வசிப்பிடமாகவும் மணியங்குளம் குடியிருப்பு, கந்தபுரத்தை தற்காலிக வசிப்பிடமாகவும் கொண்ட வீரவேங்கை வெள்ளையன் என்று அழைக்கப்படும் நடராசன் பிரசன்னா முகமாலைப் பகுதியில் சிறீலங்கா இராணுவத்தினருடனான எதிர்பாராத மோதலில் வீரச்சாவு அடைந்துள்ளார். இந்த மாசற்றவீரனின் வித்துடல் கந்தபுரம், மணியங்குளம் புதிய குடியிருப்பிலுள்ள அவரது இல்லத்தில் வீரவணக்கத்திற்காக வைக்கப்பட்டுள்ளது. மண்ணுக்காக மாண்ட இந்த வீரனின் வித்துடல் அவரது இல்லத்திலிருந்து எடுத்துச்

செல்லப்பட்டு கந்தபுரம் மாவீரர் மண்டபத்தில் வைக்கப்பட்டு அங்கு வீரவணக்க அஞ்சலி நிகழ்வுகள் இடம்பெறவுள்ளது. அங்கிருந்து எடுத்துச் செல்லப்படும் இந்த வீரனின் புனித வித்துடல், கிளிநொச்சி மாவீரர் துயிலும் இல்லத்தில் விதைக்கப்படவுள்ளது என்பதை உற்றார், உறவினர் நண்பர்கள், போராளிகள் அனைவருக்கும் அறியத் தருகிறோம். புலிகளின் தாகம் தமிழீழத் தாயகம்" தமிழீழ மாவீரர் பணிமனை அக்கராயன் பிரதேசமெங்கும் அறிவிப்பில் ஈடுபட்டுக் கொண்டிருந்தது.

குடியிருப்பில் ஒரு வீரச்சாவு முடிய அடுத்த வீரச்சாவு. இப்படி வீரச்சாவுகள் தொடர்ந்துகொண்டே இருந்தன. சிவப்பு மஞ்சள் கொடிகள் ஏதோ ஒரு வீட்டில் கட்டப்பட்டுக் கொண்டிருந்தன. ஒரு வீட்டில் கட்டப்படும் மஞ்சள் சிவப்புக் கொடிகள் அவிழ்க்கப்பட்டு இன்னொரு வீட்டில் கட்டப்பட்டன. சிலநேரம் ஒரேநேரத்தில் இரண்டு மூன்று வீரச்சாவுகளும் நடந்தன.

அண்ணாவின் உயிரற்ற வித்துடல் வீடு வந்து சேர்ந்தது. சனங்கள் குவிந்து அழுது குளறினர். அன்று அவனோடு பேசாமல் அவனை வழியனுப்ப அவன் பேசமாட்டாதவனாகத் திரும்பி வந்திருந்தான். உறங்கும் அவனது விழிகள் எனைப் பார்ப்பதுபோல் இருந்தன. மூடியிருக்கும் உதடுகளிலிருந்து "தம்பி..." அழைப்பது கேட்கிறது.

"என்ரை அண்ணா! எழும்படா.. தம்பி எண்டு கூப்பிடடா... தம்பி உன்னோடை கதைக்க வேணுமடா... ஏன்டா இப்பிடி செய்து போட்டாய்..."

"..."

"என்னோடை சண்டை பிடிக்க என்ரை அண்ணா வேணும்... என்னோடை விளையாட என்ரை அண்ணா வேணும்... வா அண்ணா நாங்கள் கமல் மினிக்குப் படத்துக்குப் போவம்.. எழும்பண்ணா....."

"..."

அணைத்துக் கொண்டார் போராளி ஒருவர்.

செவ்வரத்தை பூக்கள் சோகத்தில் தலைகுனிந்திருந்தன. அவன் உயிரற்ற உடல் கண்டு வாழைகள் அசைவற்று நின்றன. தென்னங்கன்றில் கூடு கட்டியிருந்த மஞ்சள் குருவிகள் இரண்டு பந்தல் வளையில் வந்து நின்று தலையை திருப்பித் திருப்பி இவனைப் பார்த்தன. நாய்க் குட்டிகள் இரண்டும் தூரம் தூரமாய் உருண்டு ஊளையிட்டன. பூனைக்குட்டியோ அவலக் குரல் எழுப்பி அழுது கண்ணீர்விட்டது.

"எவ்வளவு கஷ்டப்பட்டு வளர்த்த அம்மாவைவிட உன்னை எவ்வளவு நேசிச்ச என்னைவிட எங்களுக்கு இருக்கிற ஒரே ஒரு

தங்கச்சியைவிட உனக்கு நாடுதானே பெரிசு?" அவனுடைய முகத்தைப் பார்த்து கோபத்தோடு கேட்டாச்சு. ஆனால் அவன் எழுந்து வந்தால் "நாடுதான் தம்பி பெரிது" என்பான். "நாடிருந்தால் தான் என் தம்பியும் அம்மாவையும் தங்கச்சியும் சந்தோசமாய் இருக்கலாம். அந்த நாட்டிலைதான் எங்கள் எல்லாரும் சந்தோசமாய் வாழலாம்" என்றே சொல்வான்.

அண்ணா இல்லாத வாழ்வு எப்படி இருக்கப் போகிறது?

விழுந்தடித்து வந்த ஆனந்தி அம்மாவை கட்டிப்பிடித்து குளறினாள். அழுதழுது மயங்கிவிழும் அம்மாவைப் பெண் போராளிகள் தேற்றிக் கொண்டிருந்தார்கள். இரண்டு போராளிகள் இராணுவ மரியாதை செலுத்தியபடி வித்துடலுக்கு காவல் இருந்தார்கள். மல்லாவி, புதுக்குடியிருப்பு, வவுனியா என்று ஆங்காங்கே சிதறுண்டுபோன சொந்தக்காரர்களும் தெரிந்தவர்களும் செத்த வீட்டிற்காக வந்து கொண்டிருக்கிறார்கள். ராணி மைந்தன் நான்கு போராளிகளுடன் வந்து தனது தொப்பியை கழற்றி அண்ணாவை வணங்கி இயக்க மரியாதை செய்துவிட்டு பந்தலில் அமர்ந்திருந்தார்.

"அவன் பத்து வயதிலையே இயக்கத்துக்குப் போனவன்.. நாட்டுக்காக போராட வேணும் எண்டு எப்பிடி அடம்பிடிச்சவன் தெரியுமே? எங்களுக்கு ஒரு நாடு கிடைக்கவேணும் எண்டுறதுதான் அவனின்டை இலட்சியம்" சுவரில் தலையை வைத்து அழுது குழறிக் குழறி களைத்துப்போயிருந்த நாகேஸ்வரியக்கா சொன்னாள். ராணி மைந்தன் கண்களைத் துடைத்தார்.

பழைய முறிகண்டியிலிருந்து வந்திருந்த பெரியமாமா, வேலி ஓரமாக கயூமரத்தின் கீழிலிருந்து கள்ளுக் குடித்துக் கொண்டிருந்தார்.

"இவன் என்னைப்போல இருக்கிறான்"

அண்ணாவைப் பார்த்து பெரியமாமா சொல்வாராம். "நான் சண்டியன். உவன் போராளி..." "ஊருக்குள்ளை ஆரும் பிழையாய் நடந்தால் நான் மிதிப்பன். உவன் எங்கடை நாட்டோடை ஆரும் சேட்டைவிட்டால் வெளுப்பான்.." அழக்கூடாது என்ற வைராக்கியத்துடன் கள்ளைக் குடித்துக்கொண்டு பேசாமல் பார்த்துக் கொண்டிருந்தார் பெரியமாமா.

வவுனியாவில் இருக்கும் சின்னமாமாவுக்கு தகவல் தெரியாது. தெரிந்தாலும் வன்னிக்குள் வீரச்சாவுக்காக வருவது அவ்வளவு இலகுவல்ல. ஆமி, ஆயிரம் கேள்வி கேட்டு திருப்பி அனுப்புவான். யார் வருகிறார்கள்? போகிறார்கள்? என்றெல்லாம் அவதானிக்க அம்மாவால் முடியவில்லை.

போராளி ஒருவர் ஒரு பையைக் கொடுத்து "உங்கடை அண்ணா இதை உங்களிட்டை குடுக்கச் சொன்னவன்.." என்று நீட்டினார்.

"தாய் நாட்டுக்காக களமாடி வீழ்ந்த இந்த உன்னத வீரனின் வித்துடல் கந்தபுரம் மாவீரர் மண்டபத்தில் வீரவணக்க அஞ் சலிக்காக வைக்கப்பட்டு, கிளிநொச்சி மாவீரர் துயிலும் இல்லத்திற்கு சற்று நேரத்தில் எடுத்துச் செல்லப்படும்..." அறிவித்தபடி அறிவிப்பு வாகனம் குடியிருப்பை நெருங்க, அழுகை இன்னும் பெருக்கெடுத்தது.

அண்ணாவின் வித்துடல் சுமந்த புனித வாகனம் துயரம் தோய்ந்த முகத்துடன் மாத்திரம் செல்லவில்லை. தாய் மண்ணுக்காகப் போரிட்டு மாண்டவனை ஏந்திய நிமிர்ந்தவுடன் சென்றுகொண்டிருந்தது. அழாது வந்தவர்களையும் அந்த வாகனத்தின் அறிவிப்புக் குரல் அழச்செய்தது.

"இவனுடைய கனவுகள் என்ன? இந்தத் தேசத்தில் அமைதி வேண்டும்! எங்களுக்கு விடிவு வேண்டும். வெள்ளையன் என்ற இந்த வீரன் சின்னஞ் சிறுவனாக இருக்கும்போதே போராட்டத்தில் இணையத் துடித்தான். முதன் முதலில் போராட்டத்தில் இணையத் துணிந்தபோது இவனுக்கு வயது பத்து. ஒரு பிஞ்சுச் சிறுவனின் மனதில் போராட வேண்டும் என்ற எண்ணம் ஏன் பிறந்தது? தமிழீழக் குழந்தைகளின் நெஞ்சில் அந்தக் கனலை மூட்டியது யார்? எங்கள்மீது முறையற்ற போரைத் தொடுக்கும் எதிரியல்லவா? எங்கள் உரிமைகளை மறுக்கும் ஸ்ரீலங்கா அரசல்லவா?" இவ்வாறு துயரக் குரலில் பிரபாளினி அறிவித்துக்கொண்டு வந்தாள்.

முன்பு ஒருநாள் அண்ணா அழைத்துச்சென்ற கிளிநொச்சி மாவீரர் துயிலும் இல்லம். தானும் ஒருநாள் அதேபோல, அதே துயிலும் இல்லத்தில் விதைக்கப்படுவான் என்று அண்ணா நினைத்திருப்பானா? துயிலும் இல்லத்தில் அண்ணாவின் வித்துடல் விதைக்கத் தயார் செய்யப்பட்டது. ஓ.. வென கத்தி, அழுது புரளுமென் கைகளைப் பிடித்து மண்ணையும் பூக்களையும் புதைகுழிமீது போட்டனர் சில போராளிகள். அந்த விதை எங்கள் மண்ணில் புதைக்கப்பட்டது.

"இவன் புதைக்கப்படவில்லை! விதைக்கப்படுகிறான். ஆயிரம் ஆயிரம் போராளிகளுடன் ஆலமரம்போல விழுதெறிவான். நாளை தமிழீழம் மலர்வதைப் பார்ப்பான். இந்த மாசற்ற மாவீரனுக்கு வீரவணக்கம்!" மாவீரர் துயிலும் இல்லத்தில் இறுதி மரியாதை வார்த்தைகள் ஒலித்து ஓய, மரியாதை வேட்டோசைகள் வெடித்தன. எல்லாமும் முடிந்தது.

"சின்னச் சின்னக் கண்ணில் வந்து..." உயிர்ப்பூ பாடல் தமிழீழ வானொலியில் ஒலிபரப்பாகியது. "சென்றவனின் கனவை எண்ணி இங்கு மழை தூவும்..." என்ற வரிகளைக் கடந்து அந்தப் பாடலை

கேட்க முடியவில்லை. வானொலியை மூடிக் கொள்ள, பாதி கவிழ்ந்த சிறு குழந்தையின் கடதாசிப் படகுகள்போல அண்ணாவின் ஞாபகங்கள் மனமெங்கும் அசைந்தசைந்து முட்டியது.

நேற்றுத்தான் வீட்டுக்கு வந்தவன்போலிருந்தது. நேற்றுத்தான் சண்டை பிடித்தவன்போலிருந்தது. நேற்றுத்தான் அவனை வழியனுப்பியதைப்போலிருந்தது. பெருவெளியை நிரப்பிய பலூன் போல வெறுமையில் அசைந்தது வீடு.

வீரச்சாவு வீட்டுக்கு வராமல் தாமதமாக வரும் எல்லோருமே "வெள்ளையன்ரை படம் இல்லையோ?" கேட்கத் தொடங்கினர். வீட்டில் அண்ணா தவழும்போது பிடித்த அந்தப் படத்தைத்தான் கேட்பவர்களுக்கெல்லாம் காட்டினாள் அம்மா. போராளிகள் புகைப்படம் தருவதற்கு மூன்று வாரங்களுக்குமேல் ஆகும்.

அண்ணா விடுமுறையில் வந்தபோது அம்பலப்பெருமாள் சந்தியில் உள்ள ஸ்டூடியோ ஒன்றில் படம் பிடித்திருந்தான். அந்தப் படங்கள் அவனது பொதியிலேயே இருந்தன. அந்த இயக்க அண்ணை தந்த பொதியில் இருக்குமோ? அதைக் கிளறிப் பார்க்க, சில நாட்குறிப்புகள் மாத்திரம் அதிலிருந்தன.

அந்த நாட்குறிப்புப் புத்தகத்தில் யுத்தகளத்தில் நடந்த விடயங்களை எல்லாம் அவன் எழுதி வைத்திருந்தான். தமிழீழம் பற்றியும் தனது போராளித் தோழர்கள், பற்றியும் அதில் எழுதப்பட்டிருந்தன.

"நண்பனே நீ வீழமாட்டாய்

நான் உன் துப்பாக்கியை ஏந்துவேன்

நான் சயனைட் குப்பியை அணிவேன்

நான் உன் கனவைச் சுமந்து செல்வேன்

நான் உன் தமிழீழத்தைக் காண்பேன்

நான் வீழும்போது

இன்னொரு போராளி வருவான் எனைத் தாங்க"

அண்ணாவின் கையெழுத்து அழகாய் இருந்தது. சைக்கிளை எடுக்க, அண்ணா படம் எடுத்த ஸ்டூடியோ இருக்கும் அம்பலப்பெருமாள் சந்திக்கு விரைந்தது அது.

"அண்ணே முந்தி எடுத்த படத்தின்ரை பிலிம்ரோல் ஒண்டு எடுக்க வேணும்"

"நம்பர் இருந்தால் எடுக்கலாம். நம்பரைத் தாங்கோ"

"நம்பர் இல்லை அண்ணை"

"அப்ப கஷ்டம் தம்பி. நம்பரை எடுத்துக்கொண்டு வாங்கோ!"

ஏமாற்றத்துடன் சைக்கிளை திரும்பிவிட்டு,. திரும்பவும் வந்து நிற்க அவர் மேலும் கீழுமாய் பார்த்தார்.

"அண்ணை! எங்கடை அண்ணா வீரச்சாவு அடைஞ்சிட்டார். அவரின்டை ஒண்டும் இல்லை... அதான் அந்தப் படம் வேணும். போன சித்திரை மாதம் இயக்கத்தில இருந்து லீவிலை வரேக்கை இஞ்சை வந்து படம் எடுத்தவர்"

ஸ்டுடியோக்காரரின் முகத்தில் இரக்கம் மிகுந்தது.

"நிறைய நெகற்றீவுக்குள்ளை என்னெண்டு எடுக்கிறது?"

"அந்த நெகற்றீவைப் பாத்தால் பிடிச்சிடுவன். எனக்குத் தெரியும்"

'சரி வாங்கோ' என்று பின்னால் அழைத்துச் சென்றார்.

"இதிலைதான் தேடவேணும். நெகற்றீவுகள் கவனம். சனம் நம்பரோடை படத்தைக் கழுவக் கேட்டுவரும். இல்லாட்டி துலைச்சுப் போடும். இதில் தேடிப் பாருங்கோ"

தேடத் தொடங்கும்போது காலை பத்து மணி இருக்கும். மதியம் தாண்டி மாலையும் ஆகிறது. தேடிக்கொண்டே இருக்க, "அது கஷ்டம் தம்பி! ஆத்திலை ஆணியை தேடுறமாதிரி. ஒரு நாளைக்கு எத்தினைபேர் வந்து படம் எடுப்பாங்கள்?" சொல்லிக்கொண்டு ஒரு தேநீரைக் கொண்டுவந்து வைத்தார் அந்த ஸ்டூடியோக்காரர். தொடர்ந்து கண்ணாடிப் பையில் பாதுகாப்பாக உள்ள ஒவ்வொரு நெகற்றீவாக எடுத்துப் பார்த்துவிட்டு திரும்பவும் அதை அதற்குள் வைத்துக் கொண்டிருப்பதை அந்த ஸ்டூடியோக்காரர் அவ்வப்போது எட்டிப் பார்த்துக்கொண்டு வருபவர்களை புகைப்படம் எடுத்துக் கொண்டிருந்தார்.

"அண்ணே எடுத்திட்டன்! இதுதான்! எனக்கு இவ்வளவத்தையும் வெட்டித்தாங்கோ!" தரித்திரனுக்குப் புதையல் கிடைத்தமாதிரி துள்ளுவதைப் போல பார்த்தார் அவர்.

அந்தப் படங்கள் அண்ணாவின் இருத்தலை உணர்த்தியது. அவற்றை விதம்விதமான அளவுகளில் கழுவவேண்டும். அப்போது இன்னொன்றும் நினைவுக்கு வந்தது. ஆனந்தபுரம் சாந்தி ஸ்டூடியோ இப்போது ஆனைவிழுந்தானில் இருப்பதாக நாகேஸ்வரியக்கா சொன்னாள். அங்க போய் சின்ன வயசிலை எடுத்த படங்களை எடுக்கலாம் தீர்மானித்து, அடுத்தநாள், யாருக்கும் சொல்லாமல் ஆனை விழுந்தானை நோக்கி சைக்கிள் உருண்டது.

அம்பலப்பெருமாள் சந்தி சென்று அங்கிருந்து எட்டாம்கட்டை சென்று அங்கிருந்து ஆனைவிழுந்தானைக் கடந்தது மிதிபடுகிறது சைக்கிள். சிவந்த மண். இரு பக்கமும் நெடுத்த காடுகள். காடுகளின் கீழ் சனங்களின் குடிசைகள். சாந்தி ஸ்டூடியோ எங்கிருக்கிறது என்று விசாரிக்க, "கொஞ்சத்தூரம் போங்கோ! வெளியிலை போர்ட் வைச்சிருப்பினம்" ஒருவர் வழிகாட்டினார்.

ஆனந்தபுரத்தில் இருந்த அதே போர்ட். துருப்பிடித்து வளைந்து நெளிந்திருந்தது. சைக்கிளை நிறுத்திவிட்டு உள்ளே சென்று சாந்தி ஸ்டூடியோ இதுதானே என்ற விசாரிப்பைக் கேட்க, இருத்தினார் சாந்தி ஸ்டூடியோகாரின் மனைவி.

"ஓம். படம் எடுக்கப்போறியளா? மருமகன்தான் படம் படிக்கிறவர். வெளியிலை போட்டாரே...?"

"எங்கடை அண்ணா வீரச்சாவு அடைஞ்சிட்டார். சின்னிலை எங்கடை அம்மா உங்கடை ஸ்டூடியோவிலை எங்களைக் கூட்டிக் கொண்டந்து படம் எடுத்திருக்கிறா. இப்ப அந்தப் படம் வேணும். நீங்க நெகற்றீவுகளைத் தந்தா தேடி எடுத்திடுவன்"

உள்ளே அழைத்துச் சென்றார் அவர்.

"எந்த வருசம் எடுத்தனியள்?"

"1992இலை போல..."

"கிடக்குமா எண்டு தெரியேல்லை. நிறைய நெகற்றீவ்களை கிளிநொச்சியிலையே விட்டிட்டும் வந்தம். பொறும் எதுக்கும் ஒருக்கால் பாப்பம்" உள்ளே சென்றார் அவர்.

சாந்தி ஸ்டூடியோகார இராசநாயகத்தின் படம் சுவரில் தொங்கியது. கிளைமோர் தாக்குதலில் அகால மரணமடைந்தார் என்றும் அதில் எழுதப்பட்டிருந்தது. தூசி படிந்த சில பெட்டிகைளக் கொண்டு வந்தார். நீண்ட காலத்திற்குமுன்பு எடுத்த அந்த நெகற்றீவ்களில் பல பழுதடைந்துபோயிருந்தன. ஒவ்வொரு நெகற்றீவாக தேடத் தொடங்க, "இருந்து பாருங்கோ.." கதிரையை நீட்டினார் ஸ்டூடியோகாரரின் மனைவி.

நீண்டநேரத்தின் பின்னர் அந்தப் படங்களின் நெகற்றீவ்கள் கிடைக்கவும் மகிழ்ச்சிக்கு அளவே இருக்கவில்லை. "எப்பிடி அந்தப் படங்கள் இப்படித்தான் இருக்குமெண்டு தெரியும். அந்தளவு ஞாபகத்திலை வைச்சிருந்திருக்கிறீர்..." ஆச்சரியமாகக் கேட்டபடி பாதுகாப்பான பையில் போட்டுக் கொடுத்தார் அவர்.

"வாறன் அம்மா..."

சைக்கிளை மிதிக்க, சந்தோசத்தில் மணியங்குளத்திற்கு பறந்தது அது.

கந்தபுரம் சந்தியில் உள்ள நிமலன் புகைப்படக் கலையகத்தில் புகைப்படப் பிரதிகள் அச்சாவதற்கு கொடுத்தாகிவிட்டது.

"எப்பவேணும்?"

"எப்ப எடுக்கலாம்?"

"ஒரு மணியத்தியாலத்திலை வாங்கோ!"

எங்கும் போகாமல் அங்கேயே அப் புகைப்படங்களுக்காகக் காத்திருக்க, "தம்பி எங்கையும் போறதெண்டால் போட்டு வாங்கோ..." என்றார். பிரதி செய்யப்பட்ட புகைப்படங்களை பைகளில் இட்டு அதற்கு இலக்கங்களையும் பெயர்களையும் இட்டாள் அங்கு நின்ற அக்கா.

"இல்லை பரவாயில்லை..."

அம்மாவுக்கு வியப்பிலும் வியப்பு.

"எப்படியடா இந்தப் படங்களை எல்லாம் எடுத்தனீ?" என்று கேட்டுக்கொண்டே ஒவ்வொரு படங்களாகப் பார்த்தாள்.

"குடும்பப் படம் அம்மா. நீங்கள் நடுவில. நானும் அண்ணாவும் இரண்டு பக்கமும்..." கட்டுப்படுத்த முடியாத மகிழ்ச்சி.

ஜீன்ஸ் போட்ட படம். பெரு முழிகளும் புன்னகைக்க படங்களை ஒவ்வொன்றாய் வாங்கிப் பார்த்தாள் தவமணி.

"பாரன்.. இரண்டு பேரையும் சின்னனிலை...."

"அப்ப என்னைக் காணேல்ல?" சிணுங்கினாள் தங்கச்சி.

"உன்னை வேண்டித்தானே வளத்தனாங்க. அதாலை உன்ரை படம் இல்லை"

"வாய்க்காலிலை பேபி பேசினை வைச்சு ஆரோ போட்டவையாம் உன்னை. வெள்ளத்திலை வரேக்கைத்தான் உன்னை அம்மா எடுத்தவாவாம்.. .என்ன அம்மா?..."

அம்மாவின் தலையை தன் கைகளால் ஆட்டிக்கொண்டே சொன்னாள்.

தங்கச்சி தவழும்போது எடுத்த அந்தப் புகைப்படத்தைக் காட்டியபோது அவள் "இது நானா?" பறித்துக்கொண்டு ஓடினாள் அவள்.

13

"ருக்குமணி அக்காவின்டை வீட்டை ஆமி சுத்தி வளைச் சுட்டுதாம்.." காட்டுத்தீபோல இரத்தினபுரம் எங்கும் பரவியது செய்தி. "பாவம் அந்த மனுஷியை ஏன் இப்பிடி கஷ்டப்படுத்துறாங்கள்?" பதறிக்கொண்டு ஓடினாள் ஆனந்தி. "ருக்குமணி எப்பிடி வாழ்ந்த மனுசி.." பெருமூச்சோடு வந்திருந்தாள் நாகேஸ்வரியக்கா.

கிளிநொச்சியிலிருந்து இடம்பெயர்ந்த ருக்குமணி குடும்பம் வறுமையில் திண்டாடியது. புருசனுக்குத் தச்சு வேலை. அவர்களுக்கு நான்கு ஆண் பிள்ளைகள். இடம்பெயர்ந்து இருந்த காலத்தில் யார் வீடு கட்டப் போகிறார்கள்? யார் மேசை கதிரை செய்யப் போகிறார்கள்? ருக்குமணியின் புருசன் அன்ரனிக்கு வேலை இல்லை. "நாலு பொடியளும் நல்லா சாப்பிடக்கூடியதுகள். அதுகளுக்கு சமைச்சுப்போட ஒன்னுமில்லை. எப்பிடித்தான் இந்தப் பிள்ளையின்டை வயித்தைக் கழுவுறதோ?" ருக்குமணி நோவதைக் கேட்டு என்ன செய்வதென்று தெரியாமல் யோசித்தான் அன்ரனி.

இப்படி கஷ்டப்படும் குடும்பங்களைச் சேர்ந்தவர்கள் பலர் ஆபத்தான வேலையொன்றில் ஈடுபட்டார்கள். இராணுவக் கட்டுப்பாட்டில் இருக்கும் கிளிநொச்சிக்குச் சென்று அங்கு தங்கள் காணிகளில் விளைந்தவற்றைப் பிடுங்கிக்கொண்டு வருவதே அந்த ஆபத்தான வேலை.

"ஒரு கை பார்ப்பம்..." அன்ரனி அடுக்குப் பண்ணினான். இரண்டு மணியிருக்கும். இப்போது புறப்பட்டால்தான் இரவுக்கு சரியாக இரத்தினபுரத்திற்குள் இறங்கலாம் என்பது அன்ரனியின் கணிப்பு. சைக்கிளின் பின் கரியலில் கிணியாத் தடிகளைக் கட்டி கயிற்றை

சுற்றிக்கொண்டு கிளிநொச்சிப் பக்கம் புறப்பட்ட அன்ரனியை ருக்குமணி அழுதழுது இடித்துரைத்தாள்.

"அப்பிடி ஒரு சோறு வேணுமாங்க?"

சுருட்டை மூட்டிக்கொண்டே அவளைப் பார்த்தான். "இரு வந்துடுறேன்..." பிள்ளைகளுக்குக் கையசைத்துவிட்டு புறப்பட்டான் அவன். கோணாவில் சந்தியில் இருந்து கிளிநொச்சிக்குள் நுழைய அடுக்குப் பண்ணினான் அன்ரனி. சிலர் சைக்கிள்களில் தேங்காய், மாங்காய் என்று கட்டிக்கொண்டு கலாதியாக வருவதைப் பார்க்க அன்ரனிக்கு வயிறு குளிர்ந்தது. ஒரு சுருட்டை புகைத்து முடிக்கும்வரை இவைகளை அவதானித்தவன், திடுக்கென சைக்கிளை எடுத்து மிதிக்கத் தொடங்கினான்.

முறிப்பைக் கடந்து செல்வாநகர் வழியாக அம்பாள்குளம் குளகட்டுக்குச் சென்றான். இதயம் படபடத்தது. தொடர்ந்து சைக்கிளை மிதித்தபடி உதயநகர்வரை வந்தான். நன்றாக இருட்டி விட்டது. மெல்லமெல்ல நோட்டம் விட்டபடி ஏ—9 வீதியை நெருங்கினான். இராணுவத்தினரில் சிலர் மோட்டார் சைக்கிளில் சென்றுகொண்டிருந்தார்கள்.

அவர்களைப் போகவிட்டு சற்று நிதானித்தவன், சைக்கிளை வேகமாக மிதித்துக்கொண்டு இரத்தினபுரத்திற்குள் சைக்கிளை விட்டான். கிராமம் முழுவதும் காடு மண்டியிருந்தது. இடிக்கப்பட்ட வீடுகள் பேய் குடியிருப்பதைப் போலிருந்தன. நீண்டகால பயன்தரும் மரங்கள் எல்லாம் விளைந்து முற்றி வீணாகியிருந்தன.

தன் வீட்டுக்குள் நுழைந்து அங்கிருந்த விளைபயிர்களைக் கண்டபோது "இதுகளையெல்லாம் என்ட பிள்ளையள் சாப்பிட்டால் எப்பிடிப் பசியாறும்" நிமிர்ந்து மரங்களைப் பார்த்து அங்கலாய்த்தான் அன்ரனி. தேங்காய், மாங்காய், பலாக்காய், மாதுளை, சீத்தாப்பழம் என்று ஏராளமாக தன் சைக்கிளில் கொண்டுசெல்ல முடியாதளவுக்கு பிடுங்கி எல்லாவற்றையும் சைக்கிளில் கட்டினான்.

அடுத்தநாள் மாலை மங்கியும் அன்ரனி திரும்பவில்லை. பிள்ளைகள் பசியோடு படுத்துக் கிடந்தனர். ருக்குமணியோ படலைச்சத்தம் கேட்கிறதா? அடிக்கடி எட்டிப் பார்த்தாள். இடையிடையே வீதிவரை போய்ப் பார்த்தாள். அவளுக்கோ ஈரல் கருகியது. அடுப்பில் படுத்திருந்த பூனை சாம்பலைக் கிளறிவிட்டு மீண்டும் கண்மூடியது. ருக்குமணியோ, குப்பி விளக்கருகில் கண்விழித்தபடி குந்தியிருந்தாள். விடியவிடிய இச் சிவராத்திரி 'முழிப்பு' தொடர்ந்தது. இடையிடையே பிள்ளைகள் எழுந்து "அப்பா வந்துட்டாரா அம்மா?" கண்களைத் திறக்க முடியாமல் கேட்டனர். பசியால் சுருண்டன அவர்களின் கண்கள்.

விடிந்தது. அடுப்பின் சாம்பலை அள்ள மனமின்றி உட்கார்ந்திருந்தாள் ருக்குமணி. படலையைத் திறக்கும் சத்தம் கேட்டது. அவள் ஓடிச் சென்றாள். வாயில் ஒரு சுருட்டைப் புகைத்தபடி வீரன்போல வந்தான் அன்ரனி. செல்வத்தை அள்ளிவருவதுபோல முகத்தில் அப்படியொரு புன்னகை. வீட்டுச் சுவற்றில் சைக்கிளை மெல்ல சாய்த்து நிறுத்தினான். ருக்குமணியின் கன்னங்களைத் தடவினான். சூரியனைக் கண்ட தாமரைபோல அவள் நெளிந்து உச்சி குளிர்ந்தாள்.

"என்னாடி பயந்திட்டியா?"

"ஏன்ப்பா இவ்வளவு நேரம்?"

வாடிச் சுருங்கிப்போன முகம் மலரக் கேட்டாள் ருக்குமணி.

"இம்புட்டு சாமானுகளையும் கொண்டுவரணும்தானே? ஓடமுடியல்ல. நிறைய இடங்களில உருட்டிட்டே வந்தேன்." படுத்துக் கிடந்த மகன்களும் எழுந்து அவனைச் சூழ்ந்து கொண்டனர். பசியோடு இருந்தவர்கள் பழங்களையும் காய்களையும் உண்ணத் தொடங்கினார்கள். "இந்தப் பிலாப்பழம் நல்லா கனிஞ்சிருச்சு. நம்ம வீட்டு முன் மரத்திலை இருந்திச்சு. இதை இங்க யாருக்கும் வித்துட்டு அரிசியும் கறியும் வாங்கிச் சமை" என்றான் சுருட்டை வாயிலிருந்து எடுத்து எச்சிலைத் துப்பிவிட்டு.

ருக்குமணி வீட்டில் காய்கள், பழங்களை வாங்கும் ஆட்கள் நிறைந்தனர். கடையில் வாங்குவதைவிட மலிவு. கடையில் கிடைக்காதவைகளும் அங்கே கிடைத்தன. அதன்பிறகு, அன்ரனியின் இரத்தினபுரம் நோக்கிய பயணங்கள் தொடர்ந்தன. ருக்குமணியின் காத்திருப்புகளும் தொடர்ந்துகொண்டிருந்தன.

கால்வைக்கும் இடமெல்லாம் ஆபத்து. போகும் திசையெல்லாம் ஆபத்து. இதையெல்லாம் வென்று ஆமியின் கண்களுக்குள் மண்ணைத் தூவிவிட்டு திரும்பிவரும் அன்ரனியைப் பார்த்து "சுத்த வீரனுக்கு உயிர் துரும்பு!" என்றனர் அக்கம்பக்கத்து ஆட்கள்.

இவனைப் பார்த்து வேறுபலரும் சைக்கிளை எடுத்துக்கொண்டு கிளிநொச்சிப் பக்கமாக போகத் தொடங்கினர்.

இன்னொரு நாள் அன்ரனி புறப்படத் தயாராகினான். "இண்டைக்கு நானும் வீட்டைப்பாக்க வாறன்" பன்னிரண்டு வயதான இளையமகன் பிரியதர்சன் அடம்பிடித்தான். "அங்கையெல்லாம் போகக்கூடாது, பேசாமல் இரு தம்பி" என்று ருக்குமணி அவனை ஏசிக் கொண்டிருந்தாள். "சரி, சந்திவரைக்கும் அப்பான்டை சைக்கிளிலை போயிற்று திரும்பிவாறன்…" சொன்னவன், எப்படியோ அவனை ஒப்புக்கொள்ளவைத்து கிளிநொச்சிக்கே வந்துவிட்டான்.

தீபச்செல்வன் 123

அவன் அந்த வீட்டை குழந்தையாக இருந்தபோது பார்த்திருக்கிறான். சரியாக நினைவில் இல்லை. அந்த வீடு உக்கி ஈக்கிலும் தடியுமாக ஒரு பறவையின் எலும்புக்கூடுபோல இருந்தது. சுவர்கள் கரைந்திருந்தன. வீடு முழுக்க செடிகளும் பற்றைகளும் படர்ந்திருந்தன. "இதாப்பா எங்கடை வீடு?" உருக்குலைந்த சுவர்களைத் தடவியபடி கேட்டான். அந்த வீட்டை கட்டுவதற்கு தான் பட்ட பாடுகளை எல்லாம் நினைத்தபடி பெருமூச்செறியும் தன் தந்தையின் முகத்தை நிமிர்ந்து பார்த்தான் பிரியதர்சன்.

அன்ரனி, தென்னை மரத்தில் விறுவிறுவென ஏறினான். நல்ல செத்தல் காய்களாக பார்த்துப் பிடுங்கினான். ஒவ்வொன்றையும் கீழே போடும்போது பிரியதர்சன் எங்கு நிற்கிறான் என்று பார்த்து விட்டே கீழே போட்டான். அவன் ஓடியோடி தேங்காய்களைப் பொறுக்கி ஓரிடத்தில் குவித்தான்.

ஒரு தேங்காயை பிடுங்கிப் போட்டுவிட்டு அடுத்த தேங்காயைப் பிடுங்கிவிட்டு பிரியதர்சனைப் பார்த்தபோது அன்ரனி அதிர்ச்சியில் திகைத்தான்.

பிரியதர்சனுக்குப் பக்கத்தில் இரண்டு இராணுவத்தினர்!

"என்னப்பா? இஞ்சை நிக்கிறன். தேங்காயைப் போடுங்கோ" தந்தையைப் பார்த்து அண்ணாந்தபடி சொன்னான் பிரியதர்சன். அன்ரனிக்கு வயிற்றைக் கலக்கியது. தேங்காயை தூரமாக விழும்படி எறிந்துவிட்டு மரத்திலிருந்து விறுவிறுவென இறங்கினான் அவன். முறைப்பும் நக்கலும் கலந்த முகங்களோடு நின்ற இராணுவத்தைக் கண்டு நடுங்கிப்போனான் அன்ரனி. ஆமியை முதன்முதலாக நேரில் பார்க்கிறான் பிரியதர்சன். சிங்கள ஆமி எனப்படுபவர்களை குடியிருப்பில் போடப்படும் வீதி நாடகங்களில்தான் அவன் பார்த்ததுண்டு. ஆனால் அந்த நாடக முகங்களில் இல்லாத கொடூரத்தை இவர்களில் கண்டு, விழிகள் பிதுங்க பேந்தப் பேந்த முழித்தான். மிரண்டுபோய் நின்ற பிரியதர்சனை பயங்கர விழிகளை உருட்டி மிரட்டினர் இராணுவத்தினர்.

"மொக்கத?"

சிப்பாய் ஒருவன் பற்களை கடித்துக்கொண்டு மிரட்டினான். சிறுவனுக்கு எதுவும் புரியவில்லை. ஆனால், உண்மையைச் சொன்னான் அன்ரனி.

"இது எங்கடை காணி. இடம்பெயர்ந்து அக்கராயனிலை இருக்கிறம். பசியிலை எங்கடை பிள்ளைங்கள் தவிக்குது! அதுதான்..." என்று சொல்லிக் கொண்டிருந்தபோதே துப்பாக்கியால் வயிற்றில் அடித்தான் இராணுவ சிப்பாய்களில் ஒருவன். "பசி.... என்ன

பசி... நீ எல்ரிரிஈதானே? நாடு பிடிக்க, வேவுபாக்க வந்தது?.." அடுத்தடுத்து சப்பாத்துக் கால்களாலும் கிடைத்த கொட்டான்களாலும் மளமளவென அடிகள் விழுந்தன. தென்னைமரத்தின்கீழ் நடுங்கியபடி குந்தியிருந்தான் பிரியதர்சன்.

ஏதோ சிங்களத்தில் கூறியபடி அவனை நெருங்கிய சிப்பாய் எட்டி உதைத்தான். தொப்பென தேங்காய்களின் மேலாகப் போய் விழுந்தான் பிரியதர்சன். கிளிநொச்சி மத்திய கல்லூரியில் அமைத்திருந்த முகாமுக்கு இருவரையும் இழுத்துச் சென்றனர் இராணுவத்தினர். அந்த முகாமின் கோப்பரல் சிங்க பண்டார. இவனையும் பொடியனையும் தேக்கு மரத்தில் கட்டச் சொன்னான் அவன். இரண்டு நாட்கள் தண்ணீரோ, உணவோ கொடுக்கப்படவில்லை. அதே மரத்தினடியில் வீழ்ந்துகிடந்த பிரியதர்சனின் உடல் எல்லாம் சிகரட்டால் சுட்ட காயங்கள். தூண்டில்மீன்போல கிடந்தனர் அவர்கள். பசி இன்னொரு பக்கம். அவன் கண்கள் சுருண்டு கிடந்தான். அவனது உதடுகள் வெடித்து இரத்தம் கசிந்தன.

மயங்கிக் கிடப்பவனைப் பார்த்து தலையில் அடித்து அழவும் முடியாதவனாய் அன்ரனி துடித்தான். இறுதியில், சிங்க பண்டார ஒரு முடிவுக்கு வந்தான். மறைவாகச் சென்று சிப்பாய்களை அழைத்து குசுகுசு என்று பேசியபோது, என்ன நடக்கப் போகிறதோ? அன்ரனி அதிர்ச்சியோடு பார்த்தான். பிரியதர்சனை பாடசாலை வாயிலுக்கு அழைத்துச் சென்றனர் சிப்பாய்கள். "என்டை பிள்ளைய விடுங்கோடா..." தீனமான குரலில் கெஞ்சினான் அன்ரனி.

வாயிலில் நின்ற சிப்பாய் ஒருவன் பிரியதர்சனின் நெஞ்சில் சிகரட்டால் எல்.ரி.ரி.ஈ என்று எழுதினான். அவன் துடித்து விழுந்தான்.

மூடிக்கட்டிய பொதியொன்றைக் கொடுத்து" இதைக் கொண்டுபோய் பிரபாகரனிட்டக் குடு..." அவுங் ஒங்க அம்மாவுக்கு குடுக்கிறது. சரி" சொல்லியபடி பிரியதர்சனின் தலையில் அடித்தான் சிங்க பண்டார. மயங்கிய விழிகளுடன் ஓம் என்பதுபோலத் தலையசைத்தான் பிரியதர்சன். அப்பாவை கொடிய இராணுவத்தின் கையில் விட்டுச் செல்வதை நினைத்து அழுதான். "என்டை அப்பாவை விடுங்கோ..." கெஞ்சியபோதேல்லாம் துப்பாக்கியால் அவனுடைய கன்னங்களில் அடித்தது இராணுவம். இராணுவ வாகனத்திலிருந்து இறக்கி "இந்த வழியிலை ஓடி எல்ரிரியிட்ட போறது.." என்று வெறிகொண்ட விலங்கு விழிகளால் திசைகாட்டினர் இராணுவச் சிப்பாய்கள்.

பையை தூக்கிக்கொண்டு ஓடினான் பிரியதர்சன். இயக்கத்தின் கட்டுப்பாட்டிற்குள் வந்த பிரியதர்சன் அக்கராயன் வைத்தியசாலையில் அனுமதிக்கப்பட்டான். அவன் கொண்டுவந்த பைக்குள் என்ன

இருந்ததென்று போராளிகள் ருக்குமணியிடம் கூறியபோது அவள் நம்ப மறுத்தாள். அப் பையை அவிழ்த்துக் காட்டினார் தமிழீழக் காவல்துறை உறுப்பினர் ஒருவர். அதற்குள் இருந்ததோ வெட்டப்பட்ட அன்ரனியின் தலை. வெளித்தள்ளிய அவனுடைய விழிகளில் பயத்தையும் மீறி காதலும் சோகமும் அப்பியிருந்தன.

'அப்பன் அருமை மாண்டால் தெரியும்' என்பதுபோல உடைந்துவிட்டது ருக்குமணி குடும்பம். அவள் சிறகிழந்த பறவை போலானாள். அன்ரனி இறந்து மூன்று ஆண்டுகளின்பின்னர் பிரியதர்சன் இயக்கத்தில் சேர்ந்துவிட்டான். தன் நெஞ்சில் சிகரட்டால் எல்.ரி.ரி.ஈ. என்றறெழுதிய இராணுவத்திற்கு எதிராய் அவன் களம் புகுந்தான். இவனைத் தொடர்ந்து ஏனைய மூன்று மூத்த மகன்களும் இணைந்துவிட்டார்கள்.

பிரியதர்சன் மன்னாரில் நடந்த சண்டை ஒன்றில் வீரச்சாவு அடைந்துவிட மற்ற மூன்றுபேர்களில் மூத்தவன் இசைப்பிரியன் பரந்தனில் நடந்த சண்டையில் சாவடைந்தான். அடுத்தவன் ஈழப்பிரியன் முள்ளிவாய்க்காலில் வீரச்சாவடைந்தான். இன்னொரு மகனாகிய பிரதாபன் முள்ளிவாய்க்காலில் காணாமல்போயிருந்தான்.

அவனைத் தேடியே ருக்குமணி அலைகிறாள்.

"நாலு ஆம்பிளப் பிள்ளையளைப் பெத்தும் தனியாக ஒண்டியா என்ன விட்டிட்டுப் போட்டாங்களே" நெஞ்சில் அடித்துக் கதறுவாள் ருக்குமணி. பிறகு "நாலு புள்ளையளப் பெத்து நாட்டுக்குக் குடுத்தவள் நான்.." பெருமிதத்துடன் துயரப் புன்னகை செய்வதும் அவள்தான்.

ருக்குமணியின் கூடாரத்தில் கொழுவப்பட்டிருந்த வரிச்சீருடை அணிந்த பிள்ளைகளின் படங்களை எடுத்துப் பார்த்து எதையோ ஆராய்ந்து கொண்டிருந்தார்கள் இராணுவத்தினர். இதற்காக விசேடமாக கொழும்பிலிருந்து சிலர் வந்திருந்தவர்களுக்கு சிங்க பண்டார ஏதோ விளக்கம் அளித்துக்கொண்டிருந்தான்.

நெற்றிக்கு நேரே எதனையும் கேட்டுவிடுவாள் ருக்குமணி. காற்றுடன் கலந்த தீபோல இராணுவத்தினரை அவள் ஏசிக் கொண்டிருந்தாள். சிங்க பண்டார வாய் மூடி கமுக்கமாக அவதானித்தது கண்டு ஆனந்திக்கு அச்சத்தைப் பெருக்கியது.

"இதுகள் என்ரை பிள்ளையள். நான் பெத்த பிள்ளையள்! நீங்கள்தான் எல்லாரையும் எல்லாத்தையும் அழிச்சிட்டியளே.. பிறகேன் படங்களைப் பாத்தெல்லாம் பயப்பிடுறியள்?" மேல்மூச்சு கீழ்மூச்சு வாங்க, அவர்களிடம் கேட்டுக்கொண்டே கொண்டையை முடிந்தாள் ருக்குமணி. சிங்க பண்டாரவும் அவனுடன் வந்தவர்களும் வெளியேறினர் வளவைவிட்டு.

14

அண்ணா வீரச்சாவு அடைந்து இருபத்தோராவது நாள். வீரவணக்கப் படத்தைக் கொண்டுவந்து கொடுத்தனர் போராளிகள். கறையானிடமிருந்து பாதுகாப்பதற்காக அந்தப் படத்தைச் சுற்றி பொலித்தீன் பையால் மூடியிருந்தாள் அம்மா. அண்ணாவின் படத்திற்கு காலையும் மாலையும் பூ வைத்தாள் தங்கச்சி. குடியிருப்பில் உள்ளவர்கள் எல்லாம் அண்ணாவின் படத்தை வந்து பார்த்து பூ வைத்து வணங்கினர்.

வாழை மரங்களின் காய்ந்த இலைகளை வெட்டி அழகுபடுத்திவிட்டு, சில முத்திய வாழைக்குலைகளை மணியங்குளம் சந்திக்குக் கொண்டுபோய் விற்பதற்காக வெட்டி வைத்துக்கொண்டு, சேட்டையும் காற்சட்டையையும் மாற்றிவிட்டு வந்து சைக்கிளில் வாழைக்குலையை வைத்துக் கட்டியபடி,

"என்னம்மா வாங்கியாறது?"

வீட்டுக்குள் இருந்த அம்மாவை பதில் சொல்லவும்

வாசலில் சைக்கிள் மணி ஒலித்தது.

"பள்ளிக்கூடம் வராமல் வாழைக்குலையோட வெளிக்கிட்டிட்டார் எங்கடை ஐ.எஸ்.ஏ.." என்றான் பிரியன்.

"ஆ.. பிரியன், நேசராஜ் வாங்கடா மச்சான். வாங்க..."

உருத்திரபுரம் மகாவித்தியாலயம் கிளிநொச்சிக்குப் போய்விட அக்கராயனில் உள்ள மத்திய கல்லூரியில் பதினொராம் வகுப்பில் போய்ச் சேர்ந்த முதல் நாளுக்குப் பின்னர் அந்தப்பக்கம் போவதே இல்லை. பிரியனும் நேசராஜும் மத்திய கல்லூரிக்கு வந்துவிட்டார்கள்.

"என்னமாதிரி பள்ளிக்கூடப் பக்கம் ஒருக்கால் வந்து போகலாமே! அப்பப்ப வருவியள். இப்ப சுத்தமாய் வாறேல்லை. ஏதும் ட்ரான்ஸ்பரோ?" கொடுப்புக்குள் சிரித்தபடி கேட்டான் பிரியன்.

"வந்து உங்களுக்கெல்லாம் ஒரு வகுப்பு எடுக்கத்தான் வேணும்" என் தோள்களில் கைபோட்டனர் பிரியனும் நேசராஜும்.

"பள்ளிக்கூடம் போகச்சொன்னால் போகமாட்டான். காணிக்குள்ளை ஏதாவது செய்துகொண்டு நிப்பான். என்ன கஷ்டப்பட்டாலும் படிக்கவேணும்... நல்லா எடுத்துச் சொல்லுங்கோ தம்பியவை..."

அம்மாவும் ஆரம்பித்தார்.

"மச்சான்! ஓ.எல். சோதனை ஒண்டு டிசம்பரிலை நடக்கிறது தெரியுந்தானே?" நேசராஜும் நக்கலாகக் கேட்டான்.

"மச்சான்! உனக்கு அப்ளிகேசன் போடுற பிளான் இல்லையோ. இன்டையோடு குளோசிங் டேட் முடியுது. உடனை வெளிக்கிடு பள்ளிக்கூடத்துக்கு" ஒரு முடிவோடு நின்றான் பிரியன். "இப்பிடி கேட்டால் உவன் வரமாட்டான்..." வீட்டுக்குள் நுழைந்து வெள்ளைச் சீருடைகளை எடுத்தான் நேசராஜ்.

அண்ணாவின் வீரச்சாவோடு பள்ளிக்கூடம் போவது நின்றுபோனது. பரீட்சை வருகிறது என்பதையே மறந்துபோயிருந்து தோட்டத்தில் கழிந்தன பொழுகள். வாழைக்குலையை சைக்கிளிலிருந்து இறக்கி விட்டு வெள்ளைச் சீருடையை மாற்றி இழுத்துச் சென்றனர் அவர்கள்.

"தம்பி, இனிப் பேர்போட ஏலாது. நான் விண்ணப்பத்தை நிரப்பி முடிச்சிட்டன்."

"..."

"இவ்வளவு நாளும் எங்கை போனனீ? போ! போ!!"

"..."

"போய், பிறைவேற்றாப் போடும்"

விண்ணப்பப் படிவத்தை நிரப்பிக்கொண்டிருந்த தாஸ் சேர் துரத்தினார். "நல்லாதாப் போச்சு.." பேசாமல் திரும்பி வர, "என்ன மச்சான் போட்டாச்சுதானே...?" துலாவினான் பிரியன்.

"இனிப் பேர் போட ஏலாதாம்டா... அவர் அப்பிளிகேசன் போம் நிரப்பி முடிச்சிட்டாராம்"

"நீ வா"

அழைத்துக்கொண்டு தாஸ் சேரிடம் சென்றனர் பிரியனும் நேசராஜூம்.

"என்ன தம்பி, "நான்தான் போட ஏலாது. பிறைவேற்றா போடுங்கோ" எண்டு சொன்னனானே?

"இல்லை சேர். இவன்ரை அண்ணாவீரச்சாவு. அதாலைதான் நேரத்தோடை வரேல்லை. நாங்கள்தான் போய் இவனை கூட்டியந்தனாங்கள்"

"சரி, பேரைச் சொல்லும் கடைசியிலை சொருகிவிடுறன்"

இந்தப் பரீட்சையில் சித்தியடைய முடியுமா? சந்தேகமாகவே இருந்தது. "மச்சான் இவ்வளவு காலமும் ஐஎஸ்ஏ மாதிரி பள்ளிக்கூடம் வந்து போனனீ. முக்கியமான சோதினை ஒழுங்காப்படி.. இன்னும் நாலு மாதம்தான் இருக்குது..." பிரியன் சொல்வதை நெஞ்சிருத்திக் கொண்டு, "ஓ.எல். பாஸ் பண்ணவேணும். ஏ.எல் படிக்கவேணும் என்றது என்ரை அண்ணான்டை கனவடா" சொல்லவும் "அப்பிடிச் சொல்லு" என் தோள்களை அணைத்தனர் பிரியனும் நேசராஜூம்.

"படிப்புச் செலவுகளுக்கு ஒரு வீட்டிலை சமைக்கிற வேலைக்குப் போறன்.."

"..."

"நீ கொஞ்சக்காலம் குருகுலத்திலை இருக்கிறியே"

அழத் தொடங்கினாள் தங்கச்சி. மாதம் ஆயிரம் ரூபா சம்பளம். அம்மா, வீட்டு வேலைக்காரி ஆனாள். தங்கச்சி, அனாதைச் சிறுவர் இல்லச் சிறுமி ஆனாள். ஒவ்வொருவரும் தனித்தனியாக... துடித்தது மனம்.

"ஒரு இரண்டு வருசம்தானே... பல்லை கடிச்சுக்கொண்டு இருக்க போயிரும்..."

ஓல். எல், பரீட்சைக்கு விண்ணப்பிக்கும்போது மத்திய கல்லூரி இடம்பெயர்ந்து அக்கராயனில் இயங்கியது. பரீட்சை வரும்போது கிளிநொச்சியில் மீள்குடியேறிவிட்டது. பரீட்சை வந்தது. எழுதிக் காத்திருந்தால், பல நாட்கள் பெறுபேறுகளை எண்ணி தூக்கம் இல்லை..

பெறுபேறு வந்ததும். "வினோதன் பாஸ் பண்ணிட்டான்.. ரிசல்டை வந்து பாக்கச் சொல்லு" பிரியன் சொல்லி அனுப்பியிருந்தான். மணியங்குளத்திலிருந்து கிளிநொச்சியில் உள்ள பாடசாலை நோக்கி வேகவேகமாக சைக்கிளை மிதிக்க, "வாழ்த்துக்கள்..." முகம் நிறைய சிரிப்போடு சொன்னான், கோணாவிலில் வந்துகொண்டிருந்த பிரியன். அந்தப் பரீட்சையில் பத்துப் பாடங்களில் ஏ சித்தி பெற்றிருந்தான்

அவன். அவசர அவசரமாக சைக்கிளைவிட்டு இறங்கிச்சென்று பார்த்தால், ஓ.எல். பரீட்சையில் ஆறு பாடங்களில் சித்தி, ஆனால் கணிதத்தில் மாத்திரம் சித்தியடையவில்லை.

"எப்பிடி ரிசல்ட்?"

கேட்டுக்கொண்டே பிரம்போடு அலுவலகத்திலிருந்து வெளியில் வந்தார் அதிபர் சண்முகம். பொக்கற்றுக்குள் இருந்த கண்ணாடியை எடுத்து மாட்டிவிட்டு கண்களை குவித்துக்கொண்டு நோட்டிஸ் போர்ட்டில் ஒட்டப்பட்டிருந்த பட்டியலில் பெறுபேற்றைப் பார்த்துவிட்டு "பிறகு என்ன ஏ.எல். படிக்கலாம். போய் உன்ரை பேரைப் பதிஞ்சிட்டுப் போ" வகுப்பறை ஒன்றுக்குள் நுழைந்தார் அவர்.

அது சமாதான காலம். இயக்கத்திற்கும் இலங்கை அரசுக்கும் பேச்சுவார்த்தை நடந்தது. ஏ—9 பாதை திறக்கப்பட்டது. 'இரு நாட்டு காவல்துறைகள், இரு நாட்டு இராணுவம் முகமாலையில் சந்திப்பு!' என்ற தலைப்புச் செய்தியுடன் வலம்புரி பத்திரிகை யாழ்ப்பாணத்திலிருந்து முதன்முதலாக கிளிநொச்சிக்கு வந்தது. அதில் ஒரு புகைப்படத்தில் யாழ் இராணுவத் தளபதி சரத்பொன்சேகாவும் வடபோர்முனைத் தளபதி தீபனும் கைகுலுக்கியபடி நின்றார்கள். சரத்பொன்சேகாவுக்கு அருகில் சிறிலங்கா காவல்துறையைச் சேர்ந்தவர்களும், தளபதி தீபனுக்கு அருகில் தமிழீழ காவல்துறையைச் சேர்ந்தவர்களும் நின்றனர்.

சமாதானம் தேசத்திற்கொரு விடிவுதருமென எல்லாரும் நம்பியிருந்த காலத்தில், புத்தகங்களை கையில் எடுத்துக்கொண்டு, மீண்டெழும் நகரத்தில் தோளில் ஒரு பையோடு தனி ஒருவனாக மீள்குடியேற வர, நகரமெங்கும் சிதைவுகளை அகற்றிக்கொண்டிருந்தனர் சனங்கள்.

இடிபாடுகளின் நடுவில் குழந்தைகள் விளையாடிக்கொண்டிருந்தனர். புதிய கடைகள், அலுவலகங்களுக்கு அத்திவாரமிட்டனர் சிலர். வீடுகள் அழிந்துபோக பற்றை மண்டிய மரங்களின்கீழாகக் கூடாரம் அமைத்தனர் சிலர்.

அன்பழகன், அவனுடைய அப்பாவுடன் கூடாரம் மூட்டிக்கொண்டிருந்தான்.

"வினோதனா? என்னைத் தெரியுதா?"

"ஓமடா மச்சான். எப்பிடி இருக்கிறாய்?"

தழுவிக்கொள்ள, வீட்டிற்கு அழைத்துச் சென்றான் அவன். ஐந்து வருடங்களுக்குப் பிறகு அவனுடன் சந்திப்பு. 83ஆம் ஆண்டு நடந்த கலவரத்தில் எரிந்துகொண்டிருந்த கொழும்பு நகரத்திலிருந்து, பிறந்து ஒருசில நாட்களேயான நிலையில் அனாதரவாக கிடந்த

அவனை தந்தை முத்துவேல் தூக்கி வந்தார். பிள்ளை இல்லாமல் இருபது ஆண்டுகளாய் தவித்த மாயம்மாவின் கண்கள் ஆனந்தத்தில் பனித்தன. முத்துவேல் அவனுக்கு அன்பழகன் என்று பெயரிட்டார்.

பெயருக்கேற்ப அன்பானவன். கன்னம்கரேர் என்ற நிறம். கம்பித் தலைமுடியை அடிக்கடி கோதிக்கொள்வான். சப்பை மூக்கன் என்று நக்கலடித்தால் கோவம் வரும். "ஏனம்மா எனக்கு மூக்கை வடிவாய் பிடிக்கேல்லை..." மாயம்மாவை, பார்த்து செல்லம் பொழிய, "ஏன் புள்ளைக்கு அதுதான் அழகு.." என்பாள் அவள். "இந்த மூக்குக்கு எத்தினை பிள்ளையள் வளையுது தெரியுமே..." சிரிப்பாள் மாயம்மா.

கிளிநொச்சியை விட்டு இடம்பெயர்ந்து மல்லாவியில் வசித்த காலத்தில் ஒருநாள் முத்துவேலுக்கு மாரடைப்பு வந்துவிட்டது. புத்தகப் பையை தூக்கி எறிந்துவிட்டு அப்பாவின் லான்ட் மாஸ்டரை எடுத்து, அவரை ஏற்றிக்கொண்டு ஆஸ்பத்திரிக்கு ஓடியவன் அன்பழகன். அன்றுதான் படிப்பை விட்டு லான்ட் மாஸ்டரை ஓட்டத் தொடங்கினான். அவனுடைய அப்பாவை எல்லோரும் கறுப்புக் காந்தி என்பார்கள். கண்ணாடி ஒன்றையும் மாட்டியிருப்பார். அச்சுஅசலாக காந்தியின் முகம்.

மாயாம்மா இளஞ்சூடான தேநீரை நீட்டினாள். "எடுங்க தம்பி.." தேனீரை வாங்கி பருகத் தொடங்கினார் முத்துவேல். மாயம்மாவின் தேனீர் அப்படியொரு சுவை. "அப்ப நாளைக்கு திங்களிலை இருந்து பள்ளிக்கூடம் போறியள்.." என்றான் அன்பழகன். உள்ளூர அவன் கலக்கத்துடன்தான் அப்படிச் சொல்லியிருப்பான். கடைசியாக, நாங்கள் ஏழாம் வகுப்பு புத்தகங்களை சேதுபதி சேரிடமிருந்து வாங்கும்போது மீண்டும் சந்திக்கப்போவதில்லையென நினைத்தோமா? போரால் எவ்வளவு மாற்றம்? அன்பழகன் இல்லாத வகுப்பறை சிரிப்பின்றி இருக்குமே... பிரியனும் கணிதப் பிரிவில் படிக்கப் போறான். ஒவ்வொருவரும் திசைக்கொருவராக தூக்கி எறியப்பட்டனர். பேசாமல் எழுந்து நடக்க, காடு மண்டியிருந்த நீக்கிலஸ் வீதி நெடுநாள் பிரிவால் கோபத்துடன் இருப்பதைப்போல பார்த்தது.

வாழ்ந்த வீடோ, சுவடே தெரியாமல் அழிந்துகிடந்தது. அண்ணாவுடன் இறுதியாக வீட்டைவிட்டுச் சென்ற நினைவுகள் வந்துபோயின.

போர் வாழ்வை புரட்டிப் போட்டிருந்தது. அண்ணா இல்லை. தங்கச்சி சிறுவர் இல்லத்தில். அம்மா வீட்டு வேலைக்காரி. கனவிலும் நினைத்திராத நிலை. திரும்பத் திரும்ப நினைவில் வந்தன. வெறுமையுடன் அசைந்தது நாவல் மரம்.

"நல்லா படித்தால்தான் எல்லாம் நல்லாமாறும்.."

தீபச்செல்வன்

அம்மாவின் சொற்கள், வெறும் நகரத்தில் வீசிய காற்றில் நம்பிக்கைப் பூக்களாய் மிதந்து வந்தன. தங்கியிருந்து படிக்க போட்டுக்கொண்ட சின்னக் குடிசையை நம்பிக்கையில் மாளிகையாய் மினுங்கியது.

“இந்த நிலையிலும் நீ படிக்கிறது எவ்வளவு நல்ல விசயம்... எனக்கும் சந்தோசம். நான் உனக்கு சாப்பாடு தாறன்...” மகிழ்ந்தாள் ஆனந்தி. சமதான சமயத்தில் ஊர் திரும்பி ராணி மைந்தனைக் கைப்பிடித்துக் கொண்டாள் ஆனந்தி. “மாவீரர் நலன்புரிக் காப்பகத்துக்குப் போ.. உனக்கு படிப்புக்குத் தேவையான கொப்பி புத்தகங்கள் தருவினம்... அதோடை மாதம் எழுநூறு ரூபா தமிழீழ வைப்பகத்திலை போடுவினம்... பாங்க் புத்தகம் தருவினம்... இவர் சொல்லச் சொன்னவர்....” என்றபடி, ஒரு கோப்பையில் சோறும் மீன்கறியும் வைத்துவிட்டுச் சென்றாள்.

ரவுன்ஸ் அடுக்கும் இரும்புப் பெட்டியில் படிக்க ஒரு மேசை.. ஆர்.பி.ஜி குண்டுகள் அடுக்கும் மரப்பெட்டியில் புத்தகம் அடுக்க ஒரு அலுமாரி.. பெரிய செல் வெற்றுக் கோது ஒன்றில் இருக்கை. ஸ்டடி ரூம் ரெடி. உரப்பையை வெட்டி அதனை ஒரு பாயாக விரித்துவிட்டு உடுப்பு பையை தலைக்கு வைத்துச் சற்று ஆற, இலேசாக வந்த தூக்கம் பறந்தது.

“கிளிநொச்சியை விட்டுபோய் ஒரு வருசம் முழுக்க பள்ளிக்கூடம் போகாமல் இருந்தான். பிறகும் ஒழுங்காய் போறேல்லை.. இனி அப்பிடிச் செய்ய ஏலாது... இந்த இரண்டு வருசத்திலை ஒரு நாளும் பள்ளிக்கூடத்தை விட்டு நிக்கிறேல்லை...” எழுந்து வர பூவரசம் பூக்கள் புன்னகைத்தன.

கிளிநொச்சி மத்திய கல்லூரி புதல்வனுக்காக தொலைவுவரை பார்த்திருக்கும் தாயைப்போல வரவேற்றது. பளபளக்கும் வெள்ளைச் சீருடை. சுருண்ட தலைமுடியை கன்ன உச்சி பிரித்து சீராக சீவியபடி தோள்களில் புத்தகப் பையை சுமந்தபடி பள்ளிக்குள் நுழைய, வாழ்க்கையில் முதன்முதலாய் பள்ளிக்கூடம் போவதைப் போலவும் புதிய பள்ளிக்கூடம் ஒன்றில் புதிய வகுப்பொன்றில் சேர்வதைப் போலவும் ஒரு படபடப்பும் பரவசமும்தான்.

“யுத்தத்திலை ஓ.எல். எழுதினியள். ஏ.ஏல். படிக்க உங்களுக்கு ஒரு சமாதான காலம் கிடைச்சிருக்குது... இந்த நிலமை இப்பிடியே தொடருமா எண்டு தெரியேல்லை..” அதிபர் சண்முகம் சொல்லிக் கொண்டே நடந்தார்.

“திரும்ப யுத்தம் தொடங்க முதல் ஏ.எல். பாஸ் பண்ணிடவேணும்..”

சொல்லிவிட்டு குலுங்கிச் குலுங்கி சிரித்தார். எதை என்றாலும் சொல்விட்டு ஒருமுறை சிரிப்பது அவரின் இயல்பு. ஏ.எல். வகுப்பில் முதலாவது மாணவனாய் போய் இருக்க, பல்வேறு பாடசாலை

களிலிருந்தும் புதிய மாணவர்கள் வந்திருந்தனர். அதனால் வரும் ஒவ்வொருவரும் ஒருவரை ஒருவர் விசாரிக்கத் தொடங்கினார்கள். முதல் மாணவனாய்ச் சேர எனக்கடுத்து வந்தான் கபிலன்.

"நீங்கள் ஓ.எல். எந்தப் பள்ளிக்கூடம்?"

"உருத்திரபுரம் மகா வித்தியாலயம்"

"ஓ.. அங்கைதான் இடம்பெயர்ந்திருக்கேக்குள்ளை படிச்சனான்..."

"கேள்விப்பட்டிருக்கிறன். பள்ளிக்கூடம் மாறி வந்தனீங்களாம்..." வகுப்பறை சிரிப்பில் குலுங்கியது.

"இப்பவும் கனிஷ்டா பள்ளிக்கூடத்துக்குப் போறதுக்கு பதிலா இஞ்சை வந்திட்டானோ தெரியேல்லை" நேசராஜ் நக்கல் அடித்தான்.

"கனகபுரம் மகா வித்தியாலயத்திலை படிச்சனான். இஞ்சயும் ஐ.எஸ். ஏ வேலையா? இல்லை ஒழுங்கா வருவியளா?" குனிந்தபடி சிரித்தாள் உதயா.

"நல்லாய் தெரிஞ்சு வைச்சிருக்கிறியள். இனி உப்பிடி இல்லை. ஒழுங்காய் பள்ளிக்கூடம் வருவன்." மேசையில் அடித்துச் சொல்லியபடியிருக்க "கெட்டிக்காரன் புளுகு எட்டு நாளைக்கு எண்டமாதிரி இல்லாட்டி சரி.." சிரித்தபடி வகுப்புக்குள் நுழைந்தார் பூரணி ரீச்சர். "ரீச்சருக்கும் தெரியுமே? அதுக்கிடையிலை ஆர் உதை இவாவுக்குச் சொன்னது?" நேசராஜின் பதற்றம் காட்டிக் கொடுத்தது.

"ரீச்சர்.. நானா உங்களுக்குச் சொன்னனான்... இல்லையெல்லோ... "

"அப்ப, ஏன் எழும்பி அந்தப் பக்கம் ஓடுறாய்..."

வகுப்பறை கலகலப்பாகியது. கபிலன், கோகுலன், உதயா என்று பல புதியமுகங்கள். மத்திய கல்லூரியிலேயே ஓ.எல். படித்துவிட்டு ஏ.எல் கலைப்பிரிவுக்கு நேசராஜ் மாத்திரமே வந்திருந்தான். எல்லோரும் நெடுநாள் பழகியதுபோல் முதல் நாளே நெருக்கமானோம்.

பூரணி ரீச்சரின் கற்பித்தலில் இருந்த அன்பும் அக்கறையும் படிக்கும் உற்சாகத்தை அதிகரித்தது. அவர் ஒவ்வொரு மாணவரின் கதையையும் அறிந்துகொண்டார்.

"உனக்கு என்ன பிரச்சினை எண்டாலும் என்னட்டை கதை... சவாலுகளை கடந்து முன்னேறுற வாழ்க்கையிலைதான் அர்த்தம் இருக்குது..."

பூரணி ரீச்சரின் தட்டிக்கொடுப்பும் தாய்மைநிறைந்த புன்னகையும் மனதெங்கும் நம்பிக்கையை பெருக்கியது.

“இவனைமாதிரி நிறையப் பள்ளிக்கூடங்களிலை படிச்ச றெக்கோட்டை ஆராலையும் உடைக்க ஏலாது ரீச்சர்” இதைச் சொல்லிவிடுவதில் நேசராஜுக்கு ஒரு மகிழ்ச்சி. அவனை முறாய்த்துப் பார்க்க,

“பள்ளிக்கூடம் மாறிவந்த கதையைச் சொல்லவா?”

“வேணாம் நேசராஜ்...”

காலையில் நான்கு மணிக்கே எழுந்துவிடவும் கணித பாடப் பிரத்தியேக வகுப்புக்காக உருத்திரபுரம் நோக்கி சைக்கிள் உருளும். அதை முடித்துக்கொண்டு திரும்பி, பெரும்பாலும் பாண்தான் காலைச் சாப்பாடு, அல்லது ஏதாவது செய்து சாப்பிட்டு பாடசாலை நோக்கி ஓடவும் வகுப்பை தொடங்காமல் வழியைப் பார்த்துக் கொண்டிருப்பார் பூரணி ரீச்சர்.

சிலநேரங்களில் இரவில் கணித வகுப்பு. கணிதப் பாடத்தில் நல்ல தேர்ச்சி பெற்றுவிட்டதாக கேதீஸ் சேர் வகுப்பில் பாராட்டினார். கணித வகுப்பில் முதல் மாணவன் ஆகிவிட்டதாக கேதீஸ் சேர் பேனா ஒன்றைப் பரிசளித்தார்.

உயர்தர வகுப்பில் முதல் தவணையில் ஆறாம் பிள்ளையாக வந்தபோது அம்மாவை அழைத்து “நல்ல முன்னேற்றம்.. இன்னும் மினக்கட்டால் முன்னுக்கு வரலாம்...” என்று பூரணி ரீச்சர் சொல்ல அம்மா மகிழ்ச்சியில் அழுதேவிட்டாள். அடுத்த தவணையில் இரண்டாம் பிள்ளை.. “கட்டாயம் கம்பஸ் போவான்” சக ஆசிரியர்களுக்கு பூரணி ரீச்சர் சொல்லிப் பெருமைப்பட்டது இன்னமும் நம்பிக்கை பெருக்கியது.

கணிதம் படித்து பாஸ் பண்ணினால்தான் உயர்தரம் தொடர்ந்து படிக்கலாம் என்பதே திரும்பத் திரும்ப நினைவுக்கு வந்தது. கணிதத்தில் மீண்டும் தோல்வியடைந்து வீட்டுக்குப் போவதைப்போல கனவு கண்டு துடித்த இரவுகளுண்டு. சிலநேரங்களில் கணித பாடத்தில் எஸ் சித்தி பெற்று தொடர்ந்து உயர்தரம் படிப்பதைப் போலவும் கனவு வரும். “வினோதன் கணிதப் பாடம் பாஸ் பண்ணிருவானே...” வகுப்பில் அக்கறையோடும் ஐயத்தோடும் பேசிக் கொண்டனர். அந்த ஆண்டு ஓ.எல். பரீட்சையில் கணிதப் பாடத்தில் “ஏ“ சித்தி பெற்றதை பூரணி ரீச்சர் எல்லோருக்கும் கூறினார். எதிர்பார்க்காத ரிசல்ட். அவ்வளவு உக்கிரமான படிப்பு.

“தலையிலை என்ன காயம்...”

“நேற்று வகுப்பு முடிஞ்சு... ஒருத்தரும் இல்லை... பள்ளிக்குட கிணத்திலை தண்ணி அள்ளி வாளியோடை குடிச்சன். மயங்கி

விழுந்திட்டன். என்ன நடந்தது எண்டு ஒண்டும் தெரியாது. எழும்பிப் பாத்தால், வாளி எனக்கு மேலை விழுந்து தண்ணி ஊத்துப்பட்டிட்டு... அதான் காயம்...”

துடித்துப்போனாள் பூரணி ரீச்சர்.

“வடிவாய் சப்பிடோனும்... உடம்பை கவனிக்கோணும்... சுவர் இருந்தால்தானே சித்திரம் வரையலாம்...”

அடுத்த தவணைப் பரீட்சையில் வகுப்பில் முதலாம் பிள்ளையாக முன்னேறியது பூரணி ரீச்சருக்கு பெரும் மகிழ்ச்சி. கிளிநொச்சி மாவட்டத்தில் நடந்த தமிழ்த் தினப் போட்டியில் மத்திய கல்லூரிக்கு முதல் பரிசைப் பெற்றதற்காக பூரணி ரீச்சர் பாராட்டினார்.

அன்று வழங்கப்பட்ட சான்றிதழை அண்ணாவின் படத்தின் முன்பாக கொண்டுவந்து வைத்து “அண்ணா படிச்சு உன்ரை கனவை நிறைவேற்ற வேணும்... இப்ப முழு நம்பிக்கையோடை இருக்கிறன்...” அவனுடைய கனிவு ததும்பும் விழிகளைப் பார்த்து அடியிட்டு புத்தகத்தைத் திறக்க விளக்கின் ஒளி பிரகாசமாய் படர்ந்தது.

குருகுலத்தில் படித்துக்கொண்டிருந்த தங்கச்சி, ஒவ்வொரு தவணை விடுமுறையிலும் வருவாள். அவளைக் கூட்டிவருவதற்காக மூன்று மாதத்திற்கு ஒரு தடவை அம்மா வேலைக்கு ஒரு வார லீவு போடுவாள். அன்றைய நாட்களில்தான் அம்மாவின் கையால் சாப்பாடு. கோப்பையை வழித்துத் துடைத்து சாப்பிடும்போது அவள் யோசனையுடன் பார்ப்பாள். மாதத்தில் ஒருமுறை தங்கச்சியைப் பார்க்கலாம். மாதத்தில் ஒருமுறை அம்மாவும் பள்ளிக்கூடம் போய்ப் பார்ப்பாள்.

தனிமையால் அவள் உடைந்துபோயிருந்தாள். அவளுடைய முகத்தில் புன்னகை வற்றிவிட்டது. வாடிய பீர்க்குக் கொடிபோல் மெலிந்துபோயிருந்தாள். அவளது நீளக் கண்களில் கண்ணீர் முத்துக்கள் விழ, அதை துடைத்துவிட்டுத் திரும்பும் நாட்களில் எல்லாம் அவளுடைய கோலம் வதைக்கும். தாங்கமாட்டாத துயரத்தோடு தெருவென்றும் பார்க்காமல் தேம்பித்தேம்பி அழுதபடி சைக்கிளை மிதிக்கையில் நேசராஜ் தேற்றிக் கொண்டு அழைத்து வருவான்.

“நாங்கள் எல்லாரும் எப்ப ஒண்டு சேருவம்..” மனம் துடிக்கும். “பாவம். பச்சைப் பாலகி. இந்த வயசிலை அம்மாவைப் பிரிஞ்சு அவள் எப்பிடி இருப்பாள்? அம்மா இல்லா இரவுகளில் அவள் எப்பிடித் தூங்குவாள்?” இதற்குள் அப்பாவை நினைக்க ஆத்திரம்தான் வரும். அண்ணாவின் நினைவுதான் நம்பிக்கையும் ஆறுதலும் தரும். “நல்லாய் படிக்கோணும்...”

“அடுத்த முறை லீவிலை வரேக்குள்ளை உன்ரை வெள்ளைச் சட்டையைக் கொண்டுவா” சாந்தி ஸ்டூடியோ இருந்த இடத்தில், துளசி ஸ்டுடியோ. இருவரும் சேர்ந்தொரு புகைப்படம் எடுத்தாச்சு. “அடுத்த வருசத்தோடு ஏ.எல். பள்ளிக்கூட வாழ்வு முடிஞ்சிடும். அதுதான் நீயும் நானும் வெள்ளைச் சீருடையிலை ஒரு படம்” காய்ந்துபோன முகத்தில் லேசான புன்னகை எட்டிப் பார்த்தது.

“உவன் மட்டுந்தான் எப்பிடியெல்லாம் படம் பிடிக்கலாம் எண்டு யோசிப்பான்..” நக்கலடித்தான் கோகுலன். பாடசாலை அடையாள அட்டைக்குப் புகைப்படம் பிடிக்கச் சொன்றாலோ, தமிழீழ அடையாள அட்டைக்கு புகைப்படம் பிடிக்கச் சென்றாலோ எல்லாரும் ஒரு குறூப் போட்டோ எடுப்பமா? எனக் கேட்பதற்காகவே இப்படிச் சொன்னான்.

அந்த வருடம் பாடசாலை இறுதி வருடம். ஒரு கல்விச் சுற்றுலாவுக்கு பாடசாலையில் ஏற்பாடு நடந்தது. அதற்காக முதலில் தேடிக் கொண்டிருந்தது ஒரு காமராவையே. ராணிமைந்தன் அண்ணாவின் காமராவை ஆனந்தி வாங்கித் தந்திருந்தாள். அதற்காக இரண்டு பிலிம்ரோல்களையும் வாங்கியாகிவிட்டது. இரண்டு பிலிம்ரோலையும் கழுக இரண்டாயிரம் வேணுமே? பாப்பம்... எப்பயும் கழுவலாம்” புளியங்குளத்தில் உள்ள இயக்கத்தின் சோதனைச் சாவடியை நெருங்கியது சுற்றுலாப் பேருந்து. ஜெயசிக்குறு சண்டையில் சின்னாபின்னமாகி போரின் காயங்களுடனிருந்த புளியங்குளத்தில் “வன்னி நிலம் வரவேற்கிறது” தெற்கிலிருந்து வருபவர்களை புன்னகையுடன் வரவேற்றது ஒரு பலகை.

ஓமந்தையில் இராணுவத்தின் சோதனைச்சாவடியில் துப்பாக்கிகளை வன்னியை நோக்கி நீட்டியபடியிருந்தனர் இராணுவத்தினர். சிங்கக் கொடியொன்று இரத்தக் கறை படிந்த பல்லை இளித்தபடி பறந்தது. விடுதலை பெற்ற நாட்டிலிருந்து, இன்னொரு ஆக்கிரமிப்பு நாட்டு அரசின் கட்டுப்பாட்டுக்குள் செல்லுவதுபோலொரு உணர்வு.

“மச்சான் இஞ்சை பாரடா ஆமியை....”

நேசராஜ், கபிலன், கோகுலன்... பேருந்து ஜன்னலால் எட்டிப் பார்த்தன எல்லோருடைய முகங்களும். முதன்முதலில் இராணுவத்தை உயிருடன் பார்த்தது அப்போதுதான். வாழ்நாள் எல்லாம் துரத்தித் துரத்தி குண்டுகளை வீசிய இராணுவத்தினர். குழந்தைப் பருவங்களில் எல்லாம் கனவுகளில் வந்து அச்சுறுத்திய இராணுவம். எங்கள் வீட்டையும் தெருக்களையும் சிதைத்த இராணுவம். அண்ணா போரிட்ட இராணுவம். கார்த்திகா சண்டைசெய்த இராணுவம். அன்ரனி அண்ணனை கழுத்துவெட்டிக் கொன்ற இராணுவம். “ஆய்போவன்” இளித்தான் ஒரு இராணுவத்தினன். திடுக்கிட்டபடி,, பதிற்சிரிப்பு அளிக்க எவருக்கும் முடியவில்லை. மீசை மழிக்கப்பட்ட அந்த முகங்கள் பயங்கரமானவையாகத் தோன்றின.

மதவாச்சியைக் கடக்கும்போது, சிங்களதேசத்தின் அழகை சிலாகித்துச் சொன்னான் கபிலன்.

“அப்ப ஏன் மச்சி, எங்கடை மண்ணை உவங்கள் ஆக்கிரமிக்கிறாங்கள்...?” கேள்விக்கு ஆமோதிப்பதுபோல் கோகுலனும் தலையசைத்தான்.

பாடப் புத்தகங்களில் படித்த சிகிரியாவை வெளியில் நின்று பார்த்தபோது எல்லோரது முகங்களிலும் பிரமிப்பு. அந்தப் புராதன குகைக்குள் நுழைவதற்கு தயாராகினோம். சிகிரியா கோட்டையில் ஏறத் தொடங்கினோம். அந்தக் கோட்டை ஒரு சிங்கம் படுத்திருப்பதைப்போல இருந்தது. “மதுரங்குளி, புத்தளம் எல்லாம் தமிழ்ப்பேர் தானே? எப்பிடிச் சிங்கள ஊர் ஆனது” பூரணி ரீச்சரிடம் கேட்டுக்கொண்டே நடக்க,

“சிகிரியாவை கட்டின மன்னனே ஒரு தமிழன்தான். அவன்ட பெயர் காசியப்பன்...” வகுப்பெடுத்தார் பூரணி ரீச்சர்.

“அவங்கள் உண்மையை மறைச்சு எங்கடை இனத்தின்ரை வரலாற்றை மறைக்க பொய் வரலாறு எழுதித் தந்திருக்கிறாங்கள். அதை உங்களுக்கு படிப்பிக்கிறதுதான் எங்கடை உத்தியோகம். ஆனால் இப்ப நீங்கள் தமிழீழ வரலாறும் படிக்கிறியள்தானே. இனிவாற தலைமுறைக்கு உண்மை தெரியும். எங்களை வரலாற்றில இருந்தும் உவங்கள் அழிக்கப் பாக்கிறாங்கள்.. நாங்கள் எங்கடை வரலாற்றை வடிவாய் எழுதோணும்...” படியேறியவர்கள் பூரணி ரீச்சரை ஒரு கணம் நின்று பார்த்துவிட்டு அடுத்த அடியை வைத்தார்கள்.

“வந்த இடத்திலையும் இடக்குமுடக்காய் கேக்காதையடா...” தலையில் தட்டினான் கபிலன்.

வகுப்பு முடிந்ததும் “இண்டைக்கு வினோதனிட்டை கேள்வி ஒண்டும் இல்லையோ?” வருவார் பூரணி ரீச்சர். கேள்வி கேட்பதில் அப்பிடி ஒரு அலாதிப் பிரியம். பூரணி ரீச்சர் கரகரத்த குரலோடு தலையை மேலும் கீழும் அசைத்தபடி பாடக்குறிப்புகளைச் சொல்லும்போது ஆர்வம் மிகுதியாகும். சங்ககாலத்து பாடல்களில் வீரத்தின் முக்கியத்துவத்தை ஆழமாக அதை கற்பிப்பதை பார்த்துக் கொண்டே இருக்கலாம்.

“உனக்கு நாளைக்கு பரீட்சை எண்டு நினைச்சுக்கொண்டு படி..” முதல் வகுப்பில் பூரணி ரீச்சர் சொன்ன அறிவுரை இதுதான். மிகவும் பிடித்துவிட்டது. உயர்தரம் படித்த இரண்டாண்டு காலத்தையும் அப்படியே நினைத்துக் கொள்வதுண்டு. வகுப்பு முடிய கேள்விகளுடன் காத்திருக்க, பெருமித்தோடு பதில்களைத் தருவார் பூரணி ரீச்சர்.

கிளிநொச்சியில் உள்ள பல்வேறு தனியார் கல்வி நிலையங்களிலும் பூரணி ரீச்சருக்கு மாணவர்கள் கூட்டம் கூட்டமாய் திரள்வர். "ஆட்ஸிலை கிளிநொச்சி டிஸ்டிக்கிலை வினோதன்தான் பெஸ்ட்..." பூரணி ரீச்சர் எதிர்வு கூறினார். அதைப் பொய்யாக்கிவிடக்கூடாதே? பதட்டம் ஒருபுறம்.

"வினோதன் படம் எடுக்கிறதிலை கடும் அக்கறை... எந்தெந்த இடங்கள்... என்ன ஸ்பெசல் எண்டு எழுதிவேற வைக்கிறான்..." கபிலனுக்குச் சொன்னான் நேசராஜ். கபிலன் காமரா கொண்டு வரவில்லை. ஒரு ஒப்பந்தம் செய்தான் அவன்.

"அடேய். உன்ரை படங்களிலை நானும் நிக்கிறன். எனக்கும் ஒரு கொப்பி கழுவித்தா..."

கல்விச் சுற்றுலா சென்ற அந்தப் பேருந்து மாத்தளை, கண்டி, நுவரெலியா, கதிர்காமமென சுற்றிக்கொண்டு கொழும்புக்கு வந்து விட்டது.

கல்விச் சுற்றுலா முடிந்துவந்ததும் நிமலன் புகைப் படக் கலையகத்திற்குச் சென்று புகைப்படங்களைக் கழுவி எடுத்து. அங்கு ஒரு பெரிய அல்பமும் வாங்கி, கழுவி எடுக்கப்பட்ட படங்களை அதற்குள் போட்டு ஒவ்வொரு படமும் எந்தத் தேதியில் எங்கு எடுக்கப்பட்டவையெனக் குறிப்பிட்டு, அல்பத்தின் முதல் படத்தில் கல்விச் சுற்றுலா சென்ற அனைவருமுள்ள குழுப்படத்தை இணைத்து செய்தாச்சு சுற்றுலா நினைவேடு.

"நல்லா இருக்குதடா"

சிங்கப் பற்கள் வெளித்தள்ள மகிழ்ந்தான் கபிலன். "சுற்றுலாவுக்குப் போனம் எண்டுறதுக்கு நினைவு இதுதானே." நெகிழ்ந்தான் கோகுலன். படிக்கும் ஒவ்வொரு பாடப் புத்தகங்களும் பாடக்குறிப்பு புத்தகங்களும் கூட ஒரு கதையைச் சொல்லும் நினைவேடுகளாகவே இருந்தன. பாடக்குறிப்பு புத்தகங்களின் முதல் பக்கத்தில் ஒரு கவிதை இருக்கும். அதை எல்லாம் பத்திரப்படுத்தி அந்தச் சின்னக் குடிலில் சேகரித்து வைக்க, பாடசாலையின் ஒவ்வொரு நாட்களையும் ரசிப்புடன் கழிந்தன.. அதில் முக்கியமான காலங்கள் புகைப்படங்களாக பதிந்தன.

'உயர்தரப் பரீட்சையில் கலைப் பிரிவில் கிளிநொச்சி மாவட்டத்தின் முதல் இடத்தை, கிளிநொச்சி மத்திய கல்லூரியைச் சேர்ந்த வினோதன் பெற்றுக்கொண்டார்' ஈழ நாதம் பத்திரிகையில் படத்துடன் செய்தி வெளிவந்திருந்ததைப் பார்த்து விழுந்தேடி வந்தாள் அம்மா. அந்த மகிழ்ச்சியான நாளில்தான் தங்கச்சியை குருகுலத்திலிருந்து அழைத்துக்கொண்டு வீடு சேர்ந்தாள் அவள்.

15

மீள்குடியேறிய அனைவரும் கூட்டத்திற்கு வரவேண்டும். பிழையான தமிழில் ஒலிபெருக்கி வழியே அறிவித்துக் கொண்டிருந்தனர் இராணுவத்தினர். கிளிநொச்சிப் பிரதேச இராணுவக் கட்டளை அதிகாரி சிங்க பண்டார வந்து மக்களின் குறை நிறைகளை கேட்டு அவற்றுக்கு தீர்வுகளை காணவுள்ளதாகவும் கண்டிப்பாக அனைவரும் கலந்துகொள்ள வேண்டுமென அந்த அறிவிப்பு மிரட்டி அழைத்தது. வேலிகள், வாய்க்கால், மதகுகளில் எல்லாம் தமிழ் எழுத்துப் பிழைகளுடன் இதனை அறிவிக்கும் சுவரொட்டிகள் ஒட்டப்பட்டிருந்தன.

கூட்டத்திற்கு வந்த எல்லோரும் வந்து தங்கள் பெயர் விபரங்களை தனித்தனியே பதிவு செய்யுமாறு இராணுவத்தினர் கூறினர். அன்பழகனும் பெயரைப் பதிந்துவிட்டு அன்பழகனுடன் பின் வரிசையில் நிற்க, எல்லோரும் இருத்தப்பட்டு கூட்டம் தொடங்கியது.

அந்தக் கூட்டத்தில் சிங்க பண்டார பேசிக் கொண்டிருந்தான்.

“சிலபேருக்கு நாங்க வீடு கட்டிக் குடுத்தா முதல் வேலையா எல்ரிரிஈ வரிச்சீருடையோடை படம் கொளுவுறது”

“...”

வீடு கட்டறது நாங்க... படம் வைக்கிறது எல்டிடிஈன்டை...”

கடும் கோபத்துடன் சொல்ல சனங்கள் ‘கொல்’ எனச் சிரித்தனர். சிங்க பண்டாரவுக்கு இன்னமும் கோவம் தலைக்கேறியது.

சிங்க பண்டாரவுக்கு சிவந்த அச்சமூட்டும் முழிக் கண்கள். வீங்கிப் பெருத்த உடல். மழிக்கப்பட்ட பேரினவாத வெறி வழியும்

முகம். விறைத்து வீங்கிய தலையில் ஆங்காங்கே நீட்டி நிற்கும் கட்டை முடிகள் பயமுறுத்தும். ஆறரை அடி உயரம் வரும். வயிறு பெருத்த தோற்றம்... குடை ஆணிபோல நின்றான். ஒரு குழந்தை இவனைக் கண்டால் பூதமென பயந்து அழுதுவிடும். தோள்களில் இராணுவ நட்சத்திரங்கள் குருதிக்கரையுடன் பல்லிளித்தன.

"கடைசிச் சண்டையிலை நடந்த போர்க்குற்ற மீறல்களிலையும் இவனுக்கு தொடர்பிருக்குது. எங்கடை பொம்பிளைப் பிள்ளையளை நிர்வாணமாக்கி, அதைப் படம்பிடித்து, அதில் நின்று சிரித்து வெறியாட்டம் போட்டவன். இப்ப கிளிநொச்சியிலை இவன்டை ஆட்சிதான். இவன்தான் ஜனாதிபதி. சனங்கள் என்ன செய்யுதுகள்? இயக்கத்தை நினைவு கூர்ற மாதிரி ஏதும் நடக்குதா? மாவீரர் நாள், கரும்புலி தினம், திலீபன் அண்ணா நினைவு தினம்.. இதுகளிலை... என்ன நடக்குது எண்டு கண்காணிக்கிறது இவன்ட வேலை. கிளிநொச்சி மாவீரர் துயிலும் இல்லத்திலை முகாம் அமைச்சிருக்கிறதும் இவன்ட கட்டளையிலதான்... அங்கை அடிக்கடி போய் பந்து விளையாடிட்டு வாரவனாம்..."

இராணுவத்தின் ட்ரக்கில் இருந்தபடி, அடிக்கடி போத்தல் ஒன்றில் தண்ணீர் குடித்துக் கொண்டிருந்தான் நேசராஜ். அவனுக்கு தண்ணீர் எடுத்துக் கொடுக்க இராணுவச் சிப்பாய் ஒருவன் உதவியாளன்.

"என்ன மச்சான் அடிக்கடி தண்ணி குடிக்கிறான்.. என்ன அலுசரோ..."

"இருக்கும். ஊரார் எல்லாம் வயிறு எரியிறமாதிரி வேலையள் செய்தால் எல்லாரின்டை வயித்தெரிச்சலும் சேந்து அலுசர் ஆக்கும்தானே..."

மாறி மாறிப் பேசி சிரிப்பதைக் கவனித்தான் அவன்.

"எல்ரிரிஈயின்ட படம் திரும்பப் புலிகளை உருவாக்கும். அதை நாங்க விடமாட்டம்.. அழிச்சு விட்டுறவம். பிறகு ஜெயில் போறது.. அங்கே பருப்பும் சோறும் சாப்பிட்டு ஜெயில் கம்பி எண்ண வேண்டாம்..."

கொச்சைத் தமிழில் மீண்டும் குரலை உயர்த்தி எல்லாச் சனங்களையும் பார்த்து மிரட்டும் தொனியுடன் சொன்னான் சிங்க பண்டார.

"அப்பே ஜனாதிபதின்டை படம் வைக்கிறது... நாங்க உங்களுக்கு எவ்வளா நல்லம் செஞ்சம்.. என்டை படம் வைக்கிறது...."

"நரி கெட்ட கேட்டுக்கு நல்லெண்ணை தோசை கேட்டுதாம்..." சிரிக்கும் அன்பழகனை அவதானித்தான் சிப்பாய் ஒருவன்.

“நாங்க தெளிவா சொல்லுறது.... பயங்கரவாதிகளின்ட சின்ன சுவடுகூட இங்கை விடுறதில்லே... இது என்டை கட்டுப்பாட்டு... இது எங்கடை நாடு.”

“எங்கடை பிள்ளை உங்களுக்கு பயங்ரவாதியாய் தெரியலாம்! அது எங்கடை பிள்ளையள்.. இது எங்கடை நாடு” அவன் முடிக்க முதல் கொந்தளிப்போடு எழுந்தாள் ருக்குமணி. முகத்தில் அடித்தாற்போன்ற அவளது ஏச்சுடன் முழித்தான் சிங்க பண்டார.

“நாங்கள் நிம்மதியாய் இருக்கவேணும் எண்டுதான் எங்கடை புள்ளையள் போராடப் போனது... எங்கடை பிள்ளையின்ரை கல்லறையை உடைச்சனீங்கள்?.. நாங்கள் இருக்கிறதுக்காக போராடின எங்கடை பிள்ளையளை தடம் இல்லாமல் அழிக்கிறியளோ?... எங்கடை பிள்ளையன்டை நினைப்பை அழிக்கலாம் எண்டு மனப்பால் குடிக்காதையுங்கோ!.. எங்கடை நாட்டைப் பிடிச்சு உப்பிடி அடக்கி ஒடுக்கி வைச்சிருக்கிறதாலை.. இது உங்கடை நாடாகிடாது... நாங்கள் எல்லாரும் அழிஞ்சு போயிடேல்லை...” கையை நீட்டி திட்டியபடி ஆவேசமுற்றாள் ருக்குமணி. அவளை அமைதியாக்க முயன்றாள் ஆனந்தி. பெருத்த அவமானம். சிங்க பண்டார பேசாமல் சென்று தனது ட்ரக்கில் ஏறினான்.

“எங்கடை பிள்ளையளின்ரை கல்லறையை நொருக்கின நாசமறுவார்.. ”

ஒரு மூலையில் இருந்து மண்ணை அள்ளி எறிந்தாள் அழகுராணி.

“...”

“எங்கடை பிள்ளைளின்டை கல்லறையளை அழிச்ச பயங்கரவாதியள்...?”

கூட்டத்தில் மேலும் சில பெண்கள் இராணுவத்தினரை நோக்கி கேட்கும் குரல்கள் கேட்டன. யார் அந்தக் குரல்கள்? வாகனத்திலிருந்தபடி நோட்டமிட்டுக் கொண்டு நேசராஜுடன் ஏதோ பேசினான் சிங்க பண்டார.

“ஈக்கு விடம் தலையிலை, தேளுக்கு விடம் கொடுக்கிலை.. இவங்களுக்கு உடம்பெல்லாம் விசம்...” திட்டினாள் அம்மா.

இவை எல்லாவற்றையும் ஒருவன் படம் பிடித்துக் கொண்டிருந்தான். அவன் கூட்டத்தில் இருந்த ஒவ்வொருவரையும் படம்பிடித்தான். பின்னர் கூட்டத்தில் எழுந்து பேசுபவர்களைப் படம் பிடித்தான். “சாது மிரண்டால் காடு கொள்ளாது...” சிங்க பண்டாரவை கடந்தாள் ருக்குமணி.

16

அப்போது பல்கலைக்கழகத்தில் மூன்றாம் ஆண்டு மாணவன். போர் முடிந்து, பல மாதங்கள் ஆகியும் ஏ—9 வீதியைப் பூட்டி வைத்திருந்தது இராணுவம். யாழ்ப்பாணத்தை விட்டு வெளியில் செல்வதாக இருந்தால் இராணுவத்தின் கடுமையான விசாரணைகளின் பின்னரே அனுமதி. முள்வேலி முகாங்களில் உள்ள பெற்றோரைச் சந்திக்க பல்கலைக்கழக மாணவர்கள் ஒரு தொகுதியினர் ஊரெழு இராணுவ முகாமில் திரண்டிருந்தனர். “2007இலை.. ஓமந்தையாலை வந்து.. கப்பலிலை திருகோணமலையாலை யாழ்ப்பாணம் வந்தனான். அம்மாவைவும் தங்கச்சியையும் பாக்கவேணும்…” அரைநாள் விசாரணை, பதிவுகளின் பின்னர் கிளியரன்ஸ் கிடைத்தது.

அனுமதிக்கப்பட்ட பத்துப் பேருந்துகளில் ஒன்றில் ஏறிக்கொள்ள, அது இராணுவங்கள் நிறைந்த மிருசுவில், ஆனையிறவு ஏத்தம் கடந்து முகமாலையில் மிதந்தது. “இந்த மண்ணிலைதான் அண்ணா வீரச்சாவடைஞ்சவன்…” வாய் முணுமுணுத்தது.

தலையற்று காயம்பட்ட பனைமரங்கள்தான் எஞ்சியிருந்தன. காடு பற்றிய முகமாலை எங்கும் செல்கள் வீழ்ந்தெரிந்து பட்டுப்போயிருந்தன. முகமாலையில் பாதை மூடியபோது பயணிகளுடன் சிக்கிய பேருந்து எரிந்து கருகிப்போயிருந்தது. அதற்குள் இருந்தவர்கள் என்ன ஆகியிருப்பார்கள்? மயானத்தைப் போல காட்சியளிக்கும் முகமாலையில் பட்ட மரங்களிலும் எரிந்த காடுகளிலும் இடிந்த கட்டிடங்களிலும் குடியிருந்த இராணுவத்தினர் துப்பாக்கிகளை நீட்டினர்.

“அய்யோ கிளிநொச்சியைப் பாரன்…” வாயைப் பிளந்தார் ஒரு பயணி.

கிளிநொச்சி இன்னுமொரு அழிவைச் சந்தித்திருந்தது.

"சண்டை ஒண்டும் நடக்கேல்லையே? பிறகேன் எல்லாம் இப்படி அழிஞ்சிருக்குது" அதிர்ச்சியடைந்தனர் சனங்கள்.

'எதிரி எம்மை நெருங்கிவிட்டான் போருக்கு புறப்படு தோழா!' அழைப்பை விடுத்தபடியிருந்த தமிழ்ச்செல்வியின் புகைப்படத்தைத் தாங்கிய பதாகையின் சிலபகுதிகள் மாத்திரம் தொங்கிக்கொண்டிருந்தன. அதனை படையினர் சுட்டுப் பொசுக்கியிருந்தனர்.

'எங்கடை கிளிநொச்சி...' நெஞ்சுக்குள் பரவசம். ஒருமுறை இறங்கிக் கால்வைக்க வேண்டும்போல இருந்தது. மண்ணில் யாரும் கால்வைக்க முடியாதபடி பேருந்தின் இரு வாசல்களிலும் துப்பாக்கியை நீட்டியபடி இராணுவத்தினர்..

"உவங்களுக்கு இன்னும் பயமே? "

"எங்களுக்குப் பாதுகாப்பு தருகினமாம்..."

"ஹ்ம்... பாலுக்கு பூனை காவல்..."

யாரோ இருவர் முன்னும்பின்னுமாய் பேசினர்.

ஏ—9 வீதி இராணுவத்தினருக்கான வீதியாகவே இருந்தது. வீதி முழுக்க இராணுவத்தின் போர் வாகனங்கள். வீதி முழுவதும் இராணுவம். கட்டடங்களிலும் வீட்டுக்கூரைகளிலும் இடிந்த கோயில்களிலும் இராணுவம். இராணுவச் சீருடைகளும் அழிவுகளுமாக இருக்கும் கிளிநொச்சியை பார்க்க ஏதோ செய்தது. எத்தனை முறை கட்டி எழுப்பிய நகரம். மீண்டுமொரு அழிவு. கனத்தது மனம்.

இராணுவத்தினர் எதையோ இடித்தனர். எதையோ கட்டினர். தமிழிலில் எழுதப்பட்ட பெயர்ப் பலகைகளை அழித்து சிங்களத்தில் எழுதினர். இடங்கள் எதுவும் பிடிபடவில்லை.

"எங்கடை ரோட்டை கடந்திட்டுது பஸ்.... ஒண்டும் அடையாளம் தெரியேல்லை..." 155ஆம் கட்டை கழிந்த பின்னர்தான் விளங்கியது. எல்லோரும் தலையைத் திருப்பித் திருப்பி எதையோ தேடிக் கொண்டே வந்தனர். சிதைவுகளின் நடுவே எரிக்கப்பட்ட நகரம் எதிரிகளின் கையில் மெல்ல மெல்ல உயிரிழந்தபடியிருந்தது.

"ஒருநாள் கிளிநொச்சி டவுணிலை கால் வைப்பம்.

திரும்பவும் எங்கடை நகரம் உயிர்த்தெழும்..."

அதிகாலை நேரம். திருகோணமலை... மன்னார்... மட்டக்களப்பு... வாங்கோ! வாங்கோ! பேருந்து நடத்துனர்களின் கூவல்களினால் களைகட்டியிருந்தது வவுனியா பேருந்து நிலையம். "அன்பழகன்,

வவுனியா வந்திட்டான். செட்டிக்குளம் பஸ்ஸில இருக்கிறன் வா..." பூந்தோட்டம் அகதி முகாமிலிருந்து ஒருநாள் பெமிஷன் எடுத்துக்கொண்டு வருவதாக அன்பழகன் தொலைபேசியில் கூறியிருந்தான்.

நகரத்தின் வீதிக்கரைகளில் அப்பிள்களையும் மஞ்சள் தோடைப் பழங்களையும் வைத்து அடுக்கிக் கொண்டிருந்தார்கள் வியாபாரிகள். ஒரு சோளன் வியாபாரி தமிழிலும் சிங்களத்திலும் மாறி மாறி கூவிக் கொண்டிருந்தான். செட்டிகுள பஸ்ஸில் இரண்டு பை அப்பிள்களை வாங்கிக் கொண்டு அன்பழகனும் ஏறிக்கொண்டான்.

வவுனியா மணிக்கூட்டுக் கோபுரத்தில் தொங்கவிடப்பட்ட ராஜபக்சவின் படத்தின்மீது மண்டைஓடுகளாலான மாலை தொங்குவது போலிருந்தது.

பேருந்து நகரத்தைவிட்டுக் கடக்கையில் போராளிகளின் தடுப்பு முகாமாக பயன்படுத்தப்படும் காமினி மகா வித்தியாலயம் தென்பட்டது. "இஞ்சைதான் சுமன் இருக்கிறான்" யன்னலில் எட்டிப் பார்த்தான் அன்பழகன். அடுத்து வேப்பங்குளம் அகதிமுகாம், பின்னர் நெளுக்குளம் அகதிமுகாமைக் கடந்தது பேருந்து. ஒவ்வொரு பஸ்நிறுத்தமும் ஒவ்வொரு அகதிமுகாம்கள் ஆகியிருந்தன.

பம்பைமடு முன்னாள் பெண் போராளி முகாமைக் கடக்கையில் "இஞ்சைதான் உதயா இருக்கிறாள்..." கை கட்டினான் அன்பழகன். வெகுதூரத்தில் தெரிந்தது பம்பைமடு. சித்திரவதைக் கூடத்தில் போராளிகள் நடமாடிக் கொண்டிருந்தார்கள். அவர்களைச் சுற்றி அடைக்கப்பட்ட முள்வேலிக்குள் சனங்கள் கைதிகளைப் போல தென்பட்டனர்.

"அம்மாட்டை கேட்டனியா?.."

"இல்லை மச்சான்.. அண்ணான்ரை படங்களை எப்பிடியும் கொண்டந்திருப்பா.. ஒரு படமாவது இருந்தால்போதும்.."

இடிந்து உருக்குலைந்த செட்டிக்குளம் வீதியில் அசைந்தசைந்து சென்றது பேருந்து. செட்டிக்குளம் புழுதி படிந்த சிறுநகரம். பேராற்றைக் கடந்துசெல்லும் பேருந்து இரண்டு முகாம்களைக் கடந்தது. அன்பழகன் ஆனந்தகுமாரசுவாமி முகாம் வாசலில் இறங்கிக்கொண்டான். "மச்சான் அம்மாவை பார்த்திட்டு கோல் எடு... நான் ஆனந்தி அக்காவைவும் ருக்குமணி அக்காவையும் பாத்திட்டு வாறன்" ஆனந்தகுமாரசுவாமி முகாம் கடக்க இராமநாதன் நலன்புரி நிலையமென பெயர்ப்பலகை இருந்தது.

சனங்களைத் தடுத்துவைத்து சித்திரவதை செய்யும் முள்வேலி முகாமுக்கு நலன்புரி நிலையம் என்று பெயர்! சொற்களிலேயே

வதை அடர்ந்திருந்தது. மனிதாபிமானப் போர் என்று பெயரில் இன அழிப்புப் போர். போராளிகளை வதைமுகாங்களில் இனம் அழிப்பதற்கு புனர்வாழ்வு என்று பெயர். இப்படியாகத்தான், விடுதலைக்காகப் போராடிய இனம் அழிந்து கரைகிறது.

பேருந்து வேகங் குறைக்கவும் விழுந்தடித்து இறங்கிய சனங்கள் முகாமுக்கு எதிர்பக்கம் உள்ள இராணுவம் பதிவு செய்யும் தகரக் கொட்டிலை நோக்கி ஓடினார்கள். முகாமில் உள்ளவர்களைப் பார்ப்பதற்காக முட்டி மோதும் வரிசையில் இடம் பிடித்துக் கொண்டார்கள். வரிசையின் இறுதியில் நிற்க, அதுவும் நீண்டுகொண்டே போனது.

கண்ணுக்கு எட்டிய தூரமெல்லாம் அகதிக் கூடாரங்கள். வேற்றுநாட்டுப் படைகள் தேசத்தை அபகரித்து, சனங்களை சிறை வைத்திருந்தார்கள். சனங்கள் கைதிகளாயிருந்தனர். சனங்களின் முகங்கள் காய்ந்து கோணியிருந்தன. சித்திரவதையின் கோரமுகத்துடன் இருந்தன முகாம்கள். மூன்று லட்சம் சன அவலக் கதைகளை தன்னுள் வைத்திருந்தன அவை.

ஒரு இருபத்தைந்து ஏக்கர் வரும். சுற்றிச் சுற்றி முள்வேலிகள். முள்வேலிகளைச் சுற்றி கண்காணிப்புகள். முகாங்களின் நீளம் மாத்திரம் 6 கிலோமீற்றர். அகலம் இன்னொருபுறம் நீண்டு செல்கிறது. முள்வேலிகள் ஒரு வேலி எனில் இன்னொரு வேலியாக துப்பாக்கி ஏந்திய இராணுவத்தினர். சிறையிலிருந்து சனங்கள் தப்பிவிடுவார்கள் என நீண்டிருந்தன அவர்களின் துப்பாக்கிகள். பாதிச் சனங்களை அழித்துவிட்ட இராணுவம் மீதிச் சனங்களையும் உலகின் நீண்ட சிறைச்சாலையில் அடைத்து வைத்திருந்தனர்.

"எவ்வளவு நேரம் சந்திக்கலாம்?"

"பத்து நிமிசந்தான்..."

வரிசையில் காத்து நின்றே ஒரு மணிநேரம் ஆகிப்போனது. பையில் இருப்பதை மேசையில் கொட்டுமாறு பணித்தான் சிப்பாய் ஒருவன். கைத்தொலைபேசியை வாங்கிக்கொண்டு டோக்கன் கொடுத்தான் இன்னொரு சிப்பாய். 'தொலைபேசிகள் மற்றும் சிம் அட்டைகளைக் முகாமிற்குள் கொண்டு செல்வது தண்டனைக்குரிய குற்றமாகும்' ஒரு கடதாசி மட்டையில் எழுதப்பட்டிருந்தது.

இதையெல்லாம் தாண்டி வீதியின் எதிர்ப்பக்கத்தில் இருந்த முகாமின் சந்திப்பு வாசலுக்குச் செல்ல இரண்டு மணித்தியாலங்கள் கடந்திருந்தன. இந்த முகாம்களை நிர்மாணிப்பதற்காக பெரும் காடுகள் அழிக்கப்பட்டிருந்தன. வெம்மை வெளியில் அனல் காற்று உடலைக் கருக்கியது. முகாமிற்குள் நிற்போர், ஏக்கம் வழியும் கண்களால் வீதியை நோக்கி, யாராவது வருவார்களா? பார்த்தபடி நின்றனர். ஒவ்வொருவரது கையும் முள்ளுக்கம்பி

வேலியைப் பிடித்திருக்க, அவர்களுக்குப் பின்னாலும் துப்பாக்கி ஏந்திய இராணுவப் படைகள்.

முகாம் ஒலிபெருக்கியோ, சிறைக்கூடத்தின் அறிவிப்பு ஒலிபெருக்கிபோல இராணுவத்தின் கட்டளைகளையும் செய்திகளையும் ஒலிபரப்பியது. இடையிடையே அகாலத்தில் தவறவிட்டவர்களின் பெயர்களை அறிவித்து தேடியது அவ் ஒலிபெருக்கி. உறவினர் சந்திப்புக்கு அவ் ஒலி பெருக்கியில் அழைக்க ஐந்நூறு ரூபாவாம். பரட்டைத் தலை, சேட் முழுவதும் புழுதி. ஓடி வந்து "அண்ணே உங்கடை ஆக்களினின்டை வீட்டு நம்பரை சொல்லுங்கோ! கூட்டிக்கொண்டு வாறன்" உறவு அழைப்பாளி அவசரப்பட்டான். அவனுக்கு அது உழைப்பு.

"வீட்டு நம்பர் 758..."

"ஐம்பது ரூபாவரும்"

"சரி கூட்டியாங்கோ! எவ்வளவு நேரமாகும்..?"

"நீங்கள் திரும்ப லைன்லை நிண்டு வரச் சரியாயிருக்கும்"

திரும்பவும் வீதியின் அடுத்த பக்கத்திற்குச் சென்று பழையபடி வரிசையில் நிற்க, தூரத்தில் இருந்து ஒரு இராணுவச் சிப்பாய் அவதானித்தான். கூடாரங்கள் லேசான காற்றுக்கே அசைந்தபடியிருந்தன. ஒலிபெருக்கி ஓயும் நேரத்தில், குழந்தைகள் விளையாடும் சத்தம் காற்றை நிறைத்தது. அது ஏனோ நம்பிக்கையைத் தந்தது. முக்கால் மணிநேரம் கடந்திருக்கும். அம்மாவையும் தங்கச்சியையும் பார்க்கும் ஆவல் ஒருபக்கம். அவர்கள் எப்பிடி இருப்பார்கள்? இரண்டு வருடங்களின் பிறகு. எட்டி எட்டிப் பார்த்துக்கொண்டே, அது அம்மாவோ? இல்லை இல்லை... இது அம்மாவோ? இல்லை... இல்லை... ஏமாந்தபடியிருக்க,

"அது அம்மாவும் தங்கச்சியும்தான்..."

மீண்டும் மீண்டும் கூர்ந்து பார்க்கும் என்னை அவர்கள் காணவில்லை. அம்மாவும் தங்கச்சியும் முள்ளுக்கம்பியைப் பிடித்தபடி நின்றார்கள்.

மெலிந்துபோய் ஒரு எலும்புக் கூட்டைப்போல நின்றாள் அம்மா. அம்மாவின் கோலம் இடியச் செய்தது. தலையை ஒரு துணியால் மூடியிருந்தாள். வெம்மையையும் காற்றையும் புழுதியையும் தாங்க முடியாது அசதியுடன் இருந்தது அம்மாவின் முகம்.

இரண்டாவது முறையாக வரிசையைக் கடந்து சந்திப்பிடத்திற்கு வந்ததாகிவிட்டது. இரண்டு முட்கம்பி வேலிகளுக்கு இடையில் இரண்டு முட்கம்பி சுருள்கள் ஒன்றின்மேல் ஒன்றாக அடுக்கப்பட்டிருந்தன. அம்மா ஓடோடி வந்தாள். பின்னால் தங்கச்சி. இடிந்து உருக்குலைந்து போயிருந்த அம்மாவின் கோலத்தைப் பார்க்க என்னவோ செய்தது.

கந்தகப்புகை படிந்து கறுத்துப் போயிருந்த தங்கச்சி மிகவும் மெலிந்திருந்தாள். இருவரது முகங்களும் காய்ந்து புழுதி படிந்திருந்தது. உக்கிப்போய்விட்டதைப் போலிருந்தது மெலிந்து வறண்ட அம்மாவின் தேகம். நெற்றியில் எலும்புகள் வெளித்தள்ளித் தெரிந்தன. கண்கள் குழியிற் கிடந்தன. போர் அம்மாவைத் தின்றுவிட்டது. மனம் கனத்து வலித்தது.

"அண்ணே காசை குடுங்கோ! நான் இன்னொரு வீட்டைத் தேடவேணும்.."

உறவு அழைப்பாளி ஐம்பது ரூபாவை வாங்கிக்கொண்டு அடுத்த ஆளைத்தேடி கூடாரங்களுக்குள் ஓடி மறைந்தான். அம்மா முகத்தைக் கோணியடி அழுதாள். கண்ணீர்த்திவலை தாரையாய்க் கொட்டியது. மாபெரும் சிறையொன்றில் அடைத்து வைக்கப்பட்டவளாய் அழும் அம்மாவின் கண்ணீரையும் துடைக்க இயலாதபடி முட்கம்பிகள் பின்னியிருந்தன.

"அம்மா அழாதிங்கோ? எல்லாரும் உயிரோடை இருக்கிறம்தானே?

அவளிடம் துயரப் பொட்டலங்களைத் தவிர ஏதுமில்லை. மிகக் கூர்மையான வாள் ஒன்றைப் போல எங்களைப் பிரித்திருந்தது முள்வேலி.

"இந்த முள்வேலி எல்லாம் மூடுற நாள் வரும். நாங்கள் கெதியிலை சந்தோசமாய் ஊருக்குத் திரும்புவம். பழையபடி எல்லாம் மாறும் அம்மா"

வார்த்தைகளால் தேற்றியடக்க முடியாதளவில் துயரை சுமந்திருந்தாள். "நாங்கள் ஏதோ உயிரோடு இருக்கிறம் வேற ஒண்டுமில்லை..."

தங்கச்சியின் சின்ன விழிகளில் இருண்டுபோன கூடாரங்களின் புழுதி.

"தங்கச்சி படிக்கிறியா? நல்லாப்படி. புத்தகம் கொப்பி எல்லாம் வாங்கியந்தனான்" வாங்கி வந்த பொருட்களை எல்லாம் இராணுவத்தினர் காட்டி ஒவ்வொன்றாக சோதனை செய்தனர். தங்கச்சிக்குப் புத்தகங்கள், அம்மாவுக்குச் சேலை, தங்கச்சிக்குப் பாவாடை சட்டை. அதை தூக்கத் தென்பற்றவளாய் நின்றாள் அம்மா.

பத்து நிமிடம் முடிந்திருந்ததால் இராணுவத்தினன் விசில் அடித்தான்.

"சந்திக்கிறதாய் இருந்தால் திரும்பபோய் அடுத்தலைனிலை வரவேணும். அதுவும் ஆமிக்குத் தெரிஞ்சால் விடான்..."

தீபச்செல்வன்

"நீங்கள் போய் வாங்க. போட்டு திரும்ப அடுத்தலைனிலை வாறன்.."

இப்படி ஓடியோடிப்போய் சந்திப்பவர்களும் சந்தித்து முடித்து பேருந்துகளில் போய் ஏறுபவர்களும் புதிதாகச் சந்திக்க வந்திறங்குபவர்களுமாய் இருந்தது அந்த அகதிமுகாங்களின் வீதி.

வெறும் பத்து நிமிடத்தில் எதைப் பேசுவது? இத்தனையாண்டு பிரிவு! இத்தனையாண்டு துயரம்! எத்தனை கதைகள்! முட்கம்பியைப் பிடித்தபடி ஒவ்வொருவரும் பேசிக்கொண்டிருந்தார்கள். குறுகிய இடத்திற்குள் நிறைய சனங்கள் பேசிக்கொண்டிருந்தார்கள். கொஞ்ச நேரத்தில் நிறைய கதைக்க வேண்டும். சத்தமாகப் பேசினால்தான் கேட்கும். அம்மாவால் சத்தமாகப் பேச இயலவில்லை. எல்லா துயர வார்த்தைகளும் ஒன்றாகக் கலந்தன. அம்மாவின் வார்த்தைகள் கேட்காமல் போக, யாரோ ஒருவர் தன் உறவினருக்குச் சொல்லும் வார்த்தைகள் காதை நிரப்பின. அம்மாவின் அழுகை சத்தத்தைக்கூட கேட்க முடியாத சிறு சந்திப்புக் கொட்டில். வார்த்தைகளுக்கு இடையில், முகங்களுக்கு இடையில் நிறைந்திருந்தன முட்கம்பிகள். மீண்டும் மீண்டும் சத்தமாக, இன்னுமின்னும் சத்தமாகப் பேசினோம். இப்படி எல்லோரும் பெரும் துயரங்களை பேசித் தீர்த்தனர் அந்த சந்திப்புக் கொட்டிலில்.

"என்ன வாங்கியாறது? சொல்லுங்கோ அம்மா!"

"புட்டுப்பானை ஒண்டு வாங்கியாறியே.."

முகத்தில் பசி தெரியக் கேட்டாள் அம்மா.

"எங்களை இப்பிடி திறந்த சிறைச்சாலையிலை வைச்சு வதைக்கிறாங்களே.." அழுதபடி ஒருத்தி முட் கம்பிகளுக்குள்ளால் வெளியில் கையை நீட்டி பிச்சை எடுத்துக் கொண்டிருந்தாள். அவளின் கையில் இருக்கும் குழந்தையும் முட் கம்பிகளுக்குள் கையை நீட்டியது. பிச்சைக்காரர்களே இல்லாத நிலத்தின் சனங்கள் கையேந்தும்படியாய் அடைக்கப்பட்டார்கள்.

அடுத்த விசிலை அடித்துவிட்டு, "ஓராள் ஒருமுறைதான் வரலாம். நீ மூண்டு முறை வந்தது... திரும்பவும் வந்தால் பிரச்சினை வரும்..." எச்சரித்தான் இராணுவச் சிப்பாய்.

◆◆◆

வவுனியா நகரத்திற்குத் திரும்புகையில் இரவாகியிருந்தது. நகரத்தின் சில கடைகளில் கொத்துரொட்டி அடிக்கும் சத்தம்

மட்டும் கேட்டுக்கொண்டிருந்தது. நினைவுகள், முகாம் முள் வேலிகளில் சிக்கியிருந்தன. உணவகத்தில் அமரவும், ரொட்டி கொண்டுவரச் சொன்னான் அன்பழகன்.

"அம்மா, தங்கச்சி எல்லாரும் எப்பிடி இருக்கினம்?"

அம்மாவின் கோலமே கண்களுக்கு முன்னால் திரும்பத் திரும்ப வந்தது. 'அவள் அந்த முள்வேலிக்குள்ளிலிருந்து உயிரோடு திரும்புவாளா?' நெஞ்சு பொருமியது. ஒரு ரொட்டித் துண்டைப் பிய்த்து வாயில் வைக்க வயிறடைந்தது. கட்டுப்படுத்த முடியாமல் அழுகை வெடித்தது. விம்மி விம்மி அழத்தொடங்க கைகளைப் பற்றிக் கொண்டான் அன்பழகன்.

"அழாதையடா வினோ... எனக்கு விளங்குது..."

"எங்கடை விதியை என்ன செய்யிறது? எப்படியிருந்த அம்மா... உந்தப் பொல்லாத போரும் முள்வேலியும் என்ரை அம்மாவை உருக்கிட்டுதுதடா..."

அம்மாவின் கோலத்தைப் பார்க்கத் தாங்கமுடியவில்லை. தங்கச்சியின் மெலிந்த முகம் இன்னொருபக்கம் நெஞ்சை உருக்கியது. அவர்களது கண்களில் தேங்கியிருந்த அலைச்சலும் அவலமும் நடுங்கச் செய்தது. இந்தச் சிறையில் அம்மா ஒவ்வொரு மணித்தியாலத்தையும் எப்படிக் கடப்பாள்?

"போர்க் கைதியளைப் போல தடுத்து வைச்சிருக்கிற இந்தச் சனங்களுக்கு எப்படா விடுதலை?"

குனிந்தபடி கரைந்தான் அன்பழகன். உணவுக் கோப்பையில் கண்ணீர் சிதறியது.

♦♦♦

"**எ**ப்பிடி முகாமுக்குள்ளை போகலாம்?"

கடுமையாக யோசித்துக் கொண்டிருந்தான் அன்பழகன்.

"மச்சான் முகாமுக்குள்ளை உள்ளவையளின்டை குடும்பங்களின்டை உறுப்பினர்கள் வெளியிலையோ, வேற முகாங்களிலையோ பிரிஞ்சிருந்தால் முகாமுக்குள்ளைபோய் சந்திச்சிட்டு வரலாம் எண்டு ஆரோ சொன்னது எண்டு பேப்பரிலை போட்டிருந்தாங்கள்"

"..."

“எனக்குத்தான் குடும்பம் இல்லை..”

“...”

“நீ அம்மாட்டை போ... நான் ஆனந்தி அக்காவை, என்டை அக்கா எண்டு சொல்லி உள்ளுக்கை போக முயற்சி பண்ணுவம்...

முகாமின் வாசலில் உள்ள அலுவலகத்திற்கு ஆளுக்கொரு கடிதங்களை எழுதிக் கொண்டு அன்பழகனுடன் நுழைய, மிரட்டல் கண்களுடன் காத்திருக்கச் சொன்னான் ஷோன் கொமாண்டர்.

ஷோன் கொமான்டர்

இராமநாதன் நலன்புரி நிலையம்

ஐயா!

யாழ் பல்கலைக்கழகத்தில் மூன்றாம் வருடத்தில் கல்வி கற்கும் நடராசா வினோதன் ஆகிய நான், பல்வேறு சிரமங்களின் மத்தியில் எனது தாய் நடராசன் நாகபூசணி மற்றும் எனது தங்கை நடராசன் ஆரணி (வரிசை 10, வீட்டு இலக்கம் 758, இராமநாதன் முகாம், மெனிக்பாம், செட்டிக்குளம், வவுனியா) ஆகியோரைப் பார்க்க யாழ்ப்பாணத்திலிருந்து வந்துள்ளேன். போர்ச்சூழல் காரணமாக எனது குடும்பத்தை கடந்த இரண்டு வருடங்களுக்கும் மேலாக பிரிந்திருக்கிறேன். அவர்களைப் பார்க்கவும் அவர்களுடன் சில நாட்கள் தங்கியிருக்கவும் எனக்கு அனுமதி வழங்க வேண்டும் என்று மிகவும் தாழ்மையுடன் கேட்டுக் கொள்கிறேன்.

இவ்வண்ணம்

நடராசன் வினோதன்

கடிதத்தைக் கொடுத்துவிட்டு முகத்தை நீட்டியபடி முட்கம்பி வேலிக்கு வெளியில் நிற்க,

“அப்பிடி எல்லாம் இங்கே விடுறதில்லே...

முகாம் மக்களுக்கு பாதுகாப்புக்கு சிக்கல்....“

முகாம் ஷோன் கொமாண்டர் முகத்தை கோணிக்கொண்டு கடிதத்தைக் கசக்கி கண்களுக்கு முன்னால் எறிந்தான்.

“இப்பிடி முள்ளுக் கம்பியளுக்குள்ளை சனங்களை வைச்சிருந்து சாகடிக்கிறதுதான் பாதுகாப்போ..?”. “கரும்புத் தோட்டத்துக்கு காட்டானை பாதுகாப்பாம்...” அன்பழகன் எரிச்சலாகக் கூறினான்.

பேருந்து மெல்ல மெல்ல வவுனியா நோக்கிப் புறப்பட்டது.

“எப்பிடி போகலாம்?

எதாவது செய்வம்..."

"..."

"மச்சான், எங்கடை நேசராஜ் இப்ப ஆமியோடை ஈயும் பீயும் மாதிரி. அவங்களோடை சேர்ந்து ஏதோ செய்யிறான். அவனைப் பிடிச்சுத்தான் கனபேர் உள்ள போறாங்கள். வெளியிலை வாறாங்கள். ஆளின்டை காட்டிலை நல்ல மழை.."

"ஏனடா இப்பிடிச் செய்யிறான்..? "

"அவனைக் கேப்பமே? "

"விசராஉனக்கு? அவங்களின்டை காலைப் பிடிச்சு... அப்பிடி ஒரு உதவியும் வாழ்க்கையும் எங்களுக்கு வேண்டாம்டா.."

♦♦♦

மருத்துவத் தொண்டு நிறுவனம் ஒன்றில் பொறுப்பாளராகப் பணியாற்றும், தனக்குத் தெரிந்த ஒருவரிடம் அன்பழகன் அழைத்துக் கொண்டு சென்றான். ஷோன்கொமாண்டருக்கு எழுதிய கடிதத்தில் சொல்லப்பட்ட கதையை அவருக்குச் சொன்னான். "ஒரு பிரச்சினையும் வராதமாதிரி போட்டு வாறம். உள்ளுக்குப் போக இரண்டு ஐ.சி. எடுத்துத்தாங்கோ. நாங்கள் ஒரு கிழமைக்கு, உங்களுக்கு வேலையும் செய்துதாறம்" உருக்கமாகக் கேட்டான் அன்பழகன். சாத்தியம் இல்லை, தெரிய வந்தால் தமது நிறுவனத்திற்கும் தனது வேலைக்கும் பெரிய பிரச்சினை வரும், அந்த தொண்டு நிறுவனப் பொறுப்பாளர் கையை விரித்தான்.

"எதுக்கும் ட்ரை பண்ணுவன்..."

இராமநாதன் முகாம் வாசலிற்குள்ளால் சென்றால் அந்த ஷோன் கொமாண்டர் அடையாளம் பிடித்துவிடுவான், ஆனந்தகுமாரசாமி முகாமிற்குள்ளால் போகவேண்டுமென நினைவுபடுத்தினார் மருத்துவ முகாம் பொறுப்பாளர். தொண்டு நிறுவன வாகனம் உள்ளே நுழைந்தது. வாசலில் வைக்கப்பட்டிருந்த பெரிய பதாகையொன்றில் ஒன்றரை லட்சம் மக்களைத் தின்றுவிட்டு ஏப்பம் இட்டபடி ராஜபக்ச நடுவில் நிற்க அவரது தம்பிகளான கோத்தபாய மற்றும் பசில் இரண்டு பக்கமும் கும்பிட்டபடி நின்றிருந்தார்கள். 'எங்களை மீட்டமைக்கு நன்றி' என்ற வாசகத்திற்குக் கீழ் 'வன்னி மக்கள்', தமிழ் பிழையுடன் எழுதப்பட்டிருந்தது. "நாங்கள் செய்த

அநியாயங்களுக்காக எங்களைத் தண்டிச்சுப் போடாதேங்கோ" ராஜபக்சேக்கள் சனங்களைப் பார்த்துக் கும்பிட்டு மன்றாடுவதாக அன்பழகன் அதை மொழிபெயர்த்தான்.

"நீங்கள் உங்கடை வீட்டுக்காரரின்ரை இடத்தைத் தவிர வேறை எங்கையும் போக வேண்டாம்... பிறகு எங்களை துலைச்சுப்போடுவாங்கள்.."

இரகசியமாகச் சொன்னான், தொண்டு நிறுவனப் பணியாளர் ஒருவன். சனங்கள் நீண்ட வரிசையில் மருந்துக்காகக் காத்திருந்தார்கள். பலர் அந்த மருத்துவ நிலையத்தைச் சுற்றி வெறும்தரையில் மயங்கிப்போய்க் கிடந்தார்கள். நானும் அன்பழகனும் அந்த மருத்துவ நிலையத்தில் ஒத்தாசை செய்துகொண்டிருக்க, "சரி.. நான் இஞ்ச நிக்கிறன் நீ போயிட்டு வா.. அம்மாவை கேட்டனான் எண்டு சொல்லு.." சைகை செய்து அனுப்பிவைத்தான் அன்பழகன். அடுத்து, ஆனந்தகுமாரசாமி முகாமிலிருந்து இராமநாதன் முகாமுக்குச் செல்ல வேண்டும்.

அம்மாவின் கூடாரத்தை நோக்கிப் புறப்பட்டால் கண்ணுக்கு எட்டிய இடமெல்லாம் கூடாரங்கள். மிக அருகருகாக இருந்தன. யுத்தமும் முட்கம்பிகளும் சனங்களை ஒடுக்கி மெலிந்தவர்கள் ஆக்கியிருந்தது. பெண்களும் குழந்தைகளும் வெற்றுக் குடங்களுடன் தண்ணீருக்காக வரிசையில் காத்துக்கொண்டு நின்றார்கள். சில இடங்களில் தண்ணீர் குழாய்கள் கிடங்கில் தாழ்த்திப் பதித்து வைக்கப்பட்டிருந்ததால் அதற்குள் இறங்கி தண்ணீரைப் பிடித்தார்கள் குழந்தைகள். தண்ணீருக்கான 'டோக்கன்கள்' கயிறுகளில் கொழுவப்பட்டிருந்தன. மதியம் கொளுவிய டோக்கனுக்கு இரவு 12 மணிக்குத்தான் தண்ணீர் பெறலாமென சொல்லியபடிச் சென்றாள் ஒருத்தி.

முட்கம்பிகள் மாத்திரம் வாதை தருவதல்ல. முள்வேலி முகாமின் காற்றும் வாதைதான், தண்ணீரும் வாதைதான், உணவும் வாதைதான், கூடாரங்களும் வாதைதான், முள்வேலி முகாமின் அறிவிப்பும் வாதைதான். அங்குள்ள வைத்திய சாலைகளும் நிரம்பிய மலக்குழிகளும் வாதைதான்.

இரண்டு முகாங்களுக்கும் இடையில் ஒரு 'பொட்டு'வழிதான் இருந்தது.

இரண்டு பக்கங்களிலும் பெரும் பொல்லுத்தடிகளுடன் ஆடு மாடுகளைச் சாய்ப்பவர்களைப் போல இராணுவத்தினர் நின்றார்கள். அவர்களுக்கு முன்னால் கைளைக் கட்டிக்கொண்டு இரண்டு பக்கமும் சனங்கள் குந்தியிருந்தனர்.

ஒரு முகாமிலிருந்து இன்னொரு முகாமுக்குச் சென்றுவர ஒரு மணி நேரத்தைக் கொடுத்து, அதற்குள் சென்றவர்கள் திரும்பிவந்ததும் டோக்கன் எடுத்துக் கொண்டு செல்ல வேண்டுமாம். குறிப்பிட்ட டோக்கன்கள் மாத்திரமே இருக்கிறதாம். பொல்லுக் கொட்டானை ஆட்டி ஆட்டி விளக்கம் சொன்னான் அந்தச் சிப்பாய்.

வைத்தியப் பணியாள் அடையாள அட்டையைக் காட்ட,

"ஏன் அங்க போறது?"

"அங்க போய் அவசரமாய் ஒரு மருந்து எடுத்துக்கொண்டு வரவேணும்..."

எதற்காகவோ காத்திருக்கச் சொன்னான் அந்தச் சிப்பாய். இடையிடையே சந்தேகத்துடன் பார்த்தான்.

புழுதியும் சேறும் படிந்த ஆடைகளுடன், வெயிலைக் குடித்தவர்கள்போல கறுத்து மெலிந்த குழந்தைகளும் சிறுவர்களும் விளையாடிக் கொண்டிருந்தனர். யுத்த களங்களின் கந்தகப் புகை எல்லோருடைய தோலிலும் கறுப்பாய் படிந்திருந்தது.

"அறுவார்... வருத்தமாயிருக்கிற என்ரை பெட்டையை ஒருக்கால் போய் பாக்க விடுறாங்களில்லை..." ஒரு மூதாட்டி பிதற்றிக் கொண்டிருந்தாள்.

ஒரு முள்வேலி முகாமிலிருந்து இன்னொரு முள்வேலி முகாமுக்குக்கூட செல்ல முடியாதா? ஒரு சிறையிலிருந்து இன்னொரு சிறைக்குக்கூட போகக்கூடாதா? ஒரு மணித்தியாலத்தின் பின்னர் செல்லுமாறு அனுமதித்து அந்தச் சிறிய பொட்டுவழியைத் திறந்துவிட்டான் சிப்பாய். சிறிய இறுக்கமான அந்த வழியும் வாதைதான்.

வெள்ளை நிறமான அந்தக் கூடாரம், காட்டுமண் அள்ளி வீசப்பட்டுச் சிவப்பாக மாறியிருந்தது. இராமநாதன் முகாம் முழுவதும் இறப்பர் கூடாரங்கள். அவை ஒரு பையைப் போல இருந்தன. ஜன்னல்கள், வாசல்கள் எல்லாம் 'சிப்'பாலானவை. சிறைக்குள் ஒரு பைபோன்ற கூடாரம். அதிலொரு ஜன்னலில் தங்கச்சியின் முகம் தெரிந்தது.

முகாமுக்கு முன்னால் கொதிவெயிலில் சுடுமண்ணில் ஒரு அடுப்பில் சமைத்துக் கொண்டிருந்தாள் அம்மா. போர் பரிசளித்த முற்றம். இது எத்தனையாவது இருப்பிடம்? இது எத்தனையாவது கூடாரம்? அவ்வளவு கூடாரங்களில் நீள்கிறது வாழ்வு? இன்னும் எத்தனை கூடாரங்களைக் கடக்க வேண்டும்?

"என்ரை பிள்ளை வாறான்..."

தீபச்செல்வன்

ஓடோடி வந்து அணைத்து முத்தமிட்டாள் அம்மா. தங்கச்சியும் பின்னால் ஓடிவந்து கைகளைப் பிடித்துக் கொண்டாள். முகாமில் அம்மாவுக்கு நிறைய புதிய நண்பர்கள்.

"என்ரை மகன் கம்பசிலை படிக்கிறார் எண்டு சொன்னனான் தானே. இவர்தான்"

பட்ட மரத்தில் ஓரிலை துளிர்த்ததுபோல் முகத்தில் புன்னகை எட்டிப் பார்த்தது. எனக்காகவும் போரைச் சுமந்தாள் அம்மா, போரில் அலைந்தாள் அவள். குற்ற உணர்வுடன் அழுகைமுட்டியது. நெடிய துயரத்தை, கொடிய காலத்தைக் கடந்துவந்த அம்மாவின் முன் அழுவது அவளை இன்னும் நோகடிக்கும்.

"கையைக் கழுவு, சாப்பிடு."

புட்டு அவித்து கத்தரிக்காய் பொரித்துக் கொடுத்தாள். நீண்ட நாட்களின் பின்னர் அம்மாவின் கையால் பெரும் பசியோடு "அவுக் அவுக்"கென அள்ளிச் சாப்பிடும்போது அவள் கண்கள் கலங்கிவிட்டன. சாப்பிடுவதை ஆசையோடு பார்த்தாள் அவள். அன்பழகனுக்குக் காட்டுவதற்காக அம்மாவையும் தங்கச்சியையும் கைத்தொலைபேசியில் படம் பிடித்துக்கொண்டு, "அம்மா! எங்கடை அல்பங்கள் எல்லாம் எங்கை? அண்ணான்டை படங்கள் எல்லாம் எங்கை?"

அம்மா பதில் சொல்லாமல் அடுப்பை ஊதிக் கொண்டிருந்தாள். இந்தக் கேள்வியை தொலைபேசியிலோ, கடிதத்திலோ, முகாம் வாசலிலோ கேட்கவில்லை. இந்தக் கேள்வியை கேட்பதற்கான தருணம் இது. சூரியன் மேற்கில் வீழத் தொடங்கினான்.

17

பல்கலைக்கழக கல்வியை முடித்தபின்னர் லண்டன் இணைய இதழ் ஒன்றில் புகைப்பட ஊடகவியலாளர் பணி. போருக்குப் பிந்தைய வன்னியின் காட்சிகளைப் படம்பிடிப்பதே வழங்கப்பட்ட பொறுப்பு. ஆனந்தபுரத்தில் பாடசாலைக்குச் செல்லும் சிறுவர்களை படம்பிடித்துக் கொண்டிருக்க, "அடே மச்சான் எப்பிடி இருக்கிறாய்?" எதிர்ப்பக்கத்தில் இருந்து குரல் வந்தது. பழக்கமான குரலாகத் தோன்றியது. எதிரில் நேசராஜ்.

"மச்சான் நீ கட்டாயம் வீட்டுக்கு வரவேணும். நீ முந்திமாதிரி இல்லை. ஏன் வீட்டை வரேல்லை? மறந்திட்டாயே. அம்மா உன்னை பாக்கோணும் எண்டவா..." மோட்டார் சைக்கிளை நிறுத்தினான். 'வா'வென அதில் ஏற்றிக்கொண்டான் நேசராஜ். பழையமாதிரி அவனுடன் பேச இயலவில்லை.

"இயக்கம் செய்ததெல்லாம் அநியாயம். இனியும் இனவாதம் பேச ஏலாது. சிங்கள மக்களோடை நல்லிணக்கம் ஆகவேணும்... இலங்கை ஒரு பல்லின நாடு..." முகாமுக்கு வருபவர்களுக்கு எல்லாம் இவன் வகுப்பெடுக்கத் தொடங்க, இராணுவத்தின் கவனம் இவன் பக்கம் திரும்பியது. அரச தொலைக்காட்சிகளில் எல்லாம் இவனின் நல்லிணக்க வகுப்பு தொடர்ந்தது. பயங்கரவாதிகளின் பிடியிலிருந்து எங்களை சுவர்க்கத்திற்குக் கொண்டுவந்த படைகளுக்கு வாழ்நாள் முழுக்க நன்றி செய்தான் அவன். தன் பின்னால் ஏனையவர்களையும் அழைத்தான்.

"இன்றைக்கு இலை அறுத்தவன் நாளைக்கு குலை அறுப்பான்..." முள்வேலி முகாமில் தன்னைப் பாதுகாக்கவும் வெளியில் வரவும் தொடங்கிய இராணுவ உறவு தலையெடுத்து, பின்னர் மேடைகளில்

இராணுவத்தினர் போர்க்குற்றங்கள் செய்யவில்லை என்றெல்லாம் பேசி அவர்களுக்கு வால்பிடித்து இராணுவத்தின் பாதுகாவலன் என்ற பெயரை வாங்கிவிட்டதுதான் நேசராஜிற்கு பெருமிதம்.

இராணுவத்துடன் இணைந்து செயற்படுகிறான் என்பதை அறிந்து இவனோடு பலர் பேசுவதில்லை. இவனுடன் பேசினால், அரசாங்கத்தின் உதவியைப் பெறவே பேசுவதாக கதையைக் கட்டிவிடுவார்கள். சிலர் கை கழுவி விட்டிருந்தனர். பிரதேச சபைத் தேர்தலில் ஒரு ஆசனத்திற்காக அவன் எதையும் செய்யும்நிலையில் இருந்தான். அதற்காக, நேசராஜ் அரசின் அரசியல்வாதிகள் தம்மைத் தாமே பாராட்டுவதைவிடவும் ஒருபடி மேல் சென்று பாராட்டினான். இராணுவத்தையும் அரசோடு இணைந்திருப்பவர்களையும் பாராட்டுவான். எல்லாவற்றையும் அரசுக்கு சார்பாக்கும்விதத்தில் நாக்கை வளைத்து அளவிறந்த பொய்களை இறைத்தான். தங்கள் காலை, சுற்றியிருக்கும் நேசராஜை "நல்ல தம்பி..." சிங்க பண்டார வெகுவாகப் பாராட்டினான்.

பாடசாலையில் கேட்ட நேசராஜின் குரல் காதில் இன்னும் ஒலிக்கிறது. சின்ன வயதிலேயே பாடசாலைகளில் ஏதும் விசேட தினம் என்றால் வேட்டியும் ஒப்பனைகளுமாய் நிற்பான். பட்டி மன்றங்களில் அவன் சூரப் புலி. நாடகங்களும் நடிப்பான். "இவன் எந்தப்பக்கம் எண்டாலும் வெட்டி ஆடுவான்" நெடுகலும் பிரியன் பாராட்டுவான். ஒன்றைக் குறித்து எல்லாவிதமாகவும் பேசும் வார்த்தை ஜாலங்கள் இவனுக்குக் கைவந்த கலை. முந்தைய காலத்தில் 'இயக்கத்தின் பிரச்சாரப் பீரங்கி' என்றொரு பிம்பத்தை உருவாக்கிக் கொண்டான். தன்பால் கவனத்தை ஏற்படுத்த இயக்கத்தைப் பற்றி பேசிக் கொண்டிருப்பான்.

உயர்தரப் படிப்பை முடித்துவிட்டு இயக்கத்தின் வருவாய்ப் பகுதியில் வேலைக்குச் சேர்ந்தான். மாதம் பதினைந்தாயிரம் சம்பளம். சந்தைக்கு வருகிறவர்கள் போகிறவர்களிடம் அதிகாரமாகவே பேசுவான். சந்தையில் வரி கேட்டு கீரைக்கார ஆச்சி ஒருத்தியை இவன் திட்டியிருந்தான். இந்த விடயம் குறித்து முறைப்பாடு மேலிடத்திற்குப் போயிருந்தது. மேலாளர் அழைத்து எச்சரித்தார்.

"நேசராஜ்! நாங்கள் சிறீலங்கா அரசுமாதிரி வரி எடுக்க ஏலாது. எங்கடை போராட்டத்திற்காக மக்களிட்டை கொஞ்சம் எடுக்கிறம். மக்களின்டை வியாபாரத்தை ஊக்குவிக்கவேணும். மக்களுக்கு நல்ல பொருட்கள் கிடைக்கவேணும். சந்தையிலை எடுக்கிறது சந்தையை அபிவிருத்தி செய்யத்தான். ஏழை எளிய மக்களுக்கு நாங்கள் வரிவிலக்கு குடுத்திருக்கிறம். அவையளின்டை வாழ்வாதாரத்தை ஊக்குவிக்கிறதுதான் தமிழீழ வருவாய்ப் பகுதியின்டை வேலை. உமக்கு அது தெரியாதா? நீங்கள் வரிவிலக்குக் குடுத்த கீரை

ஆச்சியைக் கஷ்டப்படுத்தியிருக்கிறியள். உங்களுக்கு ஒரு வார வேலை நிறுத்தம்."

நேசராஜின் அண்ணா இயக்கத்தில் இருந்தவன். இவனை வேலையிலிருந்து நிறுத்தாமைக்குக் காரணம், இவன் மாவீரர் குடும்பத்தைச் சேர்ந்தவன் என்பதும்தான். இவனது அண்ணன் நேசகுமாருக்கு இவன் முற்றிலும் மாறானவன். அவனது தந்தை சுப்பர்சொனிக் குண்டுவீச்சில் கொல்லப்பட்டு சிலநாட்களில்தான் நேசராஜின் அண்ணா இயக்கத்திற்குப் போயிருந்தான்.

காயப்பட்டு ஒற்றைக் காலை இழந்தபோதும் அவன் ஓய்ந்திருக்கவில்லை. தமிழீழப் புகைப்படப் பிரிவில் இணைந்தான். போர்க்களத்தில் புகைப்படங்களை எடுப்பதில் நல்ல கெட்டிக்காரன். தலைவரிடம் பலமுறை பாராட்டுகளைப் பெற்றிருக்கிறான். ஓடும் இராணுவத்தையும் யுத்தத்தில் ஈடுபடும் போராளிகளையும் துல்லியமாகவும் அழகாகவும் அவன் எடுத்த புகைப்படங்கள் பிரபலமானவை. ஈழநாதம், வெளிச்சம்... ஊடகங்களில் அவன் புகைப்படங்கள் தவறாமல் வரும்.

ஒரு புகைப்படத்தில் தமிழ்ச்செல்வி முகமாலை முன்னரங்கில் இருந்தபடி எதிர் அரங்கை நோக்கி துப்பாக்கியை நீட்டிக் கொண்டிருப்பாள். அந்தப் புகைப்படம் கொழும்பிலிருந்து வரும் பத்திரிகைகளை எல்லாம் அலங்கரித்தது. 2006இல் யுத்த மேகம் சூழ்வதைச் சொன்ன புகைப்படம் அது. கிளிநொச்சி நகரிலும் அந்தப் புகைப்படம் பெரிய பதாகையாக இருந்தது. சிலநாட்களின் பின்னர் முகமாலையில் நடந்த சண்டை ஒன்றில்தான் நேசகுமார் வீரச்சாவு அடைந்தான்.

நேசராஜ் வீட்டுவாசலில் சிங்களத்திலும் ஆங்கிலத்திலும் அவனது பெயர் எழுதப்பட்டிருந்தது. உதவியாளர், ஸ்ரீலங்கா இராணுவப் பாதுகாப்புத் திணைக்களம் என்றும்.

"ஏன் மச்சான் என்னோடை கதைக்கிறேல்லை.. இஞ்சாலை வாறதும் இல்லை.. ஆரும் ஏதும் சொல்லியிருப்பாங்கள்போல..." முகம் கொடுக்காதவன்போல சொன்னான்.

"காணக்கூடாத இடங்களிலை உண்டைக் கண்டான்... அங்கினைக்கை வைச்சு கதைக்க பேச விரும்பேல்லை.."

"மச்சான் எனக்கு ஒரு வேலை தேவை. அதாலைதான் அவங்களிட்டைப் போய்ச் சேர்ந்தன். இப்ப வேலையும் இருக்குது. பாதுகாப்பும் இருக்குது" அவனுடைய அம்மா வசந்தராணி தேசிக்காய் தண்ணீர் கொண்டுவந்து வைத்தாள்.

"தம்பி, எப்பிடி இருக்கிறியள்... முந்தி உந்த முத்தத்திலை ஓடித் திரிஞ்சு விளையாடுவியள்.. இப்ப எல்லாம் மாறிப் போச்சுது.." முகத்தை

அவள் கோணினாள். "இல்லையம்மா, எதையும் மறக்கேல்லை.." முகமலர்ந்தாள்.

"இந்த இடத்திலைதானே ஒரு அறுபது வயது அம்மாவை. ஆரோ கெடுத்துக் கொலை செய்தவங்கள்..." கேட்கவும்,

"ஓ... இந்தப்பக்கம்தான்" ஈடுபாடில்லாமல் தலையசைத்தான்.

"அதை ஆர் செய்தது?" கேட்டுக்கொண்டே தேசிக்காய் தண்ணீரைக் குடிக்க, நாக்கு விழுந்தவன்போல "எங்கடை ஆக்கள்தான்" எனும் அவன் கண்களில் ஒரு எச்சரிக்கை மினுங்கியது.

"உன்டை ஆக்களா? அது ஆரு?"

சிரித்தது, அவனுக்கு எரிச்சலைக் கொடுத்திருக்கும்.

"எங்கடை சனம்தான் செய்தது" அவன் பூசி மொழுகியபோது, வசந்தராணி நேசராஜின் முகத்தை உறுத்துப் பார்த்துக்கொண்டே விடுக்கென முகத்தைத் திருப்பிக் கொண்டு சினத்துடன் உள்ளே சென்றாள். இவனின் தலை சுற்றல்கள் பெற்ற தாயிற்கு தெரியாமலா இருக்கும்?

"நீ மூடி மறைக்காதை மச்சான்.. அப்ப ஏன் ஆக்களைப் பிடிக்கேல்லை?" அவன் பதில் எதுவும் சொல்லவில்லை.

"பாம்பு தின்னும் ஊரில் நடுகண்டம் நமக்கு எண்டு வாழுறவன்டா அவன்..." இவன் கிராமங்களில் நடக்கும் கூட்டங்களில் பேசிய பலவிடயங்களைக் கிண்டலடித்து அன்பழகன் சொல்லியிருக்கிறான். புலிகள் மக்களை நோக்கி செல்லடித்தார்கள் என்றும் விமானக் குண்டு போட்டதும் இயக்கம்தான், கொத்துக்குண்டு போட்டதும் இயக்கம்தான் என்றும் கதைகட்டித் திரிந்தானாம். "அண்டப் புரண்டன், கேக்கிறவன் கேணையனாக இருந்தால் கேப்பையிலை நெய் வடியுது எண்டு சொல்லுவானாம்.." அன்பழகன் சொல்லிச் சிரிப்பான்.

"இயக்கத்தின்டை பிடியிலை இருந்து சனத்தை மீட்டது எங்கடை இராணுவம்தான்" இவன் சொல்லியதைக் கேட்டு அன்பழகன் கடுப்பாகி இருந்தான். "நேசராஜ் இப்பிடி எல்லாம் நீ செய்யப்படாது... உதெல்லாம் கண்கெட்ட வேலை..." முகத்திற்கு நேராகவே சொல்லி அவனுடன் உறவை முறித்துவிட்டான் அன்பழகன். உருட்டும் புரட்டும் ஒடுக்கும் சிறப்பை என்பதை அறியாமல்போனான். எடுப்பார் கைப்பிள்ளை, மிகவும் தனிமைப்பட்டிருந்தான்.

இலட்சியங்களைவிடவும் இவனுக்கு வசதிகள், வாய்ப்புகள், பாதுகாப்புகள், செல்வாக்குகளே தேவையாயிருந்தன. அதனால் எல்லா உண்மைகளையும் மறைக்க ஒரு பொய்க் கதையை சொல்லிக் கொண்டிருப்பான். அதனால் அவன் எதையும் பேசவும், செய்யவும்

தயாராக இருந்தான். "ஊர்க்கடனும் உள்ளங்கை சிரங்கும்போல வேதனை வரேக்கைதான் ஆளுக்கு விளங்கும்.." என அன்பழகன் தலையசைப்பான்.

அதிகாரம், கட்சியென அவன் மிகவும் பரபரப்பாக இருந்தான். அவனது வீட்டுச் சுவர்கள் வெளித்திருந்தன. கிளிநொச்சி அமைப்பாளராம். குருட்டு நாய்க்கு வறட்டு மலம் கிடைத்த புளுகு அவனுக்கு.

"எங்கடா அண்ணான்ரை படம்?..."

"முள்ளிவாய்க்காலிலையே தூக்கிப்போட்டாச்சு" எடுத்தெறிந்தான்.

"ஏன் மச்சான் நீ இப்பிடி எல்லாம் செய்யிறாய்? உன்டை சுயநலன்களுக்காக அவங்கடை தியாகத்தைக் கொச்சைப்படுத்தி, எல்லாரையும் நோகடிக்க எப்பிடி உன்னாலை ஏலுது?"

"எல்லாம் முடிஞ்சுது மச்சான்"

"போராட்டம் என்றது இரத்தம் சிந்திப் போராடுறது மட்டுமில்லை. அண்டைக்கு நாங்கள் இரத்தம் சிந்திப் போராடினதைவிடவும், கடுமையான ஒரு போராட்டத்தை இன்டைக்கு செய்ய வேண்டிய நிலையிலை இருக்கிறம். அவன் எஞ்சியிருக்கிற எங்கடை இனத்தை அழிக்கிறான். நிலத்தைப் பிடிக்கிறான். இப்பிடிப் போனால் நாங்கள் முழுமையாய் அழிஞ்சிடுவம். நாங்கள் அழிஞ்சுபோக ஏலாது. எங்கடை சந்ததி நிம்மதியாய் வாழவேணும். நாங்கள் எங்கடை சந்ததிக்கு இந்தக் கொடுமையான பாரத்தை விட்டுவைச்சிட்டுப் போக ஏலாது. நாங்கள் சந்தோசமாய் வாழவேணும். எங்களுக்கு விடிவு தேவை. எங்களைச் சுத்தி ஆமி. ஆமிக்குள்ளதான் வாழுறம். எல்லாமே ஆமிக்குள்ளைதான். இப்படியே வாழலாமா? இதுக்கெல்லாம் ஒரு முடிவு வேணும் மச்சான்"

"...."

"ஆயுதப் போர்தான் முடிஞ்சது. போராட்டம் முடியேல்லை. சிங்கள அரசு முடியிற சூழலை உருவாக்காது. அவன் எதையுமே நிப்பாட்டேல்ல"

"போராட்டம் போராட்டம் எண்டு என்னத்தைக் கண்டம்?"

"இந்தப் போராட்டத்தாலைதான் இப்பிடியாவது எஞ்சியிருக்கிறம்... இல்லாட்டி நீயும் நானும் எப்பவோ இல்லாமல் போயிருப்பம்..."

"என்னடா முந்தி கொண்ணா இயக்கத்துக்குப் போகேக்கை அழுவாய். இப்ப நல்ல வீரம் கதைக்கிறாய்.."

"நீ இப்பவும் அப்பிடியே இருக்கிறாய் மச்சான்..."

"..."

"இப்பதான் என்ரை அண்ணாவை இன்னும் விளங்கிக் கொள்றன்டா.. அண்ணாக்களுக்கு துரோகம் செய்ய ஏலாது..."

"அப்ப, முதலே நீ பேசாமல் நீயும் இயக்கத்திற்கு போயிருக்கலாமே.

நீங்கள் நல்லா படிச்சிட்டு இப்ப வந்து வீரம் கதைக்கிறியள்.."

"போயிருக்கவேணும்தான். ஆனால், அவ்வளவு சண்டைக்கையும் எங்களை இயக்கம் படிக்கப் போங்கோ எண்டு அனுப்பிட்டுது... அதுக்காக... இப்ப நீ செய்யிற வேலை சரியா? எங்களுக்கு எதிராய் என்ன நடக்குதோ.. அதை... எங்களிட்டை இப்ப என்ன ஆயுதம் இருக்குதோ அதை வைச்சு எதிர்ப்பம்... நாங்கள் நாங்களாய் இருப்பம்..."

"எங்களைக் கொண்டுபோயிடுவாங்கள்டா.."

"விளக்கில் விழுந்த விட்டில்போல உன்ரை சேர்க்கை இருக்குதடா.. நீ என்ன செய்தாலும், எப்பிடி இருந்தாலும் செய்யிறதை செய்வாங்கள்... உன்னையும் என்னையும் அவங்கள் ஒண்டாய்தான் பாக்கிறாங்கள்..?"

"இப்பிடி இருந்தால்தான் பிழைக்கலாம் மச்சான்.. நாய் வேசம் போட்டால் குலைக்கைத்தானே வேணுமடா..."

"இல்லையடா மச்சான்! ..."

"..."

வாழுறதும் ஒரு போராட்டம்தானே"

"...."

நேசராஜின் முகத்தையே வெறுப்போடு பார்த்துவிட்டு எழுந்து வெளியேற, புன்னகைத்து விடைகொடுத்தாள் அவன் அம்மா.

"புத்திகெட்டு கூலிக்கு மாரடிக்கிறதுகளுக்கு என்னத்தைச் சொல்லி என்ன?..." அவள் கடிந்துகொண்ட சத்தம் காதில் கேட்டது.

"எல்லாமும் தெரிஞ்சிருந்தும் இப்பிடி பேசினால் கோவம் வரும்தானே. என்ரை பள்ளிக்கூட நண்பன் இப்பிடி மாறிட்டான்.." வருத்தமும் ஏமாற்றமும் மனதில் படர்ந்தது. "சே... என்ன இருந்தாலும் சொந்த அண்ணாவின்டை கனவுக்கே துரோகம் செய்யக்கூடாது.."

"உலக்கை தேஞ்சு உளிப்பிடியானது போலத்தான் இவன்டை கதை போச்சுது... விதைக்கிறதெல்லாம் முளைக்கிறேல்லை. முளைக்கிறது எல்லாம் பயிராகுறதுமில்லை... அப்பிடி எல்லாம் நடந்திருந்தால் எங்கடை போராட்டம் இப்பிடி முடிஞ்சிராது.. எங்கடை நிலையும் இப்ப இப்பிடி இராது..." மனம் அமைதியுற மறுத்தது.

"அழிந்த கொல்லையில் குதிரை மேய்ந்தாலென்ன, கழுதை மேய்ந்தாலென்ன?.." சைக்கிளை மிதித்தேன், யாருடையவோ நெஞ்சில் ஓங்கி மிதிப்பதைப் போன்ற வேகத்துடன்.

18

“நாங்கள் மெனிக்பாம் முகாமுக்கு வந்து சேரக்குள்ளை குறை உயிரோடை வந்ததைப்போலத்தான் இருந்தது. ஒருநாள் முழுக்க பஸ்ஸிலை எங்கை எங்கையோ எல்லாம் கொண்டுபோயிட்டு பிறகு கொண்டுவந்து இறக்கினாங்கள். வந்ததும் வெறும் நிலத்திலை விழுந்து கிடந்தன். அப்பிடிக் களைப்பு ”

அக்கொடிய நாட்களின் கதையைச் சொல்லும் அம்மாவின் முகத்தில் முடிவற்ற அலைச்சல். கந்தக நெடி. பேராறாய் குருதி. விழிகளில் லட்சம் பிணங்கள்.

“கிளிநொச்சியிலை எறிகணைகள் வந்து விழத்தொடங்கின, ஒருநாளில் எங்க இடம்பெயர்ந்து போறது என்ன செய்யிறது எண்டு தெரியேல்லை... இரண்டு இயக்கப் பொடியள் வந்து வீட்டைக் கழட்டி வீட்டுச் சாமானுகளை எல்லாம் ரக்டரிலை ஏத்திவிட முரசுமோட்டைக்குப் போனம். அங்கையும் கன நாளில்லை. ஒரு மாதந்தான் இருந்தனாங்கள். ஒருநாள் முரசு மோட்டைச் சந்தியிலை இருக்கிற செல்லையா கடைக்கு மேலை கிபிர், குண்டுகளை கொண்டுவந்து கொட்டிச்சுது. சனங்கள் எல்லாம் துடிதுடிச்சு சிதறிச் செத்ததுகள்.

அந்த இடமே இரத்த வெள்ளம்!

ஒரு பின்னேரம். ‘இனி இஞ்சை இருக்க ஏலாது வெளிக்கிடுங்கோ எண்டு இசைப்பிரியன் வந்து சொன்னான். ருக்குமணி அவனைத் தேடிக்கொண்டு திரிஞ்சவள். உன்ரை அம்மா தேடினவள் எண்டு சொல்லுவமெண்டு பாக்க’, அவன் ட்ரக்கிலை ஏறி பரந்தன் பக்கமாய் போயிட்டான். கிளிநொச்சிப் பக்கம் பெரிய சண்டை நடக்கப் போகுது எண்டு விளங்கிச்சுது.

அண்டைக்கு இரவோடு இரவாய் தர்மபுரத்திற்கு இடம்பெயர்ந்தம். நெத்தலியாற்றுப் பிள்ளையாரின் அருளாலையோ என்னவோ, அந்தக் கோயிலின்டை தாழ்வாரத்திலை மூண்டு மாதங்கள் இருந்தம்...

ஆனால் பிறகு எறிகணையள் அந்த இடத்தையும் விட்டுவைக்கேல்லை. அங்கயிருந்தும் துரத்தினாங்கள். செல் வந்து விழேக்கையெல்லாம் பிள்ளையார் கோயிலுக்குள்ளை இருப்பம். பிறகு பிள்ளையாருக்கு மேலையும் செல் வந்து விழத் துவங்கிச்சுது. வானத்தை நிமிர்ந்து பாத்தால் கிபீர் விமானங்கள். அங்கயிருந்தும் இடம் பெயர்ந்தம்...

முறிகண்டியானே! இது என்ன சோதனை? துடிச்சுப்போனம்...

தர்மபுரத்திலையிருந்து சுதந்திரபுரத்துக்குப் போனம். தர்மபுரத்திலிருந்து சுதந்திரபுரத்திற்கு சைக்கிளிலை போனாலும் அரை மணித்தியாலமே கூட. ஆனால் நாங்கள் போய்ச்சேர ஒருநாள் ஆகிட்டுது. ஒவ்வொரு அடியாக வைச்சுவைச்சு நடந்தம். அப்பிடி சனநெரிசல். வானத்திலை கிபீர். செல்லுகள் பக்கத்திலை வந்து விழுகுது. எத்தனையோ பேர் ஒருத்தரை ஒருத்தர் தவறவிட்டிட்டு தேடித் துடிச்சுதுகள். பசி ஒருபக்கம். குடிக்க தண்ணிகூட இல்லை. நடக்கவும் முடியேல்லை. ஆனால் ஆமி கலைச்சுக் கலைச்சு செல் அடிச்சுக்கொண்டே இருந்தான்.."

தொடர்ந்து பேச முடியாமல் கத்தியழுதாள் அம்மா.

"என்னாலை அதுக்குள்ளை ஒரு அடிகூட எடுத்துவைச்சு நடக்க முடியேல்லை அண்ணா" கண்களைத் துடைத்து, தொடர்ந்தாள் தங்கச்சி.

"சுதந்திரபுரத்திலை இருந்த நாட்கள் முழுதும் பங்கரிலைதான் எங்கடை வாழ்க்கை. வெளியிலை தலைகாட்ட ஏலாது. ஒரு கிழமைக்கும் மேலை தொடர்ந்து பங்கருக்குள்ளையே இருந்தம். வானத்தைப் பார்க்கேல்லை. இரவு, பகல் தெரியாது. ஒருபக்கம் இடப்பெயர்வு. மற்றப் பக்கம் சனம் செத்து விழுகுதுகள். ஆர் செத்தது? ஆர் இருக்கிறது எண்டு தெரியாது..

சனங்கள் கொத்துக்கொத்தாக கொல்லப்படுகுதுகள். பங்கர் எல்லாம் சவக்குழி ஆகிட்டுது. அந்த மரணக் குழியளிலை பதுங்கிக்கிடந்தம். ஒரு தறப்பாள் கொட்டில்தான் கொஸ்பிட்டல். அங்கை ஈழப்பிரியன் அண்ணாதான் காயப்பட்ட சனங்களுக்கு மருந்து கட்டிக் கொண்டிருந்தார்.

சண்டை நிண்டபாடில்லை...

நல்ல நினைவிருக்குது. அண்டைக்கு மாசி நாலாம் திகதி 2009ஆம் ஆண்டு. அண்டைக்குத்தான் இலங்கையின்டை சுதந்திர தினமாம்.

வழமையைவிட அண்டைக்குத்தான் செல்லடி கூடவாயிருந்தது. அண்டைக்குத்தான் நிறையச் சனங்கள் கொல்லப்பட்டதுகள்.

அப்பிடி குண்டு மழை பொழிஞ்சாங்கள் அண்ணா...

அண்டைக்குத்தான் ஜீவா அண்ணையும் அவரின்டை மனுசியும் மூண்டுபிள்ளைகளும் ஒரு செல்லிலை ஒரு நொடியிலை அந்த இடத்திலையே செத்தவை. விமலன் அண்ணை காயப்பட்டு இரத்தம் கொட்டக் கொட்ட இரண்டு பிள்ளையளை தூக்கிக்கொண்டு ஓடினார். கிளி அக்கா எங்களுக்குப் பக்கத்தில் பங்கரை விட்டு வெளியிலை வந்து கஞ்சி காய்ச்சிக் கொண்டிருந்தவா.. ஒரு செல் வந்து அவாவுக்கு மேலை விழுந்துது. அந்த பங்கர், எங்கடை பங்கர் எல்லாம் சதையும் இரத்தமும். அவான்டை பிள்ளையள் துடிச்சுதுகள். அப்பிடி எத்தினை பேர் சாகிறதை இந்தக் கண்ணாலை பாத்தனான் அண்ணா?

மறக்க ஏலாத கொடுமையள் அண்ணா!

பசிச்சழுத பிள்ளையளுக்காக ரொட்டி சுட்டுக் கொண்டிருந்தவையளும் குழந்தைகளுக்கு பால் ஊட்டிக் கொண்டிருந்தவையளும் எண்டு எத்தனைபேர் செத்திச்சினம்? எப்ப சாவுவரும்? அடுத்து ஆர் சாகிறது எண்டு தெரியாத வாழ்க்கை. எப்ப குண்டு வரும்? எங்கயிருந்து குண்டு வரும் எண்டு தெரியாத நிலைமை.

செத்தவையளை அடக்கம் பண்ண ஆளில்லை. குறை உயிரிலை துடிக்கிற ஆக்களை தூக்கி மருந்து கட்ட ஆளில்லை.

அப்பயெல்லாம் உன்ரை குரலைக் கேக்க உன்னைப் பாக்க ஏங்குவம் அண்ணா... உனக்கு வந்து போன் எடுக்கவும் ஏலாத மாதிரி செல்லடி.. இடைக்கிடை குனிஞ்சு வேலிக் கரையோரமாய் நடந்து கொமினிக்கேசனுக்கு வந்து அம்மா கோல் எடுக்கிறவா.. அம்மா பத்திரமாய் திரும்புவாவோ எண்டு பங்கருக்குள்ளை கிடந்து துடிப்பன்...

அப்ப அங்க சரியான பனி. தாங்க ஏலாத குளிர். ஒரு நாள் அங்க இருந்தும் இடம்பெயர்ந்து வந்து சேரும்போது எனக்கும் அம்மாவுக்கும் வருத்தமும் வந்திட்டுது. எங்களை மாதிரி கனபேருக்கு வருத்தம். அதுக்குள்ளை எங்கை மருந்துக்குப் போறது? சுதந்திரபுரத்திலையும் இருக்க முடியேல்லை. பிறகு இரணைப்பாலையிலை மூண்டு நாள்தான் இருந்திருப்போம்.

அங்கையும் எங்களை இருக்கவிட்டாங்களே?...

இரணைப்பாலையை விட்டு இரட்டைவாய்க்காலுக்கு வந்தம். இரட்டைவாய்க்கால் கடற்கரை முழுதும் இடம்பெயர்ந்த சனங்கள்.

அங்கையும் ஒருமாதம்தான் இருந்திருப்பம். பிறகு வலைஞர் மடத்துக்கு வந்தம். ஒரு இடத்திலை ஒரு பொழுதுகூட தங்கமுடியேல்லை. துரத்தித் துரத்தி செல்லடி. பாதுகாப்பு வலயங்களுக்குள்ளைத்தான் கூடச் செல்லடி. அதுக்குள்ளை போன திருவிழியின்டை குடும்பமே இல்லை... பரிதிநிலா சரியான காயத்தோடையும் சண்டையிலை நிண்டவள். அவள் வீரச்சாவு எண்டு அறிஞ்சு துடிச்சம். வித்துடலைத் தேடி அவளின்டை அம்மா செல்லுகளுக்கு இடையாலை ஊந்து ஊந்து அலைஞ்சதை எப்பிடி மறப்பம் அண்ணா? ஆனந்தி அக்கா ஒருபக்கம் மனுசனை தேடித் திரிஞ்சா...

வலைஞர் மடத்தில் பார்த்ததுகளை என்னாலை ஒருக்காலும் மறக்க ஏலாது. எங்கை பாத்தாலும் சாவும் சடலங்களும்தான். ஒரே இரத்த வாடை. வலைஞர் மட ஆஸ்பத்திரி முழுக்க காயப்பட்ட ஆக்கள். காயங்கள் எல்லாம் நாறி மணக்க வெளிக்கிட்டுட்டுது. மருத்துவமனை காணிமுழுக்க செத்த சனங்கள்தான். ஒண்டுக்கு மேலை ஒண்டாய் அடுக்கிக்கிடந்தது. அய்யோ! அது மருத்துவமனையா சவச்சாலையா எண்டு தெரியேல்லை... மருத்துவப் போராளியள் மருந்தில்லாமல் வெறும் துணியலை கிழிச்சுக் கிழிச்சு காயங்களுக்குக் கட்ட, இரத்தம் நிக்காமல் கொட்டிச்சுது.. அநாதையாய் செத்துக் கிடந்தா தவமணி அக்கா. செந்தூரனும் கடைசியலை இயக்கத்துக்குப் போட்டான். இரத்தினம் அண்ணையும் சண்டையிலை நிண்டு உதவியள் செய்தார். இரண்டு பேரும் வீரச்சாவு.

ஆருக்கு சாவு வரும்? யார் தப்புவினம் எண்டெல்லாம் ஆருக்கும் தெரியாது. உயிரை கையிலை பிடிச்சுக் கொண்டிருந்தம். எல்லாமே எல்லாருமே சாவுக்கு முன்னாலைதான்.. வலைஞர் மடத்திலையிருந்து கடைசியாய் முள்ளிவாய்க்காலுக்கு வந்தம். இதுவரைக்கும் சந்திச்சதைவிட சரியான துன்பங்கள்.. எங்கை பாத்தாலும் செத்த பிணங்கள்.. கால்வைக்கிற இடமெல்லாம் இரத்தம். தூக்கவும் பாக்கவும் அழவும் ஆக்களில்லை.. செத்தவையளை மணலாலை போட்டு சிலர் மூடிச்சினம். பெத்த தாயை இழந்து தனியா அழுகிற குழந்தை.. செத்துப்போன குழந்தையளை பாத்து துடிக்கிற தாய்.. உடம்பிலை காய் கால் இல்லாமல் துடிக்கிறவையள்... பிணங்களை விட்டிட்டு போக ஏலாமல் கத்திற சனங்கள்.. எல்லாருக்கு மேலையும் திரும்பவும் குண்டுகள்தான்.. எல்லாரையும் திரும்பத் திரும்ப துப்பாக்கிச் சன்னங்கள் வந்து தாக்கிச்சுது... ஊழித்தீயாய் சண்டை. ஈழப்பிரியன் வீரச்சாவடைஞ்சு அவனின்டை வித்துடலை இரண்டு இயக்க அண்ண மார் முள்ளிவாய்க்கால் மணலிலை விதைச்சினம்.

முள்ளிவாய்க்காலே பிண வாய்க்கால் ஆகிட்டுது. சண்டை பிடிச்சு வீரச்சாவடைஞ்ச ஒரு இயக்க அண்ணை துவக்கை இறுக்கிப் பிடிச்சபடி கிடந்தார். எங்களுக்கு கிட்ட ஆமி வந்திட்டான். கனக்கப் பிணங்களைத் தாண்டி வந்துதான் ஆமிட்டை சரணடைஞ்சம். பிணங்கள்

மிதக்க இரத்தக் கடலாய்ப் போன நந்திக்கடலுக்குள்ளாலைதான் ஆமிட்டை சரணடைஞ்சம். இயக்கத்தின்டை ஆயுதங்களை கைப்பற்றின மாதிரியும் ஏதோ அடிமையளை பிடிச்ச மாதிரியும் ஆமி எங்களைக் கொண்டு போனாங்கள்... எங்களோடை வந்த ஞானம் அண்ணையையும் அவரின்டை மனுசி பிள்ளையளையும் இயக்கமெண்டு, ஆமி வேற பக்கமாய் கூட்டிக்கொண்டு போனான்.. போட்டிருந்த உடுப்பைவிட ஒண்டும் இல்லை. வெறும் கையோடை வந்தம்."

தங்கச்சி சொல்லி முடிக்கையில் வானம் கவிழ்ந்துபோயிற்று.

19

உன்னை கேவலப்படுத்தி கொலை செய்வம் எண்டு சிங்க பண்டார சொன்னதை செய்து காட்டிட்டான்..." சொல்லிக் கொண்டு ருக்குமணி வீட்டுப் பக்கமாய் பதற்றத்துடன் ஓடினாள் ஆனந்தி. தனியாக வாழ்ந்த ருக்குமணி அவளது வீட்டுக் கிணற்றிலிருந்து சடலமாக மீட்கப்பட்டாள். அவள் தற்கொலை செய்தாளா? திருடர்கள் அவளைக் கொலை செய்தார்களா? அல்லது யாராவது அவளை வன்புணர்ந்து கொன்றுவிட்டார்களா? இராணுவம் விசாரணை செய்கிறதாம். சிங்க பண்டார ஊடகங்களுக்கு பேட்டியளித்தான்.

"ஆமிதான் கொண்டதோ? அவையள்தான் கெடுத்துக் கொண்டதோ எண்டெல்லாம் விசாரிக்காயினம்..." ஆற்றாமையோடு அம்மாவிடம் ஆனந்தி கொந்தளித்தாள். "உதையெல்லாம் ஆர்தான் கேட்கேலும்?" பதிலுக்கு களைத்த குரலில் சொன்னாள் அம்மா.

"பாவம் மனுசி, நாலு பிள்ளையளைப் பெத்தும் கொள்ளிவைக்க ஒரு பிள்ளையில்லாமல் போச்சுதே" ஆனந்தி விம்மி விம்மி அழுதாள்.

"எனக்குக் கொள்ளிவைக்கிறதுக்கு என்ரை பிள்ளையைத் தாங்கோ" என்பதுதான் ருக்குமணி போராட்டங்கள் தோறும் உரக்கக் கத்தியெழுப்பிய குரல். போர்வாளைப் போல ஒலித்தது அவளது குரல். இலங்கை அரசின் தொலைக்காட்சியில் முன்னாள் போராளிகளுக்கு புனர்வாழ்வுப் பயிற்சி கொடுப்பதாகக் காட்டப்பட்ட செய்தியொன்றில் பிரதாபனைப் பார்த்த அவள் துள்ளிக் குதித்தாள். "என்ரை பிள்ளை உயிரோடை இருக்குது..." ஊரெல்லாம் சொல்லித் திரிந்தாள்.

உயிரோடிருந்த பிரதாபனின் புகைப்படத்துடன் போராட்டங்களில் ஈடுபட்டாள் ருக்குமணி. அப்படி ஒருவர் தங்களிடம் இல்லை.

அரசாங்கம் முடிவாகச் சொல்லிவிட்டது. "அப்பிடி எண்டால் உங்கடை புனர்வாழ்வு முகாமிலை இருந்த என்ரை பிள்ளை எங்கை?" வெகுண்டெழுந்து சண்டைபிடித்தாள் அவள். "இல்லை என்றால் இல்லை..." பதில் சொன்னார்களாம். "உங்கடை முகாமிலை என்ரை பிள்ளை இருக்கிற படம் என்னட்டை இருக்குது.. என்ரை பிள்ளை வரும்வரை ஓயமாட்டன்..." கங்கணம் கட்டிக் கொண்டு, காணாமற் போனவர்களுக்காக நடத்தப்பட்ட போராட்டங்களில் எல்லாம் கலந்துகொண்டு. நிலத்தில் வீழ்ந்து அழுது புலம்பினாள் அவள்.

கிளிநொச்சியில் நடந்த, காணாமற்போகச்செய்யப்பட்டவர்களைக் கண்டுபிடிக்கும் இலங்கை அரசின் ஆணைக்குழு விசாரணையில் ஆனந்தி அருகில் இருக்க, ருக்குமணி அளித்த சாட்சியம் உள்ளூர் ஊடகம் முதல் உலக ஊடகம் வரை முன்னணிச் செய்தியாக இடம்பிடித்தது.

"ஓமந்தையிலை ஆமியின்டை கையில குடுத்த பிள்ளையள் இல்லை எண்டுறியள்.. உயிரோடு உங்கடை வதைமுகாமிலை இருந்த பிள்ளையை காணேல்லை எண்டு கையை விரிக்கிறியள். எங்களை அடக்கி ஒடுக்கினவையளுக்கு எதிராய் போராடின எங்கடை பிள்ளையளுக்குச் சிறை.. அதுகளை போர் முடிஞ்ச பிறகும் அழிக்கிறியள். எங்களை அழிச்சவையள் நல்ல விடுதலையாய் எங்களை சுத்தி துவக்கை பிடிச்சுக்கொண்டு நிக்கினம்... உங்களிட்டை நாங்கள் என்னெண்டு நீதியை எதிர்பாக்கிறது? எங்களுக்கு நீதி வேணும்... உங்களாலை அதை தரஏலாது. உண்மையான நீதியில்லை, அக்கறை உள்ள சர்வதேச நாடுகள் விசாரிச்சு இதுக்கெல்லாம் ஒரு முடிவு சொல்லவேணும்.."

அவளது அலைச்சலின் தடங்கள் நிறைந்த விழித்திரை. குழிகளில் வீழ்ந்த கண்கள். கண்களில் நெருப்பாறெனத் தகிக்கும் நீர். துயரும் வெஞ்சினமும் கொண்ட குரல். அழுது காய்ந்துருகிய முகம். சிறு சத்தமுமின்றி மௌனத்தில் உறைந்த மண்டபத்தில் வாக்குமூலம் அளித்துவிட்டு ஆணையாளரின் முகத்தை நோக்கினாள் ருக்குமணி, மறைக்கப்பட்ட போராளிகளின் ஒற்றைத் தாயாய். காற்றில் கலந்த தீயாய் அவள் பேச்சு மிலாசியது. பதிலற்ற ஆணையாளரின் முகம் கோணியது. அவளை சூழ்ந்திருந்த சனங்கள் கண்ணீர்விட்டனர். "ஆனந்தி அழாதை.." வெஞ்சினம் தணியாமல் எழுந்தாள் அவள்.

ருக்குமணியின் வீட்டிலிருந்த படங்களை எடுத்துச் செல்வதற்காக ஒருநாள் சுற்றிவளைத்த படையினர், பிரதாபன் தடுப்பு முகாமில் இருப்பதற்கு ஆதாரமாக அவள் வைத்திருந்த படத்தைக் கைப்பற்றினர். ஆனால் அந்தப் புகைப்படமோ காட்டுத் தீயைப்போல உலகெங்கும்

பரவியிருந்தது. பிரதாபனின் புகைப்படத்தை ஏந்தியபடி "என்ரை பிள்ளையை விடுவி!" ஓர்மத்துடன் போராடும் தாயாக ருக்குமணியின் புகைப்படம் ஊடகங்கள் எல்லாம் பரவியிருந்தது.

அவள் காணாமல் போகச்செய்யப்பட்ட பிள்ளைகளுக்காய் போராடும் தாய்மாரின் குறியீடு ஆனாள். இலங்கை அரசுக்கு ருக்குமணி பெரும் தலையிடி தருபவளாய் மாறினாள். அதனால் அறு கயிற்றூசல்போல அவள் வாழ்வு மாறியது. சிங்க பண்டார கண்ணுக்குள் எண்ணை விட்டபடி அவளைபின்தொடர்ந்தான். வீட்டைச்சுற்றி இரவில் நாய்கள் குலைப்பதாக அவள் அம்மாவிடம் சொல்லிப் பயப்பிடும்போதெல்லாம் "அது சும்மா குலைச்சிருக்கும்" தேற்றுவாள் அம்மா.

ருக்குமணி வீட்டுப் படலை உடைந்து கிடந்தது. காவல்துறையினர் எதையோ தேடிக்கொண்டிருந்தனர்.

"இனி சரி.. மிச்சாக்கள்... வாலை சுருட்டிவைச்சிருக்கிறது... சரிதானே..."

சிங்க பண்டாரவும் நாலைந்து சிப்பாய்களும் சிரித்தபடி நின்றனர்.

படுக்கை விரிக்கப்பட்டபடி இருந்தது. அருகில் கைபேசியும் வெற்றிலைப் பையும் இருந்தன. கிணற்றிலிருந்து மீட்கப்பட்ட அவளது சடலத்தில் பழுத்தபிலா இலைகள் ஒட்டியிருந்தன. வெறுமை கவிந்திருந்த அந்தக் கூடாரத்தில் கலகலத்த அவளது குரல் கேட்குமாப்போலொரு பிரமை. குரல்கள் எங்கும் செல்வதில்லை.

அடுப்பு தூக்கி வீசப்பட்டதைப்போல அலங்கோலமாயிருந்தது. வழக்கமாக அவள் தலைமாட்டருகில் வைத்திருக்கும் பிரதாபனின் புகைப்படத்தைக் காணவில்லை. காணாமற்போனதாக சொல்லப்பட்ட பிரதாபனின் புகைப்படமும் காணாமல் போயிருந்தது. வீட்டில் தொங்கிய ஏனைய நான்கு பிள்ளைகளின் படங்களும் இராணுவத்தினரின் கையிலிருந்தன. தம்மிடம் உயிரோடு அகப்பட்ட போராளிகளைப் போல அந்தப் புகைப்படங்களைப் பார்த்தான் சிங்க பண்டார. முன்பொருமுறை, களத்தில் எதிரிகளுடன் போரிட்டு வீரமரணமடைந்த பிள்ளைகளின் புகைப்படங்கள் எதிரிகளிடம் அகப்பட்டிருப்பதை தாங்க முடியாது சரிந்தவளைப் போல கிணற்று முற்றத்தில் கிடந்தாள் ருக்குமணி என்ற அந்தத் தாய்.

ருக்குமணியின் மரணம் கிளிநொச்சியை உலுக்கியிருந்தது. இனியும் காணாமல் ஆக்கப்பட்ட புலிகளுக்காக எவரும் வீதிக்கு வரக்கூடாது, புலிகளின் புகைப்படங்களை வைத்திருக்கக்கூடாது, சிங்க பண்டார எச்சரித்திருந்தான். போராட்டங்களில் ஈடுபட்ட மேலும் சில தாயமார்களை கைது செய்து அனுராதபுரம் சிறையில்

அடைத்தது பொலிஸ். ருக்குமணியின் வீடு உள் நுழையத் தடையென்ற அறிவித்தலுடன் மூடப்பட்டிருந்து. ஒரு குடியை முழுவதுமாக அழித்துவிட்டு வீதிகளில் சிங்க பண்டார எனுமந்த விலங்கு இன்னமும் வெறியோடு திரிந்தது.

தங்கச்சியைப் பாடம் சொல்லித் தருமாறு கேட்டு தன் புத்தகங்களுடன் வந்திருந்தாள் ஆனந்தியின் மகள் தீரனி. ஐந்தாம் வகுப்பு புலமைப் பரிசில் பரீட்சைக்குத் தயாராகும் தீரனி இலங்கை பற்றிய தகவல்களைப் படித்துக் கொண்டிருந்தாள். "இலங்கையின் ஜனாதிபதி மகிந்த ராஜபக்ச. இலங்கையின் தேசியக் கொடியில் உள்ள நிறங்கள் பச்சை, மஞ்சள், கருஞ்சிவப்பு" சத்தமாக வாசித்தாள். "அக்கா, சிங்கம் சிங்களவரை குறிக்குது எண்டால் எங்களை குறிக்க அதிலை ஒண்டும் இல்லையே? ஏன் அக்கா?" கேள்விகளால் துளைத்தெடுத்தாள்.

"இலங்கையின்ரை தேசிய மலர் என்ன அண்ணா?" கேட்டு கைகளை உலுப்பினாள் அவள். 'கார்த்திகை மலர்தான் எங்கள் தேசிய மலர். படித்த அக் காலத்தை அழித்துவிட்டனர்.' நினைவு ஏங்கியது. பின்னர், "அவளே இதுவா அண்ணா?" என்றாள்.

"ஓம்..."

"அய்யோ அண்ணா. இது ஆமிப் பூ" என்றாள். எங்கடை பழைய பூங்காவிலை ஆமிக்காரர் இதை பெரிசாய் செய்துவைத்திருக்கினம்..."

ஒரு மலரை போரின் முள்ளாக்க, சிறு குழந்தைகளின் நெஞ்சங்களில் அது குத்துகிறது, மனம் கொந்தளித்தது.

"இயக்கம் அதை சிறுவர் பூங்கா ஆக்கிச்சுது. அதுக்குப் பேர் சந்திரன் பூங்கா. உவங்கள் அதை இராணுவப் போர்வெறி நினைவுத் தூபி கட்டியிருக்கிறாங்கள்.. என்ரை பிள்ளைக்கு இதை என்னண்டு எடுத்துச் சொல்லுறது?" சினந்தாள் ஆனந்தி.

தமிழீழ நாட்டில் அந்தப் பூங்காவில் சிறுவனாய் ஊஞ்சல் ஆடியதும் சறுக்கி விளையாடியது நினைவுகளில் வந்து மறைய, இன்னொரு நாடுகுறித்து படித்துக் கொண்டிருந்தாள் தீரனி.

"எங்கடை பிள்ளையின்டை கல்லறையளை எல்லாம் உடைச்சுப் போட்டு, அவையின்டை போர்வெறிக் கல்லை கட்டி வைச்சிருக்கினம்.." ருக்குமணி நெடுக ஏசுவாள். "ஒரு நாளைக்கு அலவாங்கோடை போய் இடிக்கிறன் உதை..." கங்கணமும் காட்டியிருந்தாள். மிகவும் பெரிதாய் கட்டப்பட்டுள்ள அந்த போர் நினைவுத்தூபிக்கு அருகில், டிப்போ சந்தியில் சிங்கள நாட்டிலிருந்து கொண்டுவரப்பட்ட கற்களை நாற்புறமும் வைத்துவிட்டு, அது சிங்கள பௌத்தத்தின்

தொன்மையான இடமென பொய் வரலாறு எழுதுவார்கள், ருக்குமணி கொந்தளித்திருந்தாள்.

" மச்சான் ஆனையிறவைப் பாத்தியா ?"

அன்பழகன் நெடுகலும் ஆதங்கப்படுவான். ஆனையிறவைப் பார்த்தால் பெரும் கோபம்தான் வரும். இயக்கச்சியிலுள்ள அவனுடைய சித்தப்பா வீட்டிற்குப் போய்வரும் பொழுதெல்லாம், அவன் ஆனையிறவின் கதையைப் பேச மறப்பதில்லை. ஒவ்வொரு நிலத்திற்கும் ஒவ்வோர் நினைவும் கதையுமுண்டல்லவா ?

"இரணைமடு சந்தியிலை இருந்த எங்கடை மாலதியின்ரை சிலையை உடைச்சாங்கள். பரந்தன் சந்தியிலை இருந்த மில்லரின்ரை சிலையை உடைச்சாங்கள். ஆனையிறவிலை ஒரு பக்கம் எங்கடை கரும்புலி அண்ணை தாக்கி அழிச்ச டாங்கியிலை தங்கடை ஆமியின்ரை சிலையை வைச்சிருக்கினம். அடுத்த பக்கம் இராணுவத்தின்ரை கைகள் இலங்கையை ஏந்தியிருக்கிற மாதிரி ஒரு போர் வெற்றிச்சின்னத்தை வைச்சிருக்கினம். அது உண்மையில போர்வெறிச் சின்னந்தான். இயக்கம் சிங்கத்தின்ரை கோட்டையாயிருந்த ஆனையிறவை தகர்த்தெறிஞ்சது. ஆனால் உவையளோ இயக்கம் விட்டுப் பின்வாங்கின ஆனையிறவைத்தான் பிடிச்சு வைச்சிருக்கினம். கெட்ட கேட்டுக்கு வெற்றிச் சின்னம் அடையாளம் வேற.. உண்மையிலை உந்த டாங்கியும் ஆனையிறவும் எங்கடை வீரத்தையும் உவையின்ரை தோல்வியையுந்தான் காட்டுது."

ஆனையிறவுக்காய் போரிட்டு மாண்ட போராளிகளின் முகங்கள் கடலேரி வெளியில் தெரிய அந்த போராளிகளின் வாசத்தையும் வெற்றியின் இரகசியத்தையும் "ஊஊ...." உப்புக் காற்று இரைந்திருந்தது.

20

அண்ணாவின் பன்னிரண்டாவது ஆண்டு நினைவுநாள். கல்லுக்கு முன்னால் விளக்கு எரிந்துகொண்டிருந்தது. மீனாட்சி அம்மன் ஆலயத்திற்குச் சென்று அண்ணாவுக்கு மோட்சார்ச்சனை செய்துவிட்டுத் திரும்பியிருந்தாள் அம்மா.

மனதுக்குள் அண்ணாவின் முகம் பிரதி செய்யப்பட்ட புகைப்படம்போல நிழலாடியது. ஒருதாளில் அவனுடைய முகத்தை வரைய, மனதில் அசையும் அம் முகம் வரவில்லை. கிழித்துப் போட்டு மறுபடியும் மறுபடியும் வரைய முற்பட்டுத் தோற்க, அவனுடைய முகம், விரல்களுக்குச் சிக்காது மனவெளியில் விரிந்து திரிகிறது.

"ஒரு ஓவியனாயிருந்தால் அண்ணாவை வரைஞ்சிருப்பன்..."

நினைவெல்லாம் அவனது முகம் அப்பியிருந்தது. மனத்திரையில் அண்ணா நடக்கிறான். பின்னர் படமாகத் தொங்குகிறான். எழுத முடியாது நெஞ்சிற்குள் முட்டிமோதிக்கொண்டு நிற்கும் ஒரு கவிதையைப்போல அவனது முகம் நெருடுகிறது. அதை இறக்கி வைக்க வேண்டும். இறக்கிவைத்துப் பார்க்கவேண்டும். இயலவில்லை.

'தன் பிள்ளையின் முகத்தைத் தொலைத்த சோகம் இனி, எந்தத் தாய்க்கும் வரக்கூடாது' அம்மா உள்ளுக்குள் நொந்தாள். விளக்கில் எண்ணெயை ஊற்றுகிறாள் அம்மா. அதன் சுடர் அண்ணாவின் முகமாய் அசைகிறது.

வன்னேரியில் இயக்கம் ஒளிவீச்சு ஒளியிழையைப் போட்டபோது அதில் அண்ணாவின் படத்தைப் பார்த்ததாக நாகேஸ்வரியக்கா சொன்னது நினைவுக்கு வரவும், வெளிநாடுகளில் எங்காவது அந்த ஒளிவீச்சு இருக்கலாம் என்றெண்ணி நண்பர்கள் சிலரது மின்னஞ்சல் முகவரிகளுக்கு கடிதங்கள் விரைந்தன.

தீபச்செல்வன் ● 171

வினோதன்,

கிளிநொச்சி.

10.07.2012

அன்பின் நண்பர்களுக்கு!

நலமா? சுகத்திற்கு மாவீரர்கள் துணை.

எனது அண்ணா வீரவேங்கை வெள்ளையன் என்றழைக்கப்படும் நடராசன் பிரசன்னா, 2001ஆம் ஆண்டு ஆடி 10ஆம் திகதி முகமாலையில் நடந்த சமர் ஒன்றில் வீரச்சாவடைந்தான். அவனது ஒளிப்படங்கள் யாவும் முள்ளிவாய்க்கால் யுத்தத்தில் அழிந்துவிட்டன. அவனை நினைவுகூர ஒருபடம்கூட இல்லாதநிலையில் பெரும் கவலையில் இருக்கிறோம். இது, எனது அம்மாவை மிகமிக வருத்திக் கொண்டிருக்கிறது. அண்ணாவின் முகத்தைப் பார்க்க வேண்டும். 2001ஆம் ஆண்டு ஆவணி மாத ஒளிவீச்சில் வீரச்சாவு அடைந்த மாவீரர்களின் விபரத்தில் அண்ணாவின் படம் இருக்கின்றது. அந்த ஒளிவீச்சு தங்களிடம் அல்லது தங்கள் நண்பர்களிடம் இருந்தால் அதிலிருந்து எனது அண்ணாவின் படத்தை எடுத்து அனுப்ப முடியுமா? மிகப்பெரும் உதவியாக இருக்கும். என்றும் நன்றியோடிருப்பேன்.

மிக்க அன்போடு
வினோதன்

விளக்கு தொடர்ந்து எரிந்துகொண்டிருந்தது. தெருவில் இராணுவத்தினர் செல்லுவதைப் பார்த்து நாய் வெருண்டடித்துக் குலைத்தது.

21

சைக்கிளை எடுத்துக்கொண்டு எட்டாம் வாய்க்கால் இந்துக் கல்லூரி வரைசென்று அங்கிருந்து மீண்டும் கரடிப்போக்குச் சந்திக்கு நகர்ந்ததென் சைக்கிள். வாய்க்கால்களின் இரண்டு பக்கங்களிலும் குளிர்ச்சியோடு அடர்ந்திருந்தன மருதமரங்கள். போராளிகளின் குருதி படிந்து சிவந்திருந்தது மண் வீதி. இடையியே நாவல் மரங்களும் பனைமரங்களும் வடலியும். பாம்புப் பூக்கள் ஏதோ இரகசியத்தைப் பகிர்ந்துகொள்வதைப்போல மெல்ல தலையசைத்தன.

வாய்க்காலின் இடையிடையே இறங்கிக் குளித்து, முகம் கழுவும் மண் வழிகளும் படியுடனிருந்தன. அடுத்த பக்கத்தில் வயலில் வேலை செய்துவிட்டு ஒருவன் முகம் கழுவிக் கொண்டிருந்தான். மாடுகள் இன்னொரு பக்கம் தண்ணீர் குடித்துக் கொண்டிருந்தன.

கண்களுக்குப்பட்ட அழகிய காட்சிகளை எல்லாம் கேமராவால் படம் பிடிக்க, உழைத்துக் களைத்த அந்த விவசாயி அழகிய படங்களாகிக் கொண்டிருந்தான். வெட்கத்தோடு சிரித்தபடி முகத்தில் உள்ள தண்ணீரை ஒற்றைக் கையினால் துடைத்து எறிந்துகொண்டே வயலுக்குள் இறங்கியபடி "ஏன் எடுக்கிறியள்.." நெளிந்தான் அவன்.

சைக்கிளில் உயர மலைபோல விறகைக் கட்டிச் சென்று கொண்டிருந்த விறகு விற்பனையாளியும் ஒரு புகைப்படமானான். அவன் எதையும் கவனிக்காமல் சைக்கிளை மிதித்தான். அவனது சைக்கிள் நொறுநொறுவென ஓசையெழுப்பியபடி தெருக்கற்கள் மீது நகர்ந்தது.

தீபச்செல்வன் 173

கரடிப்போக்குச் சந்தியில் வாய்க்கால் நீர் சலசலவென ஓடிக் கொண்டிருந்தது. சிங்கள நாட்டில் இருந்து வந்த சிலர் அதில் வாகனங்களை நிறுத்திவிட்டு குளித்துக் கொண்டிருந்தார்கள்.

'என்ன செய்வது? எங்கடை மண்ணே சுற்றுலா தேசம் ஆகிட்டுது. இடிஞ்சுபோன கட்டடங்கள், அவயவங்களை இழந்த ஆக்கள் இதுகளைப் பாத்தும்கூட இஞ்சை என்ன நடந்தது எண்டு அவையளுக்கு விளங்கேல்ல' கரை காணாத கலம்போல அங்கலாய்த்தது மனம்.

மறுபக்கத்தில் யாரும் இல்லை. சில வாத்துக்கள் நீந்திக் கொண்டிருந்தன. சில பறவைகள் நீரை அடித்துச் சிதம்பிக்கொண்டிருந்தன.

அப்போது தோளில் கையொன்று விழுந்தது.

திரும்பிப் பார்க்க, "மொக்கத ஹறண்ண?" சிங்களத்தில் சினந்தான் இராணுவச் சிப்பாய் ஒருவன். ஏதோ குண்டுகளை வீசவந்தவன் போல பீதியோடு பார்த்தான் அவன்.

"சும்மா படம் எடுத்தனான்"

"எதுக்கு படம்?"

கோபம் பீறிடக் கேட்டான். மருதமர இலையொன்று அவனுடைய நெற்றியில்பட்டு நிலத்தில் வீழ்ந்து சுருண்டது.

"இயற்கை காட்சிகள், மக்களை படம் பிடிச்சால் என்ன?"

முதலில் என்ன செய்கிறாயென தடுத்து விசாரித்த அவன், கேள்வி கேட்கத் தொடங்கியதும் கடுங் கோபமுற்றான்.

"உள்ள வாறது..."

அருகிலிருந்த இராணுவ முகாமை நோக்கி இழுத்துக்கொண்டு போனான். அங்கு ஒரு இராணுவமுகாம் இருப்பதை கவனித்திருக்கவே இல்லை. அதற்கு முன்னால் 'குளிக்கும் இடம்' அறிவிப்புப் பலகை தொங்கியது. அதில்தான் சிங்கள நாட்டு சுற்றுலாப் பயணிகள் குளித்துக் கொண்டிருந்தார்கள். அவர்களுக்கு பாதுகாப்பு அளிக்கவே அந்த முகாமை அமைத்திருக்கிறார்களோ என்னவோ?

அந்த இராணுவத்தினனின் நடையிலிருந்து இந்த விடயத்தைப் பூதாகரமாக்கப் போகிறான் என்பது புரிந்தது. இந்த விடயம் ஒன்றை வைத்துக்கொண்டே நாலாம் மாடிக்கும் பூசாவுக்கும் அனுப்பக் கூடியவர்களாயிற்றே? பதைபதைப்புடன் நடக்க,

"இங்கே வெயிற் பண்ணு..."

மிரட்டும் குரலில் சொல்லிவிட்டு உள்ளே சென்றவன் நீண்ட நேரமாகத் திரும்பி வரவில்லை. நேரம் செல்லச் செல்ல என் பதற்றமும் கூடியது. பூவரச மரத்திலிருந்து பழுத்த மஞ்சள் இலைகள் அருகில் விழுந்தன.

"ஏதுக்கு ஆமிகேம் படம் புடிச்சது...?"

நீண்டநேரத்திற்குப் பின்னர் அச்சுறுத்தும் தொனியில் கேட்டபடி வெளியில் வந்தான் சிங்க பண்டார. நேசராஜும் அந்தச் சிப்பாயும் அவனுக்குப் பின்னால் வந்தனர். தலை விறைத்தது. குரல் அடைத்தது.

"அடோ... என்ன பேசாம முழுசிக்கொண்டிருக்கிறது..?" திடுக்கிட நெருங்கி வந்தான் சிங்க பண்டார.

"போட்டோ ஜெனலிஸ்டா வேலை செய்யிறன். வாய்க்காலில் நீந்திக்கொண்டிருந்த பறவைகளைத்தான் படம் எடுத்தனான். இராணுவ முகாமை எடுக்கேல்லை"

"நீ மீடியாக்கு போட்டோ புடிக்கிரது எங்களுக்குத் தெரியும்... ருக்குமணி படத்தோடை அழுகுற போட்டோ நீ புடிச்சது... பொன்னகர்ல ஆமிக் கேம்புக்கு எதிரா போராட்டம் பண்ணின ஆக்கள நீ போட்டோ புடிச்சது.. மக்கள் மீளல்லை.. மாளல்லை... டெய்லி பேப்பர், இன்டநெட் மீடியா எல்லாம் போட்டு, எங்களை அசிங்கப்படுத்தி, எங்களுக்குஊ துன்பம் பண்றது... எல்லாம் தெரியும்... எல்லாம் ரெக்கோட் இருக்குது... ஹரித ?"

சிங்க பண்டார முழுவதையும் சொல்ல, வியர்த்துக் கொட்டியது.

"ஏதுக்கு வாய்க்கால படம் புடிச்சது.." மறுவளத்தால் தன் பாட்டைத் தொடங்கினான்.

"நீ வயல் புடி... வாய்க்கால் புடி... ஆமி கேம்ப் படம் புடிச்சேன்னு உள்ள தள்ளிப்போடுவன்... ருக்குமணி நடந்தது தெரியும்தானே? இன்னும் புலி கேக்குதா? எல்லாம் மறந்து ஶ்ரீலங்கன் ஆகுறது.. ஹரித..?

சத்தமாக மிரட்டினான். ஊடக அடையாள அட்டையை இழுத்து வாங்கி அதன்மீது கண்களை ஓட்டினான்.

"இங்க எல்லாம் நாங்கதான். நீங்க பறவை படம் புடிச்சாலும் சரி, புல்லை படம் புடிச்சாலும் சரி எங்களுட்ட அனுமதி எடுக்கவேணும்.?

எதுவும் தெரியாதைப்போல சிங்களப் பத்திரிகை ஒன்றை வாசித்துக் கொண்டிருந்தான் நேசராஜ்.

கையை நீட்டி "கமராவ குடு" மிரட்டினான்.

அதன் மெமரி கார்டைக் கழற்றி அதிலுள்ள படங்களையெல்லாம் பிரதி பண்ணும்படி ஒரு சிப்பாய்க்கு உத்தரவிட்டான்.

“இந்த ஆமி கேம்ப் படங்கள் ஏதாவது பேப்பர்ல வந்தா உன்னை கைது பண்றது. ஜெயில்ல போடுறது.. புனர்வாழ்வு குடுக்கிறது.. புனர்வாழ்வு சொல்றனது இன்ன தெரியுந்தானே” நக்கலாகச் சிரித்தபடியே கமராவைத் திருப்பித் தந்தான் சிங்க பண்டார.

“முள்ளிவாய்க்கால்லே கொஞ்சப் பேர மிச்சம் வைச்சது சிக்கல்தான்... நேசராஜைப் பார்த்து சிரித்தபடி சொன்னான் சிங்க பண்டார.

“...”

நிமிர்வோடும் பெருமிதத்தோடும் வாழ்ந்த இடத்தில், அடிமையைப்போல வாய்மூடி மௌனமாக நிற்க, மனம் குமுறியது. தேகம் எரிந்தது. போகலாம் அவன் கையசைத்தான்.

இரவு முழுக்க தூக்கம் இல்லை. சிங்க பண்டார வீட்டைச் சுற்றி நடமாடுவதுபோல் பிரமை. சிவந்து மிரட்டும் அக் கண்களும் இனவெறி அதிர்ந்து பீறிடும் அம் முகங்களும் மீண்டும் மீண்டும் வந்து தூக்கத்தை விரட்டின. எழுந்து மடிக்கணனியை திறக்க, அண்ணாவின் புகைப்படம் குறித்து எழுதிய மின்னஞ்சல்களுக்கு சிலர் பதில் எழுதியிருந்தனர். ஆர்வத்தோடு அவற்றைத் திறந்தால்,

அன்புற்குரிய வினோதனுக்கு!

உங்கள் கடிதமும் வேண்டுகோளும் மனதை உருக்கின. உங்களது ஏக்கம் எனக்கு நன்றாகப் புரிகிறது. கவலைப்படாதீர்கள். உங்கள் அண்ணாவின் படத்தைத் தேடி எடுப்பதற்கு முயற்சிக்கிறேன். இங்கு சிலர் அந்த வீடியோக்களை சேகரித்து வைத்திருக்கிறார்கள். அதை அவர்களிடம் வாங்கி அதில் உங்கள் அண்ணாவின் படம் இருக்கிறதா என்று பார்க்கிறேன். சோர்வடையாமல் நம்பிக்கையுடன் உங்கள் அண்ணாவின் படத்தைத் தேடுங்கள். எங்கள் தேச விடுதலைக்கு பிள்ளையைக் கொடுத்த உங்கள் அம்மாவையும் தேற்றுங்கள்.

இப்படிக்கு

ராஜன்,
லண்டன்

22

நாளைக்கு மாவீரர் தினம். நினைவிடுக்குகளில் புகைப்படங்கள் கசிந்தன. அழிந்த எல்லா புகைப்படங்களும் நினைவில் மிதந்தன. ஒவ்வோர் புகைப்படமும் எப்படியிருக்கும் என்பதை நுணுக்கமாகச் சொல்லவியலும். அவற்றின் வண்ணங்களைக்கூடத் தவறின்றி சொல்லவியலும். அவற்றின்மீது அவ்வளவு நேசிப்பு! உறவுக்கார வீடுகளில் நடக்கும் கொண்டாட்டங்களில் எடுக்கும் புகைப்படங்களில் எல்லாம் அண்ணாவோடு விளையாட்டாக எட்டிப் பார்ப்பதைப்போல மனதில் ஒவ்வொரு புகைப்படங்களும் வந்து எட்டிப் பார்த்தன. நேசித்தவனை இழப்பது துயரமென்றால், அவனுடைய நிழற்படத்தையுங்கூட இழப்பதென்பது... கலக்கம் துவட்டியது.

"அண்ணாவின்ரை படங்களை ஆராவது அனுப்பியிருப்பினமோ?.."

மின்னஞ்சலைத் திறந்து, சிலருக்கு திரும்பத் திரும்ப ஞாபகப்படுத்த, அவர்களும் முயற்சி செய்கிறோம் எனப் பதிலனுப்பியிருந்தனர். மின்னஞ்சலைத் திறக்கும்போது அண்ணாவின் படங்கள் யாராலோ அனுப்பப்பட்டிருப்பதைப் போல பலமுறை கனவுகள் வரும். படங்களைக் கழுவி அம்மாவுக்குக் காட்ட அவள் அந்தப் படங்களை அணைத்துக் கொண்டாள். சுவரில் கொழுவப்பட்ட அப் படங்களைத் தேடி கண்விழித்து வெறுஞ்சுவரைப் பார்த்து விழி கசியும் இரவுகள். வெறும் சுவரின் வெண்மையில் அண்ணாவின் முகம் தென்படும்.

"பாவி ஆகிட்டன்..." அழுதபடி இருந்தாள் அம்மா.

சீராகக் கிழிக்கப்படாத ஒரு கலண்டரைத் தவிர வீட்டுச் சுவரில் ஒன்றுமில்லை. பல்கலைக்கழகத்தில் பல படங்களில் பெரும்பாலும் இருப்பதில்லை. பட்டமளிப்பு விழாபடங்கள்

எதையும் யாழ்ப்பாணத்திலிருந்து எடுத்து வரவில்லை. படங்கள் மீதே வெறுப்பாக இருந்தது. கடந்துபோன அந்த யுகத்தின் சோகம் நிறைந்த நாட்களும் இனிய நாட்களும் காலத்தில் கரைவதைப் போல இருந்தது. அண்ணாவின் படங்களே இல்லை. இனி, எந்தப் படம் இருந்தென்ன? அம்மா இரவுவரை சாப்பிடாமல் இருந்தாள்.

இருண்டுபோன அந்த வாய்க்கால் கரையிலிருந்து மின்மினிப்பூச்சிகள் பறந்து செல்கின்றன. அவை பற்றைகளுக்குள் விழுந்து நெருப்பைப்போல எரிகின்றன. நெருப்பைச் சுமந்த அந்த மின்மினிப் பூச்சிகள் மெல்ல மெல்ல எழுந்து வீட்டை நோக்கி வந்துகொண்டிருந்தன.

யாழ்ப்பாணத்தில் அண்ணாவின் படம் மறைக்கப்பட்ட அந்தக் கொப்பியை வேறு எங்காவது பாதுகாப்பாக வைத்துவிட்டு வந்திருக்கலாம்? அளவான படம். வரிச்சீருடை. அதற்குச் சின்னதாக ஒரு பிறேம். வீரவணக்கம், தலைப்பிடப்பட்டிருக்கும். "ஆனால் அங்க வைச்சிட்டு வந்த சின்னபடத்தை ஆமி எடுத்து எரிச்சுப் போட்டான்தானே..." திரும்பவும் வேறு யாரிடமாவது இருக்குமா? யோசனை ஓடியது. "எல்லாரையும் கேட்டிட்டேனா? இன்னும் ஆரைக் கேக்காமல் இருக்கிறன்? எங்கை எடுக்கலாம்?" இரவு உறங்கச் செல்வதற்கு முன்பாக நப்பாசையோடு மின்னஞ்சலைத் திறந்து பார்க்க, அது வெறுமையாயிருந்தது.

23

புயற்காற்றில் கிழிந்து சரிந்த செடியைப்போல போரின் காயங்களுடன் இருந்தது பரந்தன் சந்தி. “கச்சான் கச்சான்...” இரண்டு கால்களையும் பறிகொடுத்த யாரோ ஒருவன் பேருந்துகளை நோக்கி கூவிக் கொண்டிருந்தான். பின்னால் என்னை ஏற்றியிருக்க, இருபுறமும் போர் டாங்கிகள் உழுத பரந்தன் — முல்லைத்தீவு வீதியில் மோட்டார் வண்டியைச் செலுத்தினான் அன்பழகன். வழியெங்கும் போர் விட்டுச்சென்ற அழிவின் சுவடுகள்.

நெத்தலியாற்றுப் பாலம் ஒரு காலத்தில் பதுங்குகுழியாகவும் இன்னொரு காலத்தில் சோதனைச் சாவடியாகவும் இருந்த தடங்களுடன் இருந்தது. அங்காங்கே சமையல் பாத்திரங்கள் தென்பட்டன. ஆற்றுக்கு அருகில் முருகன் கோயிலில், கிழிந்த காற்சட்டையோடு சிறுவன் ஒருவன் மணியைக் அடித்துக் கொண்டிருந்தான். கோயிலுக்குக் கிழக்குப் பக்கமாக உள்ள சிறுகாடுகளில் இராணுவத்தினர் இரும்புத்தொப்பிகள் சகிதம் தலைகளை மட்டும் உயர்த்தியபடி பதுங்கியிருந்தனர். போரில் இறந்து கைவிடப்பட்ட சடலத்தின் உக்கிய எலும்புக்கூட்டைப் போலிருந்தது மூங்கிலாறு.

விசுவமடுச் சந்திக்கு வந்ததும் “மச்சான் ஒரு ரீ குடிப்பமே...” களைப்போடு மோட்டார் வண்டியை நிறுத்தினான் அன்பழகன். இறைச்சியும் முட்டையும் வெளித்தள்ளி நிற்கும் ஒரு மிதிவெடியை கடித்தபடி சூடான ரீயை மடமடவென தாகம் அடங்கக் குடித்தான் அன்பழகன். எதிரில் மீள்குடியேறவந்த ஒருவன் அழிந்துபோன தன் காணியை வெறித்துப் பார்த்தபடியிருந்தான். உருக்குலைந்து போயிருந்த அதிசயப் பிள்ளையார் முன் யாரோ ஒருத்தி பூக்களை வைத்து ஏதோ வேண்டிக்கொண்டிருந்தாள்.

“என்னடா யோசிக்கிறாய்?”

தேநீர்க் கோப்பையை மேசையில் வைத்துவிட்டுக் கேட்டான் அன்பழகன்.

“இன்டைக்காவது அண்ணாவின்ரை படம் கிடைக்குமா.”

“...”

“அங்கை எங்கையாவது கிடந்திடவேணும்.”

“...”

அன்பழகனின் முகத்திலும் எதிர்பார்ப்பு. ‘தமிழினி பல்பொருள் வாணிபம்’ ஒருவன் புதிதாக எழுதப்பட்ட தன் கடையின் பெயர்ப்பலகையைத் தூக்கி நிறுத்தி நட்டுக்கொண்டிருந்தான். மீளக் குடியேறுபவர்கள் மூட்டும் கூடாரங்களை சுற்றிச்சுற்றி குழந்தைகள் விளையாடிக் கொண்டிருந்தனர். சக்கரங்களற்று தன் பயணத்தை நிறுத்திய தமிழீழப் போக்குவரத்துக் கழகப் பேருந்து ஒன்று மாபெரும் போரின் பின்னரும் பளபளப்பாக மினுங்கியது. அதன்மேல் ஒருசோடி அடைக்கலாயன் குருவிகள், மீள்குடியேறும் சனங்களைப்போல கூடுகட்ட தோது பார்த்தன.

சனங்களின் மோட்டார் வண்டிகள், உழவு இயந்திரங்கள், பேருந்துகள் எல்லாம் காணிகளில் உக்கியபடி இரும்பாய் அடுக்கப்பட்டுக் கிடந்தன.

“இன்னும் விசாரணை வைக்கிறாங்கள்... விசாரணை முடியத்தான் வாகனங்களை குடுப்பாங்களாம்...”

எரிச்சலுடன் சொல்லிக்கொண்டு அந்த இரும்புக் குவியலுக்குள்ளிருந்து ஒருவன் வெளியில் வந்தான்.

“இன்னும் கொஞ்ச நாளா? நல்லா உக்கினாப் பிறகு தருவாங்கள் போல” அன்பழகன் சொல்ல அவனும் விரக்தியோடு தலையசைத்தான்.

வேறுசில காணிகளில் வாகனங்களின் பாகங்களைக் கழற்றி இரும்புகளாக நிறையிட்டு சிங்களப் பெயர் பொறிக்கப்பட்ட வண்டிகளில் சிலர் ஏற்றிக் கொண்டிருந்தனர். “எங்களுக்கு இதுகள் அழிவு. அவங்களுக்கு இதுகள் வருமானம்...” கோபத்தில் வண்டியை முறுக்கினான் அன்பழகன்.

வானத்தில் எஞ்சிய சில பறவைகள் வாழ்வில் இன்னமும் தாகம் கொண்டனவாய் பறந்தன. பள்ளங்களில் விழுந்தெழும்பி புழுதியைக் கிளப்பியபடி முல்லைத்தீவு பக்கம் செல்கிறது ஒரு பேருந்து. புழுதி அடங்கியதும், சில மணிப்புறாக்கள் வீதியில் ஏதேனும் உணவு சிந்தப்பட்டுள்ளதா எனத் தேடிக் கொண்டிருந்தன.

“மச்சி விசுவமடு மாவீரர் துயிலும் இல்லத்தை கடந்திட்டமா?...”

ஊரின் திக்குத்திசை எல்லாம் மாறிவிட்டதைப் போன்ற திகைப்பு.

“உதுதான். எருக்கலைக் காடாய் கிடக்குது பார்” அடர்ந்திருக்கும் அவ் எருக்கலையை வைத்தே அன்பழகன் அடையாளம் பிடித்திருந்தான்.

“சிங்கள அரசு எங்களை அழிச்சதிலை, பெரிய அழிப்பு இதுதான். வரலாற்றிலை ஒரு நாளும் இதை மன்னிக்க ஏலாது... கல்லறையளோடையும், செத்தவையின்டை சிதைகளோடையும் போர் செய்திருக்கினம்...” கொதித்தான் அவன்.

துப்பாக்கி ஏந்திய போராளிகளின் வலிய கரங்கள்போல வரவேற்றது தேக்குமரக்காடு. அதன்மீது சிவப்பு மண் படிந்திருக்கிறது. தேக்கு மரக்காட்டின் முன்புறத்தில் “முன்னால் இராணுவ முகாம். அவதானம்” அறிவிப்புப்பலகை அச்சுறுத்தியபடி நின்றது.

“தாங்கள் ஆபத்தான ஆக்கள் எண்டு ஆமிக்காரருக்கு விளங்குது மச்சான்... ”

“ஓமடா.. இயக்கம் தேக்கு நட்டு மண்ணை வளப்படுத்திச்சுது. உவங்கள் அதை அழிச்சு முகாம் போட்டிருக்கிறாங்கள்.. இயக்கம் ஆக்கினதை உவங்கள் அழிக்கிறாங்கள்...”

கமராவை எடுத்து, அழகிய தேக்குமர வீதியை பதிவாக்க, தேக்கு மரக்காட்டை ஊடறுத்துச் செல்லும் வளைந்த வீதியில் வண்டியைச் செலுத்தினான் அன்பழகன். உயிரிழந்து எலும்புக்கூடுகளைப்போல் நிற்கும் பட்ட மரங்களோடு இருந்தது தேராவில்குளம். குளத்தின் நடுவே ஊடறுத்துச் செல்லும் அந்த வீதியில் வண்டியின் வேகத்தைக் கூட்டியவாறே ஓடிக்கொண்டிருந்தான் அன்பழகன். நெடுநாள் காணாத உறவினரைக் கண்டதுபோல் தலைகாட்டின போரில் எஞ்சிய தென்னைகள். குளத்தில் சிலர் நெருக்கமாய் குளித்துக் கொண்டிருந்தனர். குளத்தில் படர்ந்து வெளியெங்கும் பரவிய காற்று சில்லென வந்து உடலை வருடியது.

சுதந்திரபுரச் சந்தியில் இராணுவத்தினரின் செக்பொயின்ட். கைகளை நீட்டி ‘நில்’ தடுத்து நிறுத்தினான் ஒரு இராணுவத்தினன்.

“ஐசி குடு...”

“...“

“எங்க போறது?”

“இஞ்சை இருந்தனாங்கள். சண்டைக்குள்ளை எங்கடை சாமானுகளை விட்டிட்டுப் போனனாங்கள். எடுக்கப்போறம்..”

காவலரணுக்குள் இருந்த இன்னொரு இராணுவத்தினன் "ஓ.. போங்க போய் எடுங்க. எல்லாம் அங்கதான் பத்திரமா இருக்குது.." கொடுப்புக்குள் சிரித்தான்.

வீடொன்று முழுவதுமாய் அழிந்து மண்ணோடு மண்ணாகியிருக்க, அதன் கதவு மாத்திரம் பூட்டப்பட்டநிலையில் மாபெரும் போரிலும் சரியாத வீரன்போல நின்றது. குழந்தைகள் கைவிட்ட பொம்மைகளும் வேலிக்கரைகளில் எலும்புக்கூடுகளாக நிற்கும் சைக்கிள்களும் அனாதரவாய்த் தென்பட்டன.

கைத்தொலைபேசிவழி தாம் இருந்த இடம் எது என்பதை சொல்லிவழி காட்டிக் கொண்டிருந்தாள் அம்மா. அந்த இடத்தைத் தேடிக்கொண்டு போக, வழி முழுவதும் வெடித்த செல்களின் பாகங்கள். செல்கள் துவம்சம் செய்த வீடுகளே கண்ணுக்குத் தெரிந்தன. கூடாரத்தின் பின்பகுதி கடையாக திறக்கப்பட்டிருக்க அதிலொருத்தி, கொத்துக்குண்டில் சிக்கி உடல் முழுவதும் தழும்புகளுடன் இருந்தாள்.

"அக்கா, இதிலை இராசமணி ஆச்சியின்டை வீடு எது?"

இன்னும் போர் நடப்பதுபோல, துப்பாக்கிகளை விறைப்போடு நீட்டியபடி இருந்த இராணுவத்தை ஏற்றிய கவச வாகனம் எதிரில் வந்தது.

"இன்னும் எங்களை அழிக்கிற, எங்கடை மண்ணைப் பிடிக்கிற போர் முடியேல்லைதானே.."

ஒரு விறைத்த பார்வையை எறிந்தனர் அந்த இராணுவத்தினர்.

சருகோடு இருள் நிரம்பிய பதுங்குகுழிகளின் வாயில்களில் குருதி பிரண்ட உடைகள் காற்றில் படபடத்துக்கொண்டிருந்தன.

'இது இராணுவத்தின் பூமி' கறுப்பு மையால் எழுதப்பட்ட பலகை கொளுவப்பட்ட தென்னந்தோப்பைக் கடந்து செல்கையில் உதிரம் கொதித்தது. "மச்சான்! உதிலை என்ன எழுதியிருக்கிறான் பாத்தியா?" கொந்தளிப்பாய் கேட்டான் அன்பழகனும்.

"இது எங்கடை மண் எண்டுறதை, நாங்கள் எழுதத் தேவையில்லை. அவனுக்குத் தெரியும்." அன்பழகன் ஆறுதல் பட்டான். எப்படியோ அம்மா இருந்த அந்தக் காணியைத் தேடிக் கண்டு பிடித்தாகிவிட்டது. அந்தக் காணி பெரிய சோலை என்றாள் அம்மா. ஒரு செடியைக்கூட காணவில்லை.

"அம்மா!" அழைத்தால், ஆள் இல்லை. கதவு திறந்திருந்தது. மறுபடியும் அழைக்க. அறுபத்தைந்து வயது மதிக்கத்தக்க ஆச்சி வெளியில் வந்தார். வீட்டு முற்றங்களில் சில அல்பங்கள் கிழித்து

எறியப்பட்டிருந்தன. அதற்குள் இருந்த படங்கள் அழிந்திருந்தன. அந்தப் படங்களின் முகங்கள் அழிக்கப்பட்டிருந்தன. அவற்றைப் பதைப்போடு பார்த்தபடி பார்க்க,

“என்ன மோனை...?”

“எங்கடை அம்மா இடம்பெயர்ந்து இஞ்சை இருந்தவை”

“இஞ்சை நிறையப்பேர் வந்து இருந்தவை. ஆர் எண்டு விளங்கேல்லை அப்பு.”

“நாங்கள் இரத்தினபுரம். அம்மாவும் தங்கச்சியும் இஞ்சை இருந்தவை.”

“இல்லைத் தம்பி தெரியேல்ல”

“இதிலை அல்பங்கள் எதாவது கிடந்ததோ?”

“உக்கிப் போய் கிடந்த படங்களை எல்லாம் எடுத்துப்போட்டு எரிச்சுப் போட்டாங்கள். உங்க பாருங்கோ. என்டை மகளின்டை சாமத்திய வீட்டு அல்பம். ஒவ்வொரு படத்தையும் எடுத்து தண்ணிய ஊத்தி, முகத்தை அழிச்சுப் போட்டு எறிஞ்சிருக்கிறாங்கள். அறுவார்.. நாசமாக்கிருக்கிறாங்கள்.” மூச்சிரைக்கவும் உட்கார்ந்துகொண்டார்.

“என்ரை ஒரு பிள்ளையும் இயக்கத்திலை இருந்து செத்தவன். அவன்ரை படத்தை தாட்டு வைச்சிருந்தனான். அதைக் கிண்டி எடுத்து உடைச்சுக் கிழிச்சுப் போட்டிருக்கிறாங்கள் உந்த நாசமறுவார்... நிறையச்சனம் வந்து தேடிட்டுப் போகுதுகள். இந்தக் காணியிலை போய் தேடச் சொன்னான்.. நீங்களும் உங்கினை போய்ப் பாருங்கோ என்ன கிடக்குது எண்டு” சொல்லிக்கொண்டே, முகங்கள் அழிக்கப்பட்ட அந்த அல்பத்தையும் படங்களையும் பொறுக்கி மடியில் போட்டுக் கொண்டிருந்தாள் அந்த ஆச்சி.

வெட்டவெளியான அந்தக் காணியில் எல்லாம் அழிந்து, ஒன்றன்மேல் ஒன்றாக எல்லாம் புதையுண்டிருந்தன. வீட்டிலிருந்து பிடுங்கிச் செல்லப்பட்ட தகரங்கள் உக்கி அழிந்திருந்ததைக் கண்டதும், இதுதான் அம்மா இருந்த இடம் என்பதை அடையாளம் கண்டபடி, “மச்சான் இது அம்மாவுக்கு வாங்கிக் குடுத்த சீலை” மண்ணிற்குள் பாதி புதைந்து கிடந்த இழுத்தெடுக்க வந்தது அச் சேலை.

போரில் பட்டுப்போன மரத்தை “டொக் டொக்” எனக் கொத்திக் கொண்டிருந்த இரண்டு மரங்கொத்திகள், தம் வேலையை நிறுத்திவிட்டு வேடிக்கை பார்த்தன. அந்தப் பகுதியில் கைவிட்ட பொருட்களைத் தேடிக் கொண்டிருப்பவர்கள் எதையெதையோ நினைவின் சேமிப்பாக எடுத்துக் கொண்டு போயினர். நிலத்தில் அமர்ந்து தகரங்களுக்குள் கிண்டி அண்ணாவின் படத்தை

மட்டுமே தேடின மனம். எத்தனை ஆண்டுகள்! எத்தனை மழை! எத்தனை வெயில்! இராணுவத்தின் அழிப்பு நடவடிக்கைகள்... எல்லாவற்றையும் தாண்டி அந்தப் படங்கள் இன்னும் இருக்குமென நம்பிக்கொண்டிருப்பதை நினைக்க அழுகையே வந்தது.

அன்பழகனும் படம் கிடைக்குமென நம்பிக்கையில் தேடிக் கொண்டிருந்தான். களைத்துப் போயும் நப்பாசை விடவில்லை. இதைத் தவிர வேறு எங்கு போய்த் தேடுவது? இப்படியே தேடிக்கொண்டு முள்ளி வாய்க்கால்வரை போகலாம். இந்த அழிவுக்குள் புகைப்படங்களையும் ஞாபகங்களையும் நினைவுக் குறிப்புகளையும் மனம் தேடிக் கொண்டே இருக்கிறது. இறந்தகாலம் எல்லாமும் அதற்குள்தான். 'அண்ணா! உன்னைத் தொலைத்துவிட்டேன். உன்முகத்தை இழந்துவிட்டேன்' என்று 'ஓ'வெனக் கத்திக் குளற வேண்டும்போல் இருந்தது. கண்ணீர் அந்த நிலத்தை நனைத்தது.

"என்னாலை உன்னை மறக்க முடியேல்லை அண்ணா. உன்ரை முகத்தைப் பார்க்க வேணும். அம்மாவும் தங்கச்சியும் உன்னை பாக்க துடிக்கினம். நீ எங்களைவிடவும் இந்த மண்ணைத்தான் நேசிச்சாய். எங்கடை மக்களை நேசிச்சாய். எங்கடை போராட்டத்தை நேசிச்சாய். தமிழீழம் பிறக்கும் எண்டுற எவ்வளவு பெரிய கனவோட எல்லையளிலை நிண்டு சண்டை பிடிச்சாய். எங்கடை எதிர்காலச் சந்ததி உன்னைப் பார்க்கவேணும். ஆனால் உன்ரை போட்டோ ஒண்டுகூட இல்லை. உன்ரை முகத்தைத் தேடி அழிவுகளை கிளறிக் கொண்டிருக்கிறன் அண்ணா.."

மனம் தன்பாட்டில் குமுறிக்கொண்டிருந்தது.

எவ்வளவோ நேரம் தேடியாகிவிட்டது. எதுவும் கிடைக்கவில்லை. ஆனாலும் அந்த இடத்தை விட்டுச் செல்ல விருப்பமற்றிருந்தது. தேடுவதைத் தவிர வேறு என்ன செய்வது? மழை இலேசாகத் தூறியது.

"தம்பியவை.. மழை.. உள்ளுக்கு வாங்கோ!"

எங்களை கூடாரத்திற்குள் அழைத்தாள் ஆச்சி. கூடாரத்திற்குள் நுழைய, அவள் கரியினால் யாரோ ஒருவரை வரைந்திருந்தாள். கீழே 'என்ரை பிள்ளை' எழுதியிருந்தாள். ஒரு குழந்தை,, பாடசாலைக்குப் போகும் சிறுவன், களத்தில் துப்பாக்கியுடன் நிற்கும் போராளி, வீரச்சாவந்து வித்துடலாய் வந்திருக்கும் மாவீரர், அவன் விதைக்கப்பட்ட கல்லறை, அவள் கரியினால்தன் பிள்ளையின் வாழ்வை வரைந்திருந்தாள். அவளைப் பார்க்க இரக்கமும் ஒருவித அச்சமும் ஏற்பட்டது.

"இது என்னம்மா?"

"என்ரை பிள்ளை..."

அவளால் பேச இயலவில்லை.. தேசத்திற்காகப் பிள்ளையை கொடுத்த தாயொருத்தி தன் பிள்ளையின் நினைவுகளை எப்படி எல்லாம் நினைவுகூர்கிறாள்? இப்படியான ஒரு காலம் ஏன் வந்தது?

"தம்பி, அவங்கள் வேணும் எண்டுதான் உந்தப் படங்களை அழிச்சிருக்கிறாங்கள். சாகிற நேரத்திலை என்ரை புள்ளையின்டை முகத்தை ஒருக்கால் பாக்க ஆசையாய் இருக்குது..." தவித்தாள் ஆச்சி.

மழைத்தூறல் நின்றபோது சுதந்திரபுரம் சந்திக்கு வர, "எதாவது கிடைச்சதா? நக்கலாகக் கேட்டான் முதலில் சிரித்த அந்த இராணுவத்தினன்.

"எல்லாத்தையும் அழிக்கிறதுதானே உங்கடை வேலை..."

முறைத்தான் அவன். அன்பழகன் மோட்டார் சைக்கிளை கோபத்துடன் முறுக்கினான். மனம் இற்றுச் சரிந்திருந்தது. காற்றை கிழித்துக்கொண்டு சென்றது மோட்டார் சைக்கிள்.

000

வீட்டில் அம்மா பதைப்போடு எதிர்பார்த்துக் காத்திருந்தாள்.

"ஏதும் கிடந்ததே?"

"...."

வாங்கி வந்த உதயன் பத்திரிகையை விரித்துச் செய்திகளைப் படித்துக்கொண்டு போக, 'பிரபாகரனின் படங்களை வைத்திருந்தவர் கைது' தலைப்புச் செய்தி பயமுறுத்தியது.

அடுத்தடுத்த பக்கங்களைத் தட்டிச் செல்கையில் கபிலனின் புகைப்படம் கண்ணில் தட்டுப்பட்டது. இரண்டாவது ஆண்டு நினைவுநாள் விளம்பரத்தில், கபிலன் சிங்கப்பற்களோடு சிரித்துக்கொண்டிருந்தான்.

"கபிலன் வீரச்சாவா?" உதடுகள் அரற்றின.

அவன் விவசாயம் படிப்பதற்காகவே உருத்திரபுரத்திலிருந்து மத்திய கல்லூரிக்கு வந்தான். அப்படியே அவனுக்கு விவசாயக் கல்லூரிக்கு அனுமதியும் கிடைத்தது. இயக்கம் வீட்டுக்கு ஒருவர் அவசியம் இணைய வேண்டுமென அறிவித்தபோது அவனின் அம்மா அவனைக் கொண்டு போய் இயக்கத்தில் சேர்த்த புகைப்படமும் ஈழநாத்தில்தான் வந்திருந்தது.

முகமாலை முன்னரங்கில் இருந்து ஒருமுறை விடுமுறையில் வந்திருக்கையில், பாண்டியன் சுவையூற்றில் சக போராளிகளுடன்

ஐஸ் கிறீம் சாப்பிட்டுக் கொண்டிருந்தான் கபிலன். "நான் ஆட்லறி அடிப்பன். சினைப்பர் பண்ணுவன்... எதிரியிட்டயிருந்து எங்கடை மண்ணை மீட்க வேணுமடா.." போராட்டம் குறித்தும் எல்லையைக் குறித்துமே பேசிக் கொண்டிருந்தான்.

"அப்ப விவசாயக் கல்லூரி.."

"அவன் எங்களுக்கு மேலை படையெடுத்து வாறான். பிறகென்னண்டு படிக்கிறது?" மௌனமாக இருக்கவும் தோள்களைத் தட்டிவிட்டு "இதுவும் ஒரு படிப்புத்தானே" போராளிகளது வண்டியில் ஏறி புன்னகையுடன் மறைந்தான் அவன்.

பாடசாலையில் ஏ.எல், படித்த இரண்டு வருடங்களில் வந்த மாவீரர் தினங்களில், மாவீரர் துயிலும் இல்லத்திற்கு ஒத்துழைப்பு வழங்க செல்லும் மாணவர் தொண்டுப் படையில் கபிலனும் ஒன்றாகவே நிற்பான். இறுதி வருடம் பரீட்சை எழுதிவிட்டு பெறுபேற்றிற்காகக் காத்திருந்தபோதும், வெள்ளைச் சீருடை அணிந்து பாடசாலை ரையைக் கட்டி கிளிநொச்சி மாவீரர் துயிலும் இல்லத்தில் தொண்டுப் பணியில் நிற்க,

"எனக்குப் பெருமையாக் கிடக்குது"

அதிபர் சண்முகம் இருவரது தோள்களையும் தட்டி கையில் கார்த்திகைப் பூக்களுடன் சென்றார். "அடுத்த முறை கம்பசிலை இருந்து துயிலும் இல்லத்துக்கு வருவன்... நீயும் கம்பசிலை இருந்து வா.." கூறிக் கொண்டான் கபிலன். பல்கலைக்கழகத்தில் கலைப்பிரிவு வகுப்புக்கள் தொடங்கியபோதும் விவசாயக் கல்லூரியில் புது அணியை உள்ளெடுக்க காலம் தாழ்த்திய அந்த நாட்களில்தான் அவன் இயக்கத்தில் இணைந்தான்.

"ஏன் மச்சான் ஒவ்வொரு மாவீரர் நாளுக்கும் மழைவருது.."

ஒருநாள் மழையில் நனைந்தபடி கேட்டான் கபிலன்.

"வானமும் அழுகுதுபோல..."

அவன் கேட்கையில் கண்கள் கலங்கிக் கசிந்தன.

"ஓம்... மாவீரருக்காய் அழுகுது..."

"விவசாய மாணவன் நீ சொன்னால் சரியாகத்தான் இருக்கும்.."

நிமிர்ந்து கருமை முட்டிய வானத்தைப் பார்த்து, மழைத்துளிகளை முத்தமிட்டபடி தலையாட்டினான். பெருமழை போலுறைந்த கண்ணீரின் துளியொன்று அப் பத்திரிகை மீது விழுந்தது.

24

கார்த்திகை *27. 2012.*

கனத்துப் போயிருந்தது அந்த மாலை நேரம். வானம் மஞ்சளும் சிவப்புமாக, இந்த நாள் மாவீரர் நாளென வரைந்திருந்தது. மாபெரும் விளக்காய், மறைய மறுத்து சூரியன் மேற்கில் ஒளிர்ந்தான். கனகபுரம் நோக்கி சைக்கிளை மிதிக்க அதுவும் வேகமெடுத்துப் பறந்தது. தகிக்கும் விளக்கின் அனலைச் சுமந்தபடி ஒவ்வொருவரும் விலத்திச் சென்றனர். எல்லோருடைய முகங்களிலும் மாண்டவர்களின் நினைவுகள் மிதந்தன.

டிப்போ சந்தியில் சன நெரிசல். தமிழீழக் காவல்துறை போக்குவரத்து கடமையில் ஈடுபடுகிறது. லட்சக்கணக்கானவர்கள் கிளிநொச்சி மாவீரர் துயிலும் இல்லத்தை நோக்கிச் சென்று கொண்டிருந்தனர்.

வழியெல்லாம் மஞ்சளும் சிவப்புமாக கொடிகள் கட்டப்பட்டிருக்கின்றன. இடையிடையே மாவீரர் தினமென எழுதப்பட்ட பெரும் பதாகைகள் வைக்கப்பட்டிருக்கின்றன. தெருவெங்கும் மாவீரர் பாடல்கள் ஒலித்துக் கொண்டிருக்கின்றன. வீட்டுப் படலைகளின் முன்னால் முதல் மாவீரர் சங்கரின் படத்தை வைத்து சனங்கள் விளக்கேற்றியுள்ளனர். புதைக்கப்பட்ட தங்கள் தோழர்களின் கல்லறைகளைப் பார்க்கவென போராளிகள் அருகில் நடந்து சென்றுகொண்டிருக்கிறார்கள். கபிலன், கோகுலன், நேசராஜ் எல்லோரும் வெள்ளைச் சீருடையுடன் துயிலும் இல்லத்திற்கு சென்றுகொண்டிருக்க, தேசமே துயிலும் இல்லத்தில்.

தலைவரின் பேருரை தொடங்குகிறது. தலைவர் என்ன சொல்கிறார்? எதிர்பார்ப்புடன் உள்ளன சனங்களின் முகங்கள். பேருரை முடிவடைய துயிலும் இல்லத்தில் மணியோசை ஒலிக்கிறது.

தலைவர் பிரத்தியேக இடத்தில் பொதுச் சுடர் ஏற்ற, தளபதிகள் இல்லச் சுடரை ஏற்ற, பெற்றோர், உறவினர்கள் கல்லறைகளுக்கு விளக்கேற்றுகின்றனர்.

துயிலுமில்லப் பாடல் தொடங்கியது.

"தாயகக் கனவுடன் சாவினைத் தழுவிய சந்தனப் பேழைகளே!

இங்கு கூவிடும் எங்களின் குரல்மொழி கேட்குதா குழியினுள் வாழ்பவரே

உங்களைப் பெற்றவர் உங்களின் தோழிகள் உறவினர் வந்துள்ளோம் — அன்று செங்களம் மீதிலே உங்களோடாடிய தோழர்கள் வந்துள்ளோம்

எங்கே எங்கே ஒருதரம் விழிகளை இங்கே திறவுங்கள்

ஒருதரம் உங்களின் திருமுகம் காட்டியே மறுபடி உறங்குங்கள்.."

நீரூற்றி அழிக்கப்பட்ட புகைப்படங்களாய் அந்தக் காலம் அழிந்தது.

"மச்சான் எங்கை போறாய்?..."

நினைவைக் கலைத்து எதிரில் நின்றான் அன்பழகன்.

"இண்டைக்கு, இந்த நேரம், அதுவும் துயிலும் இல்லத்துக்கு முன்னாலை நீ என்னடா செய்யிறாய்?"

அழிக்கப்பட்ட மாவீரர் துயிலும் இல்லம் எருக்கலை காடாக இருந்தது. இராணுவம் குடியேறியுள்ள அந்தச் சிதைமேட்டில், துப்பாக்கி ஏந்திய இராணுவத்தினர் வழமையைவிட அதிகமாக குவிக்கப்பட்டிருந்தனர்.

'கண்ணீர் சிந்தவும் விடோம்' இறுகிக் கிடந்தன இராணுவ முகங்கள்.

உடைக்கப்பட்ட கல்லறைகள் அங்கொன்றும் இங்கொன்றுமாய் இருந்தன. மாவீரர் துயிலும் இல்லத்தின் எதிரில் சனங்களிற் சிலர் வேலியோரமாக அமர்ந்திருந்தனர். அதில் எழுதப்பட்ட பெயர்களை வாசிக்க முடிந்தது. எருக்கலைக் காட்டின் இடையிடையே எரியும் மின்குமிழ்கள் மாவீரர்களுக்காய் ஏற்பட்ட விளக்குகளைப் போல மினுங்கின.

துயிலும் இல்லத்தின் ஒருபுறம் விளையாட்டு மைதானமாக்கப்பட்டிருந்தது. அங்கே சில இராணுவத்தினர் பந்தை உதைத்துக் கொண்டிருந்தனர். கல்லறைகள்மீது விழுந்து அழும் தவிப்போடு நின்று கொண்டிருந்த தாய்மார்களை நக்கலாகப் பார்த்து கெக்கட்டமிட்டுச் சிரித்து கும்மாளமடித்தனர் அவர்களிற் சிலர்.

“எத்தினை லட்சம் சனங்கள் வந்து நிறைஞ்சு எங்களுக்காய் மாண்டுபோன மாவீரர்களுக்காய் உருகி அழுகிற இடம் இண்டைக்கு பேய் குடியேறின மயானமாய் கிடக்கு”

“நீ பேசாமல் வெளிக்கிடு... வா... வா...”

“எங்கடை இனத்தின்ரை விடுதலைக்காய் போராடின போராளிகளின்டை சிதைவுகளிலை ஏறி நிண்டு பந்தடிக்கிற அளவுக்கு இவங்களுக்கு எங்களிலை வெறுப்பும் வெறியும் கூடிட்டுது..”

சைக்கிள் திரும்ப மறுத்தது.

“மச்சான்.. இந்த இடத்திலை ஒரு விளக்கு வைக்கக்கூட விடுறாங்களில்லை.. எங்கடை அண்ணாவின்ரை வித்துடலுக்கு மேல நிண்டு விளையாடுறாங்கள்..” குரல் உடைந்தது.

“உவங்கள் என்ன செய்தாலும் எங்கடை போராளிகளின்டை சரித்திரத்தை அழிக்க ஏலாது. உப்பிடிச் செய்து, உவையள் எங்களை எப்பிடி அடக்கி ஒடுக்கினம் எண்டுறதைதான் உலகத்துக்கு வெளிப்படுத்தினம்..”

“அவன்ரை படமும் எங்களிட்டை இல்லை... தேடித் தேடி களைச்சுப் போட்டன். அவனை இன்னொருமுறை இழந்தமாதிரி கிடக்குதடா”

“ஆனால் உன்ரை அண்ணா உனக்குப் பக்கத்திலை, உனக்குள்ளை, உங்கடை அம்மாவுக்குள்ளை இருக்கிறான். அவனின்ரை வீரச்சாவுதான் உன்னைப் படிக்கத் தூண்டினது. அதுதான் உங்கடை வீட்டின்ரை வறுமையை நீக்கினது. அதுதான் உன்னை ஒரு புகைப்பட ஊடகவியலாளன் ஆக்கினது. இறந்த பிறகும் உன்ரை அண்ணா வாழுறான். அவன் உங்கடை எல்லா வளர்ச்சியிலையும் இருக்கிறான். ஒரு மாவீரனுக்கு மரணமில்லை. அவையின்ரை மரணம் மகத்துவமானது! அவையின்டை கனவு வீண்போகாது வினோதன்...”

சைக்கிளை இழுத்துத் திருப்பினான் அன்பழகன்.

தன் பிள்ளையின் நினைவாய் வைத்திருக்கும் நினைவுக் கல்லை குளிப்பாட்டி துணியால் துவட்டிக் கொண்டிருந்தாள் அம்மா. அவளது கண்களிலிருந்து சிந்தும் கண்ணீரும் அந்தக் கல்லைக் கழுவியது. ஒருகணம் அந்தக் கல்லை உற்றுப் பார்த்தாள். அதில் அண்ணாவின் முகத்தைக் கண்டாள். அந்தக் கல்லின் முன்னால் செவ்வரத்தம் பூக்களும் நந்தியாவட்டைப் பூக்களும் இருந்தன.

நேரம் 6.05 இற்கு விளக்கை ஏற்றினாள் அம்மா.

நேரம் சரியாக 6.30க் கடந்தபோது, சப்பாத்துக் கால்கள் பெருத்த ஓசையெழுப்ப வீட்டைச் சூழ்ந்தனர் சிங்கள இராணுவத்தினர். அந்தப் பக்கம் போ.. இந்தப் பக்கம் போ சிங்க பண்டார, அறைகூவ, மளமளவென வளவு முழுக்க இராணுவத்தினர் நிலையெடுத்தனர். வீட்டுவாசலில் நான்கு இராணுவத்தினர் நின்றுகொண்டனர். எல்லோருடைய கைககளிலும் நீட்டப்பட்டிருந்த துப்பாக்கிகள் சுடுவதற்குத் தயாராக இருந்தன. சிங்க பண்டார கூடாரத்திற்குள் நுழைந்தான். வாசலில் நிற்கத், தள்ளி வெளியில் எறிந்தான் என்னை. தங்கச்சி என் பின்னால் நின்றுகொண்டாள். பயங்கரம் வழியும் முகம். நினைவுகளை அழிக்கத் துடிக்கும் வெறி. இறந்தவர்களை பிறகும் கொன்றழிக்கும் குரூரம். எதுவுமற்ற எங்கள் வீட்டில் நினைவுகளையும் அழிக்க முற்றுகையிட்டான் சிங்க பண்டார.

"என்ன இது?..."

"என்ரை பிள்ளை.. "

"..."

"அவனுக்கு விளக்கு..."

"பயங்கரவாதிகளுக்கு விளக்கு வைச்சு உயிர் குடுக்க ஏலாது..."

நறுநறுவென பல்லைக் கடித்தபடி முதலில் விளக்கைத் தூக்கி எறிந்தான் சிங்க பண்டார. அது தூரமாய் போய் விழுந்தது. ஆனால், விளக்கின் திரி பிடிவாதத்தோடும், கோபத்தோடும் சுவாலைவிட்டு இன்னும் அதிகமாய் பற்றி எரிந்தது. ஒரு சிப்பாய் அதைத் தன் சப்பாத்துக் காலால் தரையோடு மிதித்து அணைத்தான். போதை ஏறிச் சிவந்த சிங்க பண்டாரவின் விழிகள் இன்னுமின்னும் வீங்கி வெளித் தள்ளின.

"அய்யோ! என்ரை பிள்ளைக்கு ஒரு விளக்குகூட வைக்க இந்த அறுவார் விடுறாங்கள் இல்லை?..." நெஞ்சில் அடித்துப் புலம்பினாள் அம்மா.

அடுத்து அந்தக் கல்லைத் தூக்கினான் சிங்க பண்டார. இது என்ன கல்? புலியை நினைவுகூரும் அபூர்வக் கல்லோ? கேள்வியோடு அந்தக் கல்லைத் திருப்பித் திருப்பிப் பார்த்தான் அவன்.

"அது என்ரை பிள்ளை அவனை ஒண்டும் செய்யாதீங்கோ.."

அம்மா கைகூப்பிக் கேட்டாள். கெஞ்சினாள். அழுதாள்.

"பயங்கரவாதியை நினைவுகூர இடமில்லை"

பேரதிர்ச்சியோடு நிலத்தில் வீழ்ந்தாள் அம்மா.

அந்தக் கல்லை கீழேபோட்டு விட்டு தூப்பாக்கியின் பின்பக்கத்தால் அதை நங்... நங்... இடித்தான் சிங்க பண்டார. பின்னர் சப்பாத்தால் மிதித்தான். அந்தக் கல் உடைய மறுத்தது.

"என்ரை பிள்ளை பயங்கரவாதி எண்டால் அவனைப் பெத்த நானும் பயங்கரவாதிதான்" கத்தினாள் அவள்.

மேலும் சில இராணுவத்தினரும் சிங்க பண்டாரவுடன் சேர்ந்து அதை துப்பாக்கியால் இடித்தார்கள். அது பல துண்டுகளாக உடைந்தது.

அவர்கள் கெக்கட்டமிட்டுச் சிரித்துக்கொண்டே வெளியேறத் தொடங்கினார்கள்.

"எங்கடை பிள்ளயளின்ரை நினைவுளுக்கு நீங்கள் பயப்படுற வரைக்கும் உங்களாலை அவங்களை அழிக்கேலாது..."

சிங்க பண்டாரவின் முகம் சட்டென சுருங்கியது.

"எங்கடை பிள்ளையளை உங்களாலை இல்லாமல் செய்யவும் ஏலாது. எங்கடை பிள்ளையளின்டை கனவை உங்களாலை அழிக்கவும் ஏலாது..."

"நீங்கள் நாசமாய்ப் போவியள்..."

இராணுவத்தை நோக்கி மண்ணைவாரி எறிந்து திட்டினாள் அம்மா. அந்த மண்ணுக்குள் மறைந்தனர் சிங்க பண்டார உள்ளிட்ட இராணுவத்தினர்.

நொருங்கிய கற்கள் மிளிர்ந்தன. அதில் ஒன்றைக் கையில் எடுத்தாள் அம்மா. வானத்தில் பெரியதொரு விளக்கைப்போல நிலவு மிதந்தது. கார்த்திகை முன்னிலவில் பிரகாசித்தது அக் கல்.

நிலவில் மினுமினுத்து அசைந்தன வெள்ளெருக்கம் பூக்கள். மேகங்கள் திரண்டன. வானம் இருட்டியது. ஆற்றங்கரையில் கார்த்திகைப் பூவொன்று அப்போதுதான் விரிந்து நிமிர, மழை பெய்யத் தொடங்கியது.

> ஒன்னாத் தெவ்வர் முன்னின்று விலங்கி
> ஒளிறுஏந்து மருப்பின் களிறுஎறிந்து வீழ்ந்ததென
> கல்லே பரவி அல்லது
> நெல்உகுத்துப் பரவும் கடவுளும் இலவே

புறம் – 335: 912

கடந்து போனவைகளில் இருந்து காலத்தை மீட்க

பதுங்கு குழியில் பிறந்த குழந்தைகளின் குரல்கள் வரலாற்றின் திசைகளில் மோதியபோது வார்த்தைகள் உடைந்து அர்த்தங்கள் கலைந்தன. உடைந்து சிதைந்த மொழியில் இருந்து உருக்குலைந்து போன உடல்களையும், இருப்பற்ற மனங்களையும் மீட்டெடுக்க முயல்கின்றன முற்றுப்பெறாத நினைவுகள். அனைத்தும் முடிந்து போனதெனத் தோன்றும் இருளையும் அனைத்தையும் மூடிக்கவிந்த சாம்பலையும் விலக்கிக்கொண்டு மீண்டும் எழ வேண்டிய பெருநிலம் பற்றிய குரலாக ஒலித்தது தீபச்செல்வனின் கவிதைகள். “நான் கடும் யுத்தப் பேரழிவில் பிறந்ததாய் அம்மா சொன்னாள் எனது குழந்தையை நான் இந்தப் பதுங்குகுழியில் பிரசவித்திருக்கிறேன்” என ஈழ மண்ணின் எழுத்துகள், பேச்சுகள் அனைத்திற்குள்ளும் இயங்கும் காலமுரணையும் இடமுரணையும் சொல்லிச் செல்கின்ற வரிகள் அவருடையவை. இந்தச் சூழலில், இந்த வலிகளின் உள்ளிருந்து எப்படி ஒரு மனம் இயங்கமுடிகிறது என்ற துயரப் புதிரை அவருடைய எழுத்துகள் தொடர்ந்து தமக்குள் தேக்கிவைத்துள்ளன. மனித உளவியலில் அதிகம் அறியப்படாத “மரணத்துள் வாழ்தல்” என்ற பகுதியை ஈழத்தின் இன்றைய எழுத்துகள் போருக்குள்ளும் போருக்குப் பின்னும் என்ற நிலையில் எழுதிச் செல்கின்றன. அதன் மறுபகுதியாக மரணத்துள் இருந்து வெளியேறுதல்பற்றி எழுத்துகளும் உருவாகின்றன.

துன்பியல்பற்றிய இதுவரையிலான அறிதல்கள் அனைத்தையும் கடந்த ஒரு துன்பியலையும் அதற்குள் இயங்கும் வாழ்க்கையையும் எழுதும்போது “இப்படி ஒரு கவிதையும் இப்படி அச்சம் தருகிற இராத்திரியும் ஏன் என்னை நெருங்கின. கடைசியில் பொய்த்துப்போய்க் கிடக்கின்றன என் சொற்கள்” எனத் திகைத்து நின்றாலும், “எப்பொழுதும் நான் எனது தாய் நிலத்தில் வசிக்க வேண்டும்” என்பதையே தொடர்ந்து சொல்லிக்கொண்டிருக்கும் தீபச்செல்வன் ‘நடுகல்’ வழியாக தனது கதையைச் சொல்லத் தொடங்கியிருக்கிறார்.

“நெடுந்தூரப் பயணங்கள், நேரம் தவறிய உணவு, கவனிக்காத உடல், மழிக்காத கன்னங்கள், வாரப்படாத முடி கண்ணாடி பார்க்காத முகம், வீட்டை மறந்த பொழுதுகள், வருமானமற்ற பிழைப்பு, உடமையற்ற வாழ்வு, எப்போதும் கவிதையில் மூழ்கிய மனம், விடுதலை பற்றிய கனவு, புத்தகங்களுடனான இரவுகள், இயல்பற்ற நிலை, துப்பாக்கியின் குறிக்குள் இலக்கிடப்பட்ட தன்னை மறந்த ஒரு கவிஞன்” எனத் தன்னை அடையாளம் காணும் ஒரு கவிஞன் கதைசொல்லியாக மாறும்போதுதான் மீந்திருப்பதின் கதையில் இருந்தே தொடங்க வேண்டியிருக்கிறது. அனைத்தும் முடிந்துபோனது என்ற துயரத்தைச் சொல்வதாகத் தொடங்கும் நடுகல் “எங்கடை பிள்ளையளை உங்களாலை இல்லாமல் செய்யவும் ஏலாது. எங்கடை பிள்ளையளின்டை கனவை உங்களாலை அழிக்கவும் ஏலாது” என, எதிர்காலம் பற்றிய நீட்சியாகத் தன்னை மாற்றிக்கொள்கிறது. முடிவுக்கும் தொடர்ச்சிக்கும் இடையில் தமக்கான புதிய அரசியலையும் அடையாளத்தையும் கட்டியெழுப்பும் முயற்சியில் தனது நினைவுகளைக் கலைத்தும் அடுக்கியும் தன்னைச் சரிபார்த்துக்கொள்ளும் வலிமிகுந்த உருவாக்கத்தில் ஈடுபடுகிறது தன் மக்களின் கதையைச் சொல்லும் அந்தக் குரல்.

வீரச்சாவு, மாவீரர் துயிலுமிடம், மாவீரர் தினம் என்ற மூன்று வரலாற்று குறிப்பீடுகளை மையமாக வைத்து முன்னும் பின்னுமாகச் செல்லும் கதைக்குள் நாம் மூன்று தலைமுறைகளின் வாழ்வையும், வாழ்வு அற்ற நிலையையும் ஒரே தளத்தில் வாசிக்கிறோம். “ஒவ்வொரு கல்லறைகளும் பிரிவுகளுடன் இருப்பதாகத் தோன்றியது. கண்ணுக்கு எட்டிய தூரம்வரையில் கல்லறைகள்தான். “எத்தினை பேர்” மாவீரர்களின் இயக்கப் பெயர், சொந்தப் பெயர், பிறந்த இடம், பிறந்த, வீரச்சாவடைந்த திகதி, வீரச்சாவடைந்த சம்பவம் எல்லாம் எழுதப்பட்டிருந்தன. விதைக்கப்பட்டவர்கள் ஆழ்ந்துறங்க பெரும் அமைதியில் உறைந்திருந்தது துயிலும் இல்லம். அது கோயில்.” என வீரச்சாவு புனித அடையாளமாக மாறியதைச் சொல்லும் ஒரு குரல்.

“நேரம் ஒன்பது மணி. புலிகளின் குரல், ‘வீரச்சாவு அறிவித்தல்’ சோகம் நிரம்பிய குரலில் அறிவிப்புகள் தொடங்கின. நெஞ்சு படபடத்தது. “இல்லை. அண்ணாவுக்கு ஒண்டும் நடந்திருக்காது...” திடத்தோடு ஒவ்வொரு பெயராய் கேட்டுக் கொண்டிருக்க, வன்னி மாவட்டம், கிளிநொச்சி ஆனைவிழுந்தானைச் சேர்ந்த கப்டன் மாதுளன் என்றழைக்கப்படும்..”, ஆரம்பித்தது. கிளிநொச்சி மாவட்ட வீரச்சாவு அறிவித்தல்களுடன் பதைபதைப்பு தொடங்கியது. தமிழ் ஈழ விடுதலைக்காகப் போராடி வீழ்ந்த அனைத்து மாவீரர்களுக்கும் புலிகளின்குரல் தனது வீரவணக்கத்தைச் செலுத்துகிறது என்று நிறைவுபெற்றபோதுதான் நிம்மதிப் பெருமூச்சு வந்தது” எனப் புனிதங்களைக் கடந்து தனிமனிதர்களின் துயரங்களைச் சொல்லும்

இன்னொரு குரல். இந்த இரண்டு குரல்களுக்கும், இரண்டு அடையாளங்களுக்குமிடையில் முடிவு காணவும் முற்றுப்பெறவும் முடியாத துயரத்தின் கதையாக நடுகல் அமைந்துள்ளது.

வெளியில் இருந்து, அந்த மண்ணுக்கு அப்பாலிருந்து, அந்த வாழ்வுக்குப் புறத்தே இருந்து உணரவோ, புரிந்துகொள்ளவோ முடியாத ஒரு துன்பியலின் காலம் என ஈழப் போராட்டத்தின் காலத்தை நாம் அடையாளப்படுத்தினால் மட்டுமே அதுபற்றிய வெற்றுச் சொற்களையும் கதைகளையும் நாம் உருவாக்காமல் இருக்க முடியும். நடுகல் கதையை ஈழத்தின் தமிழ் மனமும், இந்தியத் தமிழ் மனமும் முற்றிலும் வேறுவேறாகவே வாசிக்க இயலும். அந்த வகையில் இது, ஒற்றைக் கதைக்குள் அமைந்த இரட்டைப் பிரதியாகவே என்றும் இருக்கும். ஒரு பிரதிக்குப் பல வாசிப்புகள் இருக்கும் என்ற அர்த்தத்தில் இன்றி ஒரு பிரதி ஒரே சமயத்தில் இரண்டு வடிவில், இரண்டு தளத்தில் இயங்கும் நிலை இது. ஈழப் போர், இனப்படுகொலை, இனவிடுதலைப் போராட்டம் பற்றி தமிழில் இன்றும் இனியும் எழுதப்படும் அனைத்துக் கதைகளுக்கும் இது பொருந்தும். "குடியிருப்பில் ஒரு வீரச்சாவு முடிய அடுத்த வீரச்சாவு. இப்படி வீரச்சாவுகள் தொடர்ந்துகொண்டே இருந்தன. சிவப்பு மஞ்சள் கொடிகள் ஏதோ ஒரு வீட்டில் கட்டப்பட்டுக் கொண்டிருந்தன. ஒரு வீட்டில் கட்டப்படும் மஞ்சள் சிவப்புக் கொடிகள் அவிழ்க்கப்பட்டு இன்னொரு வீட்டில் கட்டப்பட்டன. சிலநேரம் ஒரேநேரத்தில் இரண்டு மூன்று வீரச்சாவுகளும் நடந்தன" என்ற வாசகம், ஒரு வரலாற்றுச் செய்தியாக மொழியில் பதிவாவதற்கும் ஒரு வாழ்க்கை நிகழ்வாக வந்து கவிந்துகொள்வதற்கும் இடையில் உள்ள வெற்றிடம் மொழியால் விளக்கமுடியாத துயரங்களால் நிரம்பியது. இந்தத் துயரத்தைக் குறிப்பீடுகளால் உடலுக்குள் நிறைத்துவிடும் நடுகல் கதையை நான் மீண்டும் மீண்டும் வாசித்தபோது ஈழப் போர்க்காலம் பற்றியும் அதற்குள்ளான தமிழின வாழ்வு பற்றியும் அதற்குப்பின்னான இன அழிப்பு பற்றியும் தற்போது எழுதப்பட்டுள்ள கதைகள் அனைத்தும் நினைவுக்கு வருகின்றன.

மற்ற கதைகள் பெரும் வரலாற்று நிகழ்வுகளையும் மிக விரிந்த காட்சிக் களங்களையும் கொண்டு உருவாக்கும் மனச்சிதைவை நடுகல் உயிர் வாழும் நிகழ்வுகளால், உயிர் தரித்திருக்க ஓடிக்கொண்டிருக்கும் மனித அசைவுகளால் உருவாக்குகிறது. "பதுங்கு குழியில் பிறந்த குழந்தை ஒரு பயங்கரவாதியாகவே பார்க்கப்பட்டு பதுங்கு குழியில் கொல்லப்பட்டு யுத்தக்கல் சுமந்துகொண்டிருக்கிறது" என்றும், "இன்னமும் கொல்லப்படாத குழந்தைகள் போராடியாக வேண்டும் என்ற நிலைக்குத் தள்ளப்பட்டுள்ளனர்" என்றும் அறிவித்த தீபச்செல்வன், தம் காலத்தில் ஒவ்வொரு வாழிடமும் பதுங்குகுழியாகவே இருந்தது

என்றும் அழிவுக்குப்பின் எஞ்சிய வரலாறும் பெரும் பதுங்குகுழியாக மாறிவிடக்கூடாது என்றும் தன் நாவல் நெடுகிலும் சொல்லிக் கொண்டிருக்கிறார்.

"அன்ரனி இறந்து மூன்று ஆண்டுகளின் பின்னர் பிரியதர்சன் இயக்கத்தில் சேர்ந்துவிட்டான். தன் நெஞ்சில் சிகரட்டால் எல்.ரி.ரி.ஈ. என்றறெழுதிய இராணுவத்திற்கு எதிராய் அவன் களம் புகுந்தான். இவனைத் தொடர்ந்து ஏனைய மூன்று மூத்த மகன்களும் இணைந்து விட்டார்கள். பிரியதர்சன் மன்னாரில் நடந்த சண்டை ஒன்றில் வீரச்சாவு அடைந்துவிட மற்ற மூன்றுபேர்களில் மூத்தவன் இசைப்பிரியன் பரந்தனில் நடந்த சண்டையில் சாவடைந்தான். அடுத்தவன் ஈழப்பிரியன் முள்ளிவாய்க்காலில் வீரச்சாவடைந்தான். இன்னொரு மகனாகிய பிரதாபன் முள்ளிவாய்க்காலில் காணாமல் போயிருந்தான்" என, வீரச்சாவை மீளமுடியாத ஒரு நிகழ்வாக விவரிக்கும் கதை அதற்குள் அடைபட்ட தனித்த உடல்களை எண்ணிக்கொண்டே செல்கிறது. "சாப்பாட்டில் கையை வைக்கும்போது கேட்ட பேரோசையினால் திடுக்கிட்டு கோப்பையைக் கீழே போட, வீட்டுக்கு முன்பாக இருந்த பெரிய பாலைமரத்தின் எதிர்ப்பக்கம் ஒரு செல் வந்து விழுந்தது. அந்தப் பாலை மரத்தின்கீழ் மாட்டுப்பட்டி. அதற்குள் நின்ற மாடுகள் வீழ்ந்து இறந்தன. காயப்பட்ட மாடுகள் துடிதுடித்துக் கொண்டிருந்தன" என, ஒவ்வொரு நொடியும் எல்லாத் திசைகளிலும் சூழந்திருந்த பேரழிவை வாழ்வின் தீராத ஒரு பகுதி போல நினைவுகொண்டு நம்மை அச்சுறுத்துகிறது. இந்தச் சண்டை எல்லாம் எப்ப முடியும்? நாங்கள் எல்லாரும் எங்கடை வீடுகளிலை ஒண்டாய் வாழுற காலம் எப்ப வரும்? தரையில் விழுந்தோடும் மழை நீர்போல மனம் உடைந்துருகிக் கதறும் மனிதர்களையும் அதனூடாக காட்டிக்கொண்டே செல்கிறது.

விடுதலைப் போராட்டமே பெருங்குற்றம் என்ற பார்வை கொண்ட யாருக்கும் இந்தக் கதை வரலாற்றின் இருப்பற்ற மனிதர்களின் கதையாகத் தோன்றலாம். முப்பது ஆண்டுகளுக்கு மேலாகத் தினத்துயராக இருந்து, இன்னும் வேறுவகை பெருந்துயராகத் தொடரும் ஒரு இனத்தின் வாழ்வு தனக்கான மண்ணைப் பெற்று வாழ்வதற்கான உரிமை கொண்டது என்பதை ஏற்காத யாருக்கும் இது தன்னழிவுக் கதையாகவும் தோன்றலாம். விடுதலைப் போரின் வரலாற்றுச் சிக்கல்களை உள்ளிருந்து காணும் மனங்களின் குரலைப் பதிவு செய்யும் நடுகல் போர், போராட்டம் பற்றி முடிவற்ற, முழுமையற்ற ஒரு இரட்டைநிலையைத் தொடர்ந்து சொல்லிக்கொண்டே இருக்கிறது. "போராட்டம் என்றது இரத்தம் சிந்திப் போராடுறது மட்டுமில்லை. அண்டைக்கு நாங்கள் இரத்தம் சிந்திப் போராடினதைவிடவும், கடுமையான ஒரு போராட்டத்தை இன்டைக்கு செய்யவேண்டிய

நிலையிலை இருக்கிறம். அவன் எஞ்சியிருக்கிற எங்கடை இனத்தை அழிக்கிறான். நிலத்தைப் பிடிக்கிறான். இப்பிடி போனால் நாங்கள் முழுமையாய் அழிஞ்சிடுவம். நாங்கள் அழிஞ்சு போக ஏலாது. எங்கடை சந்ததி நிம்மதியாய் வாழவேணும். நாங்கள் எங்கடை சந்ததிக்கு இந்தக் கொடுமையான பாரத்தை விட்டுவைச்சிட்டுப் போக ஏலாது. நாங்கள் சந்தோசமாய் வாழவேணும். எங்களுக்கு விடிவு தேவை. எங்களைச் சுத்தி ஆமி. ஆமிக்குள்ளதான் வாழுறம். எல்லாமே ஆமிக்குள்ளைதான். இப்படியே வாழலாமா? இதுக்கெல்லாம் ஒரு முடிவு வேணும்" இந்த முடிவு எங்கிருந்து தொடங்கி யாரால் நிறைவேற்றப்படும் என்ற கேள்வியையே நடுகல் தன் உள்மன வாக்கியமாகக் கொண்டிருக்கிறது.

தோல்வியும் பேரழிவுமாக முடிந்த போரை இத்தனை காலம் நடத்திய ஒரு இயக்கமாக, படையாக இருந்த விடுதலைப் புலிகள் பற்றிய ஈழம் ஏற்ற தமிழர்களின் வரலாற்று நினைவும், வரலாற்று உளவியலும் பற்றியதாக நடுகல் தன்னை விவரித்துச் செல்கிறது. இயக்கம், போராளிகள் எனத் தனியாக யாரும் இன்றி ஒவ்வொரு இல்லமும் மாவீரர் துயிலும் இல்லமாகவும், ஒவ்வொரு தாயும் மாவீரர்களைப் பெற்றுத்தந்த தாயாகவும், ஒவ்வொரு குழந்தையும் வீரச்சாவில் மீந்த குழந்தையாகவும் உள்ள ஒரு மண்ணில் இனியான வரலாறும் குற்ற உணர்வின் வரலாறாக மீறும் எனில் அது காலம் காலமான இனத்துயரமாகவே பெருகிச் செல்லும். அந்தத் துயரத்திற்கு எதிரான ஒரு நினைவுருவாக்கமாக நடுகல் இருக்கிறது. ஆயுதங்கள் அற்ற, போர்கள் அற்ற மாற்றுப் போராட்டம் பற்றிய தேடுதல்தான் நடுகல்.

"உன்ரை அண்ணா உனக்குப் பக்கத்திலை, உனக்குள்ளை, உங்கடை அம்மாவுக்குள்ளை இருக்கிறான். அவனின்ரை வீரச்சாவுதான் உன்னைப் படிக்கத் தூண்டினது. அதுதான் உங்கடை வீட்டின்ரை வறுமையை நீக்கினது. அதுதான் உன்னை ஒரு புகைப்பட ஊடகவியலாளன் ஆக்கினது. இறந்தபிறகும் உன்ரை அண்ணா வாழுறான். அவன் உங்கடை எல்லா வளர்ச்சியிலையும் இருக்கிறான். ஒரு மாவீரனுக்கு மரணமில்லை. அவையின்ரை மரணம் மகத்துவமானது! அவையின்டை கனவு வீண்போகாது" இந்தக் குரலின் குறியீட்டுத்தளம் மிக அடர்த்தியானது. 'நடுகல்' இல்லாமல்போன ஒரு காலத்தின் குறியீடு, மீண்டும் நிகழக்கூடாத வரலாற்றின் குறியீடு, ஆனால் எதிர்காலத்தை வழிநடத்தும் ஒரு அரசியல் குறியீடு. "ஆருக்கு சாவு வரும்? யார் தப்புவினம் எண்டெல்லாம் ஆருக்கும் தெரியாது. உயிரைக் கையிலை பிடிச்சுக் கொண்டிருந்தம். எல்லாமே எல்லாருமே சாவுக்கு முன்னாலைதான். வலைஞர் மடத்திலையிருந்து கடைசியாய் முள்ளிவாய்க்காலுக்கு வந்தம். இதுவரைக்கும் சந்திச்சதைவிட

தீபச்செல்வன் 197

சரியான துன்பங்கள். எங்கை பாத்தாலும் செத்த பிணங்கள். கால் வைக்கிற இடமெல்லாம் இரத்தம். தூக்கவும் பாக்கவும் அழவும் ஆக்களில்லை. செத்தவையளை மணலாலை போட்டு சிலர் மூடிச்சினம். பெத்த தாயை இழந்து தனியா அழுகிற குழந்தை. செத்துப்போன குழந்தையளை பாத்து துடிக்கிற தாய். உடம்பிலை கை கால் இல்லாமல் துடிக்கிறவையள். பிணங்களை விட்டிட்டு போக ஏலாமல் கத்திற சனங்கள். எல்லாருக்கு மேலையும் திரும்பவும் குண்டுகள்தான். எல்லாரையும் திரும்பத் திரும்ப துப்பாக்கிச் சன்னங்கள் வந்து தாக்கிச்சுது. ஊழித்தீயாய் சண்டை" எனத் தாயும் மகளும் தாம் தப்பிப்பிழைத்த கதையைச் சொல்லும் போது போராளிகள் யார், போருக்கு வெளியே இருந்தவர்கள் யார் என்ற கேள்வியைக் கடந்த ஒரு காலத்தின் வாழ்வு நம்மை அலைக்கழிக்கிறது. போரை விரும்பாத போராளிகளின் நினைவைச் சொல்கிறது இந்தக் கதை என நான் மீண்டும் மீண்டும் நினைத்துக் கொள்கிறேன்.

ஈழம், ஈழ அரசியல் பற்றி நான் முன்பு எழுதியவற்றில் சிலவவற்றை இங்கு நினைவுபடுத்திக் கொள்கிறேன். "தமிழ்மொழி, இனம், பண்பாடு என்பனவற்றை அடிப்படையாக வைத்து கட்டப்பட்ட ஒரு அரசியலின் மூலம் வளர்ந்து, விரிவடைந்து துயரங்களை நிகழ்த்திச் சிதைத்து போன ஒரு வரலாற்றுத்தளம் என்றவகையில் உலக அரசியல் பின்புலத்தில் 'ஈழப்போர்' என்பது அணுகப்படுவதற்கும் தமிழக சமூக, அரசியல், பண்பாட்டுத் தளத்தில் 'ஈழத்துயரம்' என்பது அணுகப்படுவதற்கும் அடிப்படையில் மிகுந்த வேறுபாடு உண்டு. இது இழப்புகள் பற்றிய அரசியல், இனம், மொழி என்ற கட்டமைப்பு மூலம் பிணைக்கப்பட்ட, இருப்பு மற்றும் அழிப்பு என்பதன் அரசியல். அதனால் உலக அரசியல் வல்லுனர்களும், போர் முகவர்களும், இந்திய உளவுத்துறை அறிஞர்களும், நடுநிலை ஊடகவியலாளர்களும், அமைச்சர்களும் இந்த அழிப்பை, துயரை அணுகுவதுபோல 'தமிழ்' என்ற களத்திற்குள்ளிருந்தும் இதனை அணுக முடியாது. ஏனெனில் தன்னிலை உருவாக்கம் என்ற அரசியல் செயல்பாட்டுடன் உறவுடையது இது. தமிழ்த் தன்னிலை, தமிழ்த் தன்னடையாளம் என்பவை உருவாகும் களத்தில் அரசியலுக்கு என்ன இடம் உண்டோ அதே இடம் 'ஈழம்' பற்றிய அறிதல், அணுகுமுறைகளுக்கும் உண்டு.

ஒவ்வொரு சமூகத்திற்கும் இரு முனைப்புப் புள்ளிகள் தேவை. ஒன்று அச்சமூகத்தின் பெருந்திளைப்பு, மற்றது பெருந்துயரம். இவற்றின் கூறுகள் பண்பாடுகளின் ஒவ்வொரு இழையிலும் படிந்தே இருக்கும். இந்த உணர்வுப் புள்ளிகளுடன் தனிமனிதர்கள் பிணைந்தும் விலகியும் தமது உளவியல் அடையாளத்தைக் கட்டிக்கொள்ள முடியும். இவை வெவ்வேறு விகிதத்தில் கலந்தும் பிரிந்தும் சமூக உளவியலை உருவாக்கும்தன்மை உடையன. அவ்வகையான ஒரு சமூக உளவியல்

உருவாக்கத்துடன் இனிவரும் காலத்தில் தொடர்ந்தும் இணைந்து இயங்கப்போகும் நினைவு மற்றும் துயரத் தொகுதியாக வடிவம் கொண்டிருப்பதுதான் 'ஈழம்' என்ற கனத்த உருவகம். அதேசமயம் இதனை மறதிக்குள் புதைக்க முனையும் உருவழிப்புச் சொல்லாடல்கள் தமிழ்ச்சூழலில் பெருகும் என்பதும், கடந்த இருபது ஆண்டுகளாக அவ்வகை உருவழிப்பு, நினைவு மறைப்புச் சொல்லாடல்கள் அதிகம் பெருகியுள்ளன என்பதும் நாம் கவனத்தில்கொள்ள வேண்டிவை என்றாலும் அரசியல் களத்தில், பண்பாட்டு அரசியல் உருவாக்கத்தில் இலக்கிய மாற்றுச் சொல்லாடல்களில் இந்தத் 'துயர்சார் அரசியல்' இடம்பெறவில்லை என்றால் இனி தமிழ் மொழியில் அரசியல், அடையாள, தன்னிலைக் கட்டுமானச் சொல்லாடல்கள் இல்லாமல் போனதாகவே பொருள்படும். இந்த மறதிக்கெதிரான அரசியலின் ஒரு பகுதியாகவும் 'துயர்சார் அரசியல்' குறித்த நினைவுக் குழப்பங்களின் சில பகுதிகளாகவும் இவற்றைப் பதிவுசெய்யவேண்டியுள்ளது."

"நினைவெல்லாம் அவனது முகம் அப்பியிருந்தது. மனத்திரையில் அண்ணா நடக்கிறான். பின்னர் படமாகத் தொங்குகிறான். எழுத முடியாது நெஞ்சிற்குள் முட்டி மோதிக்கொண்டு நிற்கும் ஒரு கவிதையைப்போல அவனது முகம் நெருடுகிறது. அதை இறக்கி வைக்க வேண்டும். இறக்கிவைத்துப் பார்க்கவேண்டும். இயலவில்லை" என, இயலாத ஒன்றைத்தான் இந்தக் கதை சொல்லிப் பார்க்கிறது. "தன் பிள்ளையின் முகத்தைத் தொலைத்த சோகம் இனி எந்தத் தாய்க்கும் வரக்கூடாது' அம்மா உள்ளுக்குள் நொந்தாள். விளக்கில் எண்ணெயை ஊற்றுகிறாள் அம்மா. அதன் சுடர் அண்ணாவின் முகமாய் அசைகிறது." சுடரும் மலர்களும் மீண்டும் தோன்றுகின்றன, அதனைச் சொல்லிக்கொண்டே இருப்பது கலைந்துபோன காலத்திலிருந்து தம்மை மீட்டெடுக்கும் இனச் சிகிச்சையின் ஒரு பகுதி. "நிலவில் மினுமினுத்து அசைந்தன வெள்ளெருக்கம் பூக்கள். மேகங்கள் திரண்டன. வானம் இருட்டியது. ஆற்றங்கரையில் கார்த்திகைப் பூவொன்று அப்போதுதான் விரிந்து நிமிர, மழைபெய்யத் தொடங்கியது." மொழியின்வழி மீளும் பெருநில வாழ்வின் நெடிய பாடல்கள் இன்னும் பெருக வேண்டும்.

பிரேம்

தில்லி,
ஆகஸ்ட் 2018.

ஆசிரியரின் பிற நூல்கள்

கவிதைகள்

பதுங்குகுழியில் பிறந்த குழந்தை - காலச்சுவடு பதிப்பகம் (2008)
ஆட்களற்ற நகரத்தை தின்ற மிருகம் - உயிர்மை பதிப்பகம் (2009)
பாழ் நகரத்தின் பொழுது - காலச்சுவடு பதிப்பகம் (2010)
பெருநிலம் - காலச்சுவடு பதிப்பகம் (2011)
கூடார நிழல் - உயிர்மை பதிப்பகம் (2012)
எனது குழந்தை பயங்கரவாதி

கட்டுரைகள் நேர்காணல்கள்

ஈழம் மக்களின் கனவு - தோழமை பதிப்பகம் (2010)
ஈழம் போர் நிலம் - தோழமை பதிப்பகம் (2011)
எதற்கு ஈழம்? - தோழமை பதிப்பகம் (2012)
எனது நிலத்தை விட்டு எங்கு செல்வது? - உயிர்மை பதிப்பம் (2014)
பேரினவாதத் தீ (2016)
தமிழர் பூமி (2017)

கதை

கிளிநொச்சி போர்தின்ற நகரம் - எழுநா வெளியீடு (2012)

தொகுப்பு நூல்

மரணத்தில் துளிர்க்கும் கனவு - ஆழி பதிப்பகம் (2011)

மொழிபெயர்ப்பு நூல்

PRAY FOR MY LAND நியூசெஞ்சரி புக் ஹவுஸ். (மொழியாக்கம்: லதா ராமகிருஷ்ணன்)